सरळ-सोपे, मजेशीर आणि बुद्धिमान अशा अनेक स्तरांवर हे पुस्तक यशस्वी ठरले आहे. सुझी वेल्श यांनी १०-१०-१० या पुस्तकात केलेले विवेचन हे केवळ वैयक्तिक जीवनात मार्गदर्शक ठरते असे नव्हे, तर निर्णायक प्रक्रियेच्या शेवटापर्यंत जाण्यातही ते तुम्हाला सहायक ठरते. सुरुवातीपासून शेवटपर्यंत वाचकांचे औत्सुक्य टिकवून ठेवण्यातही लेखिका यशस्वी झाली आहे.

– डेरिस केरान्स गुडविन, 'टीम ऑफ रिव्हल्स'चे लेखक

सुझी वेल्श यांच्या उत्कृष्ट कल्पना म्हणजेच १०-१०-१०! आयुष्यातील गुंतागुंतीचे प्रश्न सरळ-सोप्या पद्धतीने सोडविण्यासाठी एक 'सुलभ उपकरण' त्यांनी वाचकांपुढे सादर केले आहे. जर तुम्ही गोंधळलेले असाल, काय करावे? कोणता मार्ग निवडावा? कोठे थांबावे?... याविषयी तुम्ही संभ्रमात असाल तर... काळजी करू नका. प्रश्न कोणतेही असोत १०-१०-१० तुम्हाला योग्य मार्गदर्शन करेल.

– डॉनिअल गालेमॅन, 'इमोशनल इन्टिलिजन्स'चे लेखक

कोणताही निर्णय घेताना असा विचार करा; ज्यावर तुम्ही ठाम राहू शकाल. या निर्णयात मदत करण्यासाठी सुझी वेल्श यांनी १०-१०-१० च्या माध्यमातून सुलभ कल्पना आपल्यासमोर मांडली आहे. कोणत्याही निर्णयाचा तुमच्यावर सकारात्मक अथवा नकारात्मक परिणाम होत असतो. त्यामुळे निर्णय घेताना त्याचे १० मिनिटे, १० महिने आणि १० वर्षे या परिमाणामध्ये विभाजन करण्याचे सोपे सूत्र लेखिकेने मांडले आहे. सर्वांसाठी उपयुक्त असलेले हे वैविध्यपूर्ण पुस्तक आहे. विशेषत: ज्यांना 'ठेस निर्णय,' घ्यायचे आहेत केवळ त्यांच्याचसाठी!

– मेलिसा ॲन्ड बेरी

हे पुस्तक मी वाचले तेव्हा खरोखरीच खूप आनंदित झाले होते. तुम्हाला कोणतीही समस्या असो, तुम्ही कोणताही निर्णय घेतलेला असो! यामुळे येथे काहीही फरक पडत नाही, इतके हे १०-१०-१० चे तत्त्व मार्गदर्शक आहे. यावर माझा ठाम विश्वास आहे. जीवनातील कोणत्याही समस्येवर प्रकाश टाकणाऱ्या या पद्धतीवर मी मनापासून खूश आहे. ही संकल्पना जेवढ्या सहजतेने सांगितली आहे. तेवढ्याच सहजतेनेच ती कागदावरही उमटली आहे. पण तरीही हे पुस्तक तंत्रशुद्ध झाले आहे आणि ते वाचकांना निश्चितच शिक्षित करणारे ठरले आहे.

– केट मॅथ्युज

१० - १० - १०

१० मिनिटे – १० महिने – १० वर्षे

जीवन बदलून टाकणारी कल्पना!

मूळ लेखिका
सुझी वेल्श
('विनिंग' या बेस्टसेलरची सहलेखिका)

अनुवाद
विदुला टोकेकर

मेहता पब्लिशिंग हाऊस

◆ *या पुस्तकातील लेखकाची मते, घटना, वर्णने ही त्या लेखकाची असून त्याच्याशी प्रकाशक सहमत असतीलच असे नाही.*

10-10-10 by SUZY WELCH
Copyright © 2009 by Suzy Welch
All Rights Reserved.
Translated in Marathi Language by Vidula Tokekar

१ ० - १ ० - १ ० / मार्गदर्शनपर

अनुवाद   : विदुला टोकेकर
               पी २५, चैतन्यनगरी, वारजे, पुणे - ४११०५८.

मराठी अनुवादाचे व प्रकाशनाचे हक्क, मेहता पब्लिशिंग हाऊस

प्रकाशक   : सुनील अनिल मेहता, मेहता पब्लिशिंग हाऊस,
               १९४१, सदाशिव पेठ, माडीवाले कॉलनी, पुणे - ४११०३०.

मुखपृष्ठ   : चंद्रमोहन कुलकर्णी

प्रथमावृत्ती   : फेब्रुवारी, २०१२

ISBN 978-81-8498-333-3

ज्यांनी आपल्या परिवर्तनाच्या कथा
सांगितल्या, त्या १०-१०-१० वाल्या सर्वांना
मी हे पुस्तक प्रेमपूर्वक, आदरपूर्वक
आणि कृतज्ञतापूर्वक अर्पण करते.

प्रतिकूलतेतही अनुकूलता निर्माण करतो तोच खरा माणूस!

सूर्योदयापूर्वी

माझा जन्म पोर्टलँड, ओरेगॉनमधला. 'रोमांचक पोर्टलँड' असं म्हणायला मला आवडतं, कारण त्यामुळे नेहमी हसायला कारण मिळतं. मला वाटतं लोकांना 'पोर्टलँड' म्हणजे रूपक वाटतं.

पोर्टलँड सुंदर आहे.

फक्त साप सोडून. मी अगदी लहान असताना एक साप आमच्या परसात शिरला होता; मी वाकून त्याचं निरीक्षण करत असताना माझी आई स्वयंपाकघरातून धावत आली आणि फावड्याने तिने त्याला मारले.

माझी आई फार सुंदर होती. सुसंस्कृत आणि स्टायलीशही. तिची 'वाईल्ड-वाईल्ड-वेस्ट' प्रकारची प्रतिमा तुमच्या मनात तयार झाली असं मला वाटत नाही. ते फक्त घायकुतीला आलेल्या बायका उतावीळपणे काही करतात, तेवढ्यापुरतंच असतं.

हे मात्र मी तुम्हाला खात्रीने सांगते.

माझे वडील वास्तुविशारद होते. सापाच्या घटनेनंतर पंधरा वर्षांनंतर त्यांनी मला समांतर पार्किंग करायला शिकवले. अशा पद्धतीने – जसं आत्म्यात अभियांत्रिकी आणि मेंदूत पदार्थ विज्ञान भरलेली माणसं, आत्म्यात लेखन आणि मेंदूत कविता असलेल्या माणसांना शिकवतात अगदी तसं. आता आम्हाला त्याचं हसू येतं.

माझ्या तारुण्यातला प्रत्येक उन्हाळा मी केप कॉडला घालवला – एका छोट्याशा बोटीवर, निळाईत आणि स्वरांमध्ये आंदोळत, भरल्या कूलरबरोबर. कृपया नोंद घ्या आणि देव याला साक्ष आहे की मला माशांबद्दल वाईट वाटायचं.

मी महाविद्यालयात गेले, मायामीमध्ये पत्रकार झाले, दोनदा शहर जळताना पाहिलं. उत्तरेत गेले, असोसिएटेड प्रेसमध्ये नोकरी मिळाली, लग्न केलं, बिझिनेस स्कूलमध्ये गेले. व्यवस्थापन सल्लागार झाले आणि औद्योगिक उत्पादनातील

काहीतरी अर्थपूर्ण मला कळावं, यासाठी प्रचंड मेहनत घेतली.

नंतर मला कामावरून काढून टाकेपर्यंत; मी हार्वर्ड बिझिनेस रिव्ह्यूची संपादक होते.

वयाच्या एक्केचाळिसाव्या वर्षी मी घटस्फोट घेतला. तेच करणं योग्य होतं.

तीन वर्षांनंतर मी पुन्हा लग्न केलं. मी आत्तापर्यंत केलेली सर्वांत बरोबर गोष्ट कुठली असेल, तर ती ही.

मला चार मुलं; आता ती मुलं अशी राहिली नाहीत, पण मला ती मुलंच आहेत.

त्यातलं एकही माझ्यासारखं दिसत नाही. दोघंजणं गोरीपान नॉर्डिक प्रकारची आहेत, ती स्वीडिश शेतकऱ्यांसारखी दिसतात. पण दोघं जी सावळी आहेत तीसुद्धा माझ्याशेजारी अगदी वेगळीच दिसतात, पण ते ठीक आहे – खरंच त्यांना त्यांचं स्वत:चं आयुष्य आहे. याची आठवण मला त्यामुळे राहते.

तरीसुद्धा, माझ्याकडे जर जादूची कांडी असती, तर ती त्यांच्या कपाळावर नुसती टेकवून मी जे-जे जाणते, ते सारं त्यांना शिकवलं असतं; कारण बहुतांश पालकांसारखं मलाही असं वाटतं की, त्यातला कष्टाचा, दु:खाचा भाग त्यांनी गाळून टाकावा.

ते गाळून टाकणार नाहीत आणि तेही ठीकच आहे. रशियन कादंबरीकार फ्योदोर दोस्तोवस्की एकदा म्हणाला होता, 'वेदना हेच विवेकाचं एकमेव मूळ आहे.' कसं जगावं हे अनुभवातून शिकणं हा मानवी स्वभावाचा एक भाग आहे.

तरीसुद्धा अशी एक गोष्ट आहे, की जी नेहमी येणारे रक्त, घाम आणि अश्रू यांना वगळून माझ्या मुलांना शिकवता यावी असं मला वाटतं.

चांगले निर्णय कसे घ्यावे....

थोडक्यात हे पुस्तक त्याच विषयावर आहे. निवड करण्याचा एक नवा मार्ग ज्यामुळे स्वत:चं आयुष्य घडवणं तुम्हाला शक्य होतं. मग तुमचा जन्म कुठेही झालेला असूदे. तुमचे दिवस तुम्ही कसेही घालवलेले असूदे आणि दरम्यान तुम्ही काहीही चुका केलेल्या असूदे.

गोंधळाची जागा स्थिरतेने, संदेहाची स्पष्टतेने आणि कदाचित सर्वांत चांगले म्हणजे अपराधी भावनेची जागा निरपराधी भावनेने, त्या अवस्थेसाठी दुसरा शब्द वापरायचा, तर आनंदाने घ्यावी यासाठी आपल्याला मदत करणारी, ही एक ठाम शिस्त आहे.

जिने माझं आयुष्य बदलून टाकलं आणि जगभरच्या स्त्री-पुरुषांच्या जीवनात परिवर्तन घडवून आणलं अशी ही कल्पना आहे.

प्लीज!... आता माझ्याकडे याचा एक छान गजरा गुंफून तयार आहे, असं

मला अजिबात म्हणायचं नाही. अजूनही कित्येकदा माझ्या चमकदार कल्पना आणि उत्कृष्ट नियोजन यांच्यामुळे मी माझ्याच वाटेत तडमडते आणि मला हेही माहीत आहे, की योगायोगांनी किंवा आपल्या आवाक्याच्या बाहेरच्या गोष्टींनी आपलं जीवन बनलेलं नसतं. अपघात आणि चमत्कार घडतात, खरंच घडतात.

पण त्याहीपेक्षा पुष्कळदा आपली जीवनं ही आपल्या आवाक्यात असणाऱ्या निर्णयांनी बनत असतात. तसं वाटत नसलं तरीही आजच्या गतिमान जगात, माहितीच्या अखंड ओघात, जखडणाऱ्या पर्यायांमध्ये, बेभरोशी वैधिक अर्थव्यवस्थेत आणि सदा भोवंडणाऱ्या संस्कृतीत, आपल्यासमोरचे निर्णय सांगू नये इतक्या गुंतागुंतीचे असतात किंवा अगदी थोड्या वेळात अनंत निर्णय घ्यायचे असतात. 'त्यामुळे काही निर्णय घ्यायचा नाही', असा निर्णय आपण घेतो किंवा मनाचा कौल मानून पुढे जातो. आपण मित्रांना सल्ले विचारतो. पोपट चिठ्ठी उचलतो तसा त्यांचा सल्ला घेतो किंवा आपण काहीतरी खुणा वा शकुन बघतो, आदिमानव जसा.

– आणि चांगलं घडेल म्हणून आशा करत बसतो.

आज माझं आयुष्य नवं झालं आहे. माझे निर्णय विचारांनी, हेतुपूर्वक आणि आत्मविश्वासाने घेतलेले असतात, पण तेरा वर्षांपूर्वी मीही ज्या आशा करत राहण्याच्या जागी होते. माझी एवढी यशस्वी कारकीर्द, माझं प्रेमळ कुटुंब आणि प्रिय मित्र असूनही, ईश्वरकृपेने मला इतका लोभ आणि आदर मिळत असूनही कितीतरी निर्णय मी धावत्या गाडीतून बाहेरचं दृश्य पाहावं तशा पद्धतीने घेतले. काही वेळेला ते बरोबर निघाले. बहुतांशी ते बरोबर निघाले नाहीत आणि माझ्या जीवनात त्याचे परिणाम दिसून येत होते. एखादा दिवस, आठवडा, महिना छान जायचा. नंतर परत वेडेपणा! कधी अगदी कटकटीचे, नंतर नैराश्याचे, मग सगळं चुकीचं, मग सगळं बरोबर. कधी आनंदीआनंद, मग एकटेपणा, कधी दोन पावलं पुढे, कधी चार पावलं मागे.

मी माझं आयुष्य जगत नव्हते. माझं आयुष्य माझ्याकडून जगून घेत होते.

मग १९९६चा फेब्रुवारी महिना आला. मी हवाईत होते, पण सुट्टीवर नव्हते. हार्वर्ड बिझिनेस रिव्ह्यूमध्ये पूर्ण वेळ नोकरी, सहा वर्षांच्या आतली चार मुलं आणि धडपडणारं वैवाहिक जीवन. एवढं असताना त्या काळात मी फारशा सुट्ट्या घेत नव्हते. मी हवाईमध्ये होते, तिथे विमा अधिकाऱ्यांच्या एका परिषदेत भाषण देण्यासाठी आणि त्यांना व्यवस्थापनशास्त्राचा इतिहास शिकवण्यासाठी त्यांनी मला देऊ केलेली रक्कम घराच्या एका हप्त्याएवढी होती.

माझी बॉस माझ्या त्या सफरीबद्दल फारच उत्तेजित झाली होती. मी तिच्या शब्दांत, 'तिकडे एक ब्रॅंड मिळवणार होते.' पण मला कळत होतं की मी माझ्या नवऱ्याला चार मुलांच्या ताब्यात एकटं सोडू शकत नव्हते. त्यामुळे मी ठरवलं की

मी जर माझ्या पाच आणि सहा वर्षांच्या मुलांना बरोबर नेले, तर सर्वांचीच सोय होईल. 'काही काळजी करू नका' मी सफरीच्या संयोजकांना आश्वासन दिलं. आमच्या ग्राहकांच्या 'अपेक्षा फार मोठ्या' हे तिचेच शब्द असतील, पण माझी मुलंही फार शहाणी होती. खरं म्हणजे ती छोट्या वयाची मोठी माणसंच होती! 'ती तिथे आहेत हे ग्राहकांच्या लक्षातदेखील येणार नाही.' मी आश्वासन दिलं.

इकडे घरी, मी रोस्को आणि सोफियाला कुशीत घेतलं. 'आपण एका साहसी सफरीवर जाणार आहोत.' मी त्यांना सांगितलं. 'आईला काही ग्राहकांबरोबर थोडं काम करावं लागेल, पण ते तिथे आहेत हे तुमच्या लक्षातदेखील येणार नाही!'

एका हुशार बेतासरशी अखेर मी काम आणि जीवन यांच्यात समतोल साधलाच आणि तेसुद्धा बँकेत भर घालून! किंवा मी तसं 'ठरवलं' होतं. माझा जयजयकार..!

जयजयकार, खरंतर संतपदी पोहोचलेल्या, विमानातल्या आमच्या नायिकेची. त्या सबंध बारा तासांच्या हवाई प्रवासात सोफियाने त्या छोट्या पांढऱ्या 'विमान लागण्याच्या' कागदी पिशव्यांचं प्रात्यक्षिक करण्यात घालवला, तरी तिने माझा शिरच्छेद केला नाही. माझं बिचारं पिल्लू! आम्ही उतरलो, तोवर ती हिरवी पडली होती. तरी काही काळजी नाही, मी विचार केला – समुद्रकिनाऱ्यावर काही तास घालवले की पुन्हा सगळं छान होईल. आम्हा सगळ्यांनाच त्यामुळे छान वाटेल. कौटुंबिक वेळ! वाळूचा किल्ला, समुद्रात खेळणं, रम्य आठवणी!

आणि उन्हाची विषबाधा. नाही, मी सनस्क्रीन विसरले नव्हते. मी जरा जास्तच लक्षात ठेवलं होतं. रोस्कोच्या शुभ्र नॉर्डिक त्वचेवर ते भरपूर चोपडलं होतं आणि आणखी खबरदारी म्हणून शर्ट, टोपी आणि टॉवेलने त्याला झाकून टाकलं. मी अतिशहाणी आई असल्याने मी माझ्या बाळाला एका छानपैकी भट्टीत ठेवले होते.

मग ते दुखणं, रडणं थांबेपर्यंत बर्फाच्या पिशव्या ठेवणं. फुंकर घालणं इत्यादी करेपर्यंत मी ग्राहकांच्या संध्याकाळच्या अनौपचारिक कार्यक्रमाला उशिरा पोहोचले, यात नवल ते काय? पण त्याची भरपाई करण्यासाठी मी तात्काळ इकडे-तिकडे फिरून लोकांशी गप्पागोष्टी करत प्रत्येकाला माझी ओळख करून देत हिंडू लागले.

मी धरलेला मार्ग योग्यच होता. एकूण गोल्फ कोर्सवरील दिवसानंतर एकत्र जमलेले ते विमा अधिकारी होते. मला एक गट असा आढळला ज्याला माझ्याशी मिळून मिसळून वागण्याची, तेवढ्याच उत्साहाने माझ्याशी गप्पा मारण्याची फारशी इच्छा दिसत नव्हती. ते कार्यक्रमातील खुद्द सहभागी नव्हते, तर त्यांच्या बायका होत्या. बहुधा त्या 'माझा नवरा कुठे आहे', असा विचार करत असाव्यात किंवा त्यांना मी अगदी बरोबर अशी बाई वाटले असेन, जिची दोन रडकी मुलं हॉटेलच्या खोलीत आहेत आणि जिला दुसऱ्या दिवशी सकाळी भाषण द्यायचं आहे.

कित्येक तासांनी ती पार्टी संपली आणि मी धावत मुलांकडे गेले. उरलेली बहुतेक रात्र मी त्यांच्यासोबत जागून काढली. आम्ही सगळे जेट लॅगशी – आणि मग – आपापसात झगडत होतो. त्यांना लिटल मरमेड्स बघायचं होतं. मला हेडलाईन्स! नाऊ... त्यांना नोनी व साप यांची आणखी एक गोष्ट ऐकायची होती, तर माझे डोळे मिटत होते.

पहाटे पाच वाजता, शांतता प्रस्थापित करण्यासाठी मी नाश्त्यासाठी आइस्क्रीम मागवलं आणि अखेर एकदा चिकट तोंडं एकमेकांना चिकटवून आम्ही झोपलो.

पण फार वेळ नाही. नऊ वाजता हॉटेलतर्फे समुद्राकाठी आयोजित केलेल्या हुला नृत्याच्या शिबिरासाठी मी मुलांना पाठवलं आणि कर्तव्यदक्षपणे माझे कार्यालयीन कपडे – पॉवर सूट – चढवला. मग मी सेंटर स्टेजच्या पायऱ्या चढले आणि पॉईंटर हातात घेऊन माझ्या झोपाळलेल्या डोळ्यांच्या श्रोतृवृंदाला फ्रेडरिक टेलरच्या व्यवस्थापनाच्या चार शास्त्रीय तत्त्वांमधून, मॅक्स वेबरच्या 'वर्चस्व आणि नियंत्रणाच्या उतरंडीबद्दल'च्या सेमिअल ज्ञानामधून आणि पीटर ड्रकरच्या 'आऊट सोर्सिंग'बद्दलच्या मूलगामी विचारांमधून पुढचा तासभर फिरवून आणले. मी अगदी प्रचंड प्रकाश पाडत नसेन कदाचित, पण एक-एक पॉवरपॉईंट स्लाइड दाखवत मी मिळाल्या रकमेला जागत होते.

माझ्या भाषणाच्या शेवटच्या काही क्षणांपर्यंत मी प्रेक्षागृहाच्या मागच्या भागाकडे नजर टाकली आणि मला दोन छोट्या आकृत्या खोलीत शिरायचा प्रयत्न करताना दिसल्या. त्यांची शरीरे ढकलत्या दारावर रेललेली होती आणि डोळ्यांभोवती हातांचे द्रोण करून ते आतलं पाहण्याचा कसोशीने प्रयत्न करत होते.

ते दोघे म्हणजे हुला स्कर्ट घातलेले रोस्को आणि सोफिया होते. तुरुंगातून सुटका करून घेऊन ते माझ्या मागावर आले होते.

इकडे मंचावर मी एका फटक्यात माझं भाषण गुंडाळलं. ठरवलेली प्रश्नोत्तरं बाद – आणि त्यांना दूर करण्यासाठी तडक सभागृहाच्या मागच्या दिशेने निघाले. मी त्यांच्यापर्यंत पोहोचल्यावर त्यांनी माझ्या पायांना कसा विळखा घातला किंवा ज्या विमा अधिकाऱ्यांना हे दृश्य बघायला मिळाले त्यांच्या उंचावलेल्या भुवयांवरून त्यांना माझ्याबद्दल काय वाटले हे मी कधीही विसरणार नाही.

होय, होय. मला हे आता समजलंय की मी तेव्हाच गाशा गुंडाळून घरचा रस्ता धरायला हवा होता, पण माझ्या 'सर्वेपि सुखिनः सन्तु,' मी सारं काही एकटी करू शकते वृत्तीने, माझ्याकडे आणखी चोवीस तास होते. मी ताबडतोब ठरवलं की उरलेला दिवस मी मुलांबरोबर स्कूबा डायव्हिंग करेन. ती पुरती दमतील आणि मग रात्री त्यांना झोपवून मी ग्राहकांच्या लुआऊ पार्टीला सर्वांवर छाप पाडायला हजर होईन; मग भले ती सकाळपर्यंत का चालेना!

खाऱ्या पाण्याने रोस्कोला त्रास होईल किंवा लुआऊ खरंच सकाळपर्यंत चालेल हे माझ्या डोक्यातच आले नाही आणि त्या वेळेपर्यंत मी खरेच छाप पाडायच्या अवस्थेत नक्कीच नव्हते. मी गोंधळत होते आणि दमून रडकुंडीला आले होते. एका क्षणी मी माझं डोकं टेबलावर टेकवून चक्क डोळे मिटले. मी जेव्हा डोळे उघडले तेव्हा एक ग्राहक पत्नी माझ्याकडे बघून मर्मभेदक हास्य करताना दिसली.

'तुम्ही नोकरी करणाऱ्या आया', तिच्या आवाजातून बोचरेपणा जाणवत होता. 'कसं काय तुम्ही सगळं करता, मला समजत नाही.'

'फक्त धूर आणि आरसा.' मी आनंदी आवाजात म्हटलं.

'तुझा नवरा फारच सोशिक असला पाहिजे.' तिने तिरकस प्रतिसाद दिला.

'होय, आहे तर!' मी लगेच दुजोरा दिला.

त्या असत्याचा एक मोठा ढग आमच्यामध्ये तरंगत ठेवून ती ग्राहक पत्नी तिथून चालती झाली. यथावकाश मीही निघाले; अंथरुणाच्या ओढीने माझ्या खोलीकडे. मी बेबीसिटरला परत पाठवलं आणि सज्जातील खुर्चीत अंग टाकून दिलं. एक तेजस्वी, वाटोळा मोठा सूर्य – अगदी चित्रात असतो तसा – प्रभातीच्या आळसट निळ्या आकाशात वर चढत होता.

त्या वेळी मला जाणवलं नाही, कारण माझ्या आयुष्यात एक नवी मंगलप्रभात होत होती.

'या वेडेपणाचा शेवट करायला हवा.' मला माझेच शब्द ऐकू आले. मला कदाचित क्षणभर झोप लागली असावी किंवा माझं भान हरपलं असावं. डोंगराळ भागात सेलफोनची रेंज येते-जाते तसं माझं भान जात होतं – येत होतं. 'काहीतरी मार्ग काढायला हवा.' मी पुटपुटले.

नंतर काय झालं मला कळलं नाही किंवा कदाचित कधी कळणारही नाही.

कदाचित मी अशा एका बिंदूपर्यंत पोहोचले होते की बदल घडायलाच पाहिजे होता. त्याला काही पर्यायच नव्हता. ती सफर ही माझ्या एका नव्या निर्णयाकडे किंवा दृष्टिकोनाकडे किंवा समजाकडे घेऊन जाणाऱ्या अनुभवांच्या समीकरणातील शेवटची पायरी असेल. कदाचित मला एक प्रसाद मिळाला. मला एवढंच नक्की माहीत आहे की, जसा सूर्य समुद्रातून वर आला तशी माझ्या मनात एक कल्पना आली.

त्या क्षणापासून पुढे ती कल्पना माझी 'जीवनरेखा आणि जीवरक्षक' ठरली.

मी स्वत: हाती घेतलेल्या शोधाच्या आणि पुनर्शोधाच्या प्रवासाची ती सुरुवात होती आणि हाच प्रवास आता आपण मिळून करणार आहोत.

ती कल्पना होती १०-१०-१०!

काय होते ते?

दिवसाच्या प्रकाशात १०-१०-१०

तुम्हाला अगदी खरं सांगायचं तर त्या सुरुवातीच्या क्षणी १०-१०-१० काय आहे याची नेमकी जाण मला आली नव्हती. फक्त मला अचानक अशी जाणीव झाली की एक नवी, आगळी आणि प्रचंड – चांगली अशी एक कार्यप्रणाली माझ्या कवेत (जरी निसटत्या) आली आहे. असं वाटलं की एक सुधारित प्रकारची विचारप्रक्रिया, गोष्टी पद्धतशीर करण्याची एक प्रक्रिया वा पद्धत मला सुचली होती. मला माझ्या आयुष्याचा पुनश्च ताबा मिळवण्यासाठी 'खरोखर' काही करायचे असेल, तर ते मला हवाईयन बाल्कनीत त्या सकाळी समजलं की माझे निर्णय वेगळ्या पद्धतीने अग्रक्रमाने त्यांच्या परिणामांचा तत्काळ वर्तमानात, लगेचच्या काळात आणि सुदूर भविष्याच्या दृष्टीने विचार करून घ्यायला सुरुवात करायला हवी.

१० मिनिटांत – १० महिन्यांत – १० वर्षांत –

मी जर हे केलं, तर माझ्या लक्षात आलं की माझ्याकडे बऱ्याच अंशी आश्चर्यकारक असं अगदी माझं स्वतःचं 'जीवन व्यवस्थापन साधन' असेल.

आणि तेरा वर्षांनंतरही १०-१०-१०चं मी केलेलं हे थोडक्यात आणि सुटसुटीत वर्णन तसंच आहे. असं म्हणताना १०-१०-१०ची इतर वर्णनंही मी ऐकलेली आहेत. जे १०-१०-१० प्रत्यक्ष आचरणात आणतात; रोजच्या जीवनात त्याचा सराव, वापर करतात; त्यांना आपण १०-१०-१० कर्ता किंवा कर्ती म्हणूया. मला माहीत असलेला एक निष्ठावान १०-१०-१० कर्ता त्याला 'स्पष्टता आणि धैर्याचा रस्ता' म्हणतो. दुसरा त्याला 'माझ्या अपराधी भावनेचं छोटंसं खोडरबर' म्हणतो. ह्यूस्टनच्या एका आजींनी एकदा त्या याला 'आपल्यातलं बर्फ वितळायला दिलेला छोटासा झटका' म्हणतात असं सांगितलं. १०-१०-१०ची शिकवण देणारे एक कॅनेडीयन धर्मगुरू 'गोष्टींकडे योग्य दृष्टिकोनातून

पाहण्यासाठी आम्हाला मदत करणारा महान पूल' असं याचं वर्णन करतात.

पण यातल्या कशानेही – माझं वर्णन धरून १०-१०-१०च्या प्रक्रियेतील बारीक-बारीक गोष्टींचे यथार्थ वर्णन होत नाही, तर पुढे जाण्याआधी त्या वेगळ्या करून समजून घेऊ.

१०-१०-१० मधील 'कसे?' भाग

प्रत्येक १०-१०-१० प्रक्रिया ही एका प्रश्नाने सुरू होते. म्हणजे प्रत्येक १०-१०-१०ची सुरुवात ही तुमची समस्या, द्विधा वृत्ती किंवा आणीबाणी ही एका प्रश्नाच्या रूपात मांडून होते. मी नोकरी सोडावी का? सुरेख अंगण आणि गळकं छप्पर असणारं घर मी विकत घ्यावं का? माझ्या मुलाला शाळेत पुन्हा त्याच वर्गात बसवावं का? सध्या चालू असलेला नातेसंबंध मी चालू ठेवावा की संपवून टाकावा?

१०-१०-१०साठी नेमका प्रश्न अत्यावश्यक आहे, याचा मला शोध लागला, कारण खूपशा किचकट समस्यांमध्ये उप-विषय, बाजूचे विषय तसंच लक्ष इतरत्र वळवणारे विषय, धोक्याचे कंदील आणि छोट्या-छोट्या बाबी गुंतलेल्या असतात, त्यामुळे सर्वांत परिणामकारक १०-१०-१०, या सगळ्यांच्या खाली तुम्ही सोडवू पाहत आहात, तो विषय नेमका कुठला हे ठरवण्यापासून सुरू होतात.

१०-१०-१०ची पुढची पायरी म्हणजे माहिती गोळा करणे. काळजीत पडू नका. प्रक्रियेतला हा भाग तुम्ही तुमच्या मनात, संगणकावर, कागद पेन्सिलीने किंवा मित्राबरोबर किंवा भागीदाराबरोबर संभाषणात ज्या मार्गाने हवा त्या मार्गाने पूर्ण करू शकता. खरी 'गरज' आहे, ती तुम्ही पुढील प्रश्नांची उत्तरे प्रामाणिकपणाने आणि सविस्तर द्यावी.

माझ्या प्रश्नांचा विचार करता, माझ्या प्रत्येक पर्यायाचे पुढच्या १० मिनिटांत काय परिणाम होतील?

१० महिन्यांत?

१० वर्षांत?

आता, स्पष्टतेसाठी इथे सांगून टाकते या १०-१०-१०मधील कुठल्याही '१०'चा अक्षरश: अर्थ काही नाही. पहिले १० म्हणजे अगदी 'आत्ता' – उदा. एक मिनिट, एक तास, एक आठवडा. दुसरा १० हा नजीकच्या भविष्यातील असा काल दाखवतो की जेव्हा तुमच्या निर्णयाच्या तात्कालिक प्रतिक्रिया ओसरल्या असतील, पण त्यांचे परिणाम चालू असतील आणि त्या परिणामांचा तुम्हाला बऱ्यापैकी अंदाज करता येत असेल, आणि तिसरा १० हा भविष्यातील असा एक

काळ दाखवतो की जो इतका लांब आहे की त्याचा तपशील अजून धूसर आहे. खरं म्हणजे १०-१०-१० ऐवजी नऊ दिवस, पंधरा महिने, वीस वर्षे किंवा दोन तास, सहा महिने, आठ वर्षे असंही म्हणता येईल. या प्रक्रियेचे नाव हे कालचौकट सुचवणारे एक दिशादर्शक (totem) आहे. त्या क्षणाच्या जोशात थोड्या कालावधीनंतर आणि सगळं झालं-गेल्यावर.

७ या पायरीवर तुम्ही आत्तापर्यंत गोळा केलेली सगळी माहिती एकत्र करून ती तुमच्या अगदी अंतर्मनातील मूल्यांबरोबर ताडून बघणं गरजेचं असतं. तुमच्या श्रद्धा, उद्दिष्टं, स्वप्नं आणि गरजा थोडक्यात १०-१०-१०चा हा भाग तुम्हाला हा प्रश्न विचारायला उद्युक्त करतो की, 'माझे सर्व पर्याय आणि त्यांचे परिणाम यांच्याविषयी मला आता असलेल्या सर्व माहितीनिशी माझं स्वत:चं आयुष्य घडवण्यासाठी कोणता निर्णय मला सगळ्यात चांगली मदत करेल?'

आणि या प्रश्नाचं उत्तर म्हणजेच तुमचे १०-१०-१०चे उत्तर असेल.

सुरुवातीला

मी म्हटल्याप्रमाणे, त्या हवाईयन सकाळी १०-१०-१०ची संकल्पना मला विजेच्या लोळासारखी स्पर्शून गेली, तेव्हा ती पूर्णपणे विकसित झालेली नव्हतीच. खरं म्हणजे माझा विचार उलटाच होता की 'आता हे आगीच्या बंबासारखं पळणं आणि प्रत्येकाला खूश ठेवण्यासाठी धडपडणं, बस झालं! मुलं जेव्हा विशीत असतील, तेव्हा १९८६ सालच्या फेब्रुवारी महिन्यात मी त्यांना ४ दिवसांच्या सफरीवर नेणार की नाही, यापेक्षा ती माझ्यावर प्रेम करणार आहेत किंवा माझा तिरस्कार करणार आहेत; या फार मोठ्या निर्णयांमुळे अरे देवा! माझं आत्ताच्या क्षणापुरतं जगणं अति होतंय.'

आणि अशा रीतीने मी '१०-१०-१०'ची संकल्पना तयार केली. लहान आणि दीर्घ मुदतीच्या परिणामांचा विचार करून, त्यांचा समतोल राखत मी माझे निर्णय घ्यायला सुरुवात करणार होते. 'काय हा मूर्खपणा?' मी स्वत:लाच म्हणाले. मी पोरांना पाच हजार मैल फरफटवत समुद्रकिनाऱ्यावर काही डुबक्या मारण्यासाठी आणलं. जर मी त्यांना घरीच सोडून आले असते, तर त्यांची रडारड फार तर एक दिवस झाली असती; अगदी झालीच असती तर.

अगदी लगेचच, माझ्या या नवजात कल्पनेतील अपूर्णता माझ्या लक्षात आली. येत्या काही महिन्यांत मी खरंतर आणखी दोनदा घरापासून दूर असणार होते. एका लग्नासाठी आणि एका परिषदेसाठी. त्यातच ही हवाईची सफरही धरली, तर मला बराच काळ मुलांचा विरह होणार होता. कदाचित योग्य दृष्टिकोनासाठी

आणि समतोलासाठी मला या नव्या निर्णयप्रक्रियेत मध्यम पल्ल्याच्या क्षितिजाचाही विचार करायला हवा होता.

अशा रीतीने १०-१०-१०चा जन्म झाला.

यात गमावण्यासारखं काहीच नव्हतं, त्यामुळे बोस्टनला घरी परतल्याबरोबर घरच्या आणि कामावरच्या माझ्यापुढील सर्व पेचांसाठी मी ही निर्णयप्रक्रिया राबवणं सुरू केलं. मी मुलांना सहा वाजता घरी येण्याचं वचन दिलेलं असताना कार्यालयात आणीबाणी उद्भवल्यावर मी उशिरा थांबावं का? सुट्टी माझ्या माहेरी घालवावी की सासरी? उशिरा लेख दिल्याबद्दल एखाद्या त्रासदायक लेखकाला झापावं का? माझा वेळ मी होतकरू नवागत लेखकांवर केंद्रित करावा की जुन्या जाणत्या लेखकांवर? ही प्रक्रिया न चुकता दरवेळी मला अधिक वेगाने, अधिक स्पष्टतेने आणि अधिक ठोस निर्णयांकडे नेते. हे पाहून माझं मलाच फार आश्चर्य वाटू लागलं आणि त्यावर बोनस म्हणजे यातील प्रत्येक घटकाला देण्यासाठी – मुलं किंवा आईवडील किंवा वरिष्ठ – माझ्याकडे स्पष्ट आणि आत्मविश्वासपूर्ण स्पष्टीकरण तयार होतं. 'मी हा निर्णय का घेतला ते तुला सांगते...' असं अखेर मी म्हणू शकत होते आणि ते सांगू शकत होते.

काही महिन्यांतच १०-१०-१०चा मला इतका उपयोग झाला की, हे माझ्या बहिणींना – एलिना आणि डेला यांना आणि जवळच्या मित्रमैत्रिणींना आणि सहकाऱ्यांना सांगण्याचा मोह मी आवरू शकले नाही.

आणि अशा रीतीने ही प्रक्रिया पसरायला सुरुवात झाली. माझ्या एका सहकाऱ्याने त्याच्या पत्नीला ती नोकरीच्या शोधात हैराण झाली होती, तेव्हा हे सांगितले. एका मैत्रिणीने तिच्या नवपरिणित मुलीला 'जी पुढे काम सुरू ठेवावं की उच्च शिक्षणाकडे परत वळावं' या विचारांशी झगडत होती, तेव्हा १०-१०-१० दिलं. माझ्या आणखी एका परिचित स्त्रीने तिच्या डॉक्टर नवऱ्याजवळ १०-१०-१०चं वर्णन केलं. ते त्यानं कामावर नेलं आणि तिथे परिचारिकांच्या एका गटाने रुग्णांच्या भेटण्याच्या वेळांचा अनेक दिवस खदखदत असलेला प्रश्न (contentions) हाताळण्यासाठी आणि सोडवण्यासाठी हे वापरलं.

यथावकाश १०-१०-१०च्या कथा माझ्या लगेचच्या वर्तुळाबाहेरून माझ्यापर्यंत येऊ लागल्या. उदाहरणार्थ एक दिवस मी फोन उचलला, तो पलीकडून प्रश्न आला – '१०-१०-१०च्या बाई तुम्हीच का?'

मला प्रश्न कळून मी उत्तर दिल्यावर मला फोन करणारी व्यक्ती मोकळेपणाने हसली व तिने स्वतःची ओळख 'एका परिचारिकेची बहीण – ग्वेन' अशी करून दिली. 'तुम्हाला अचानक फोन केल्याबद्दल माफ करा.' ती म्हणाली, 'मी अशासाठी फोन केला की आज तुम्ही मला पाहायला पाहिजे होतं, कित्येक महिन्यांनंतर माझ्या

तोंडावर हसू उमटलं आहे.'

त्याचं असं झालं की, ग्वेन ही शिकागोमधली पूर्ण वेळ गृहिणी – आई होती. तिनेही तिच्या बहिणीसारखीच परिचारिका म्हणून कारकिर्दीला सुरुवात केली होती, पण काही वर्षांनी मार्ग बदलून ती एका औषध कंपनीची विक्री प्रतिनिधी बनली. हे काम ग्वेनच्या मोकळ्या स्वभावाशी आणि व्यावसायिक जोशाशी अगदी सुसंगत होतं, 'तुम्ही माझ्या विक्रीच्या फेऱ्यांपासून मला वेगळं काढूच शकला नसता.' ती मला म्हणाली. 'ते माझ्यासाठी काम नव्हतंच. ती मजा होती. हो आणि पैसा! माझं याहून चांगलं काहीच झालं नव्हतं.'

ग्वेनला तिच्या कामाची इतकी हौस होती की तिची तीन गर्भारपणं आणि बाळंतपणं यातसुद्धा तिने तिचा विक्री दौरा क्वचितच चुकवला असेल. अर्थात काम आणि आईपण यांची सांगड घालणं हे एक आव्हानच होतं, पण तिच्या नवऱ्याचा – तोही एक विक्री प्रतिनिधीच होता – तिच्या काम चालू ठेवण्याच्या निर्णयाला पूर्ण पाठिंबा होता. या जोडप्याने एक पूर्ण वेळची आया ठेवली आणि सेलफोनवरून ते सतत तिच्या संपर्कात असत. शनिवार, रविवारी ते एकमेकांसाठी आणि मुलांसाठी आवर्जून वेळ काढायचे.

एका संध्याकाळी खूप दुरून काम करून आल्यानंतर जेव्हा आयाने तिचं सव्वा वर्षाचं बाळ तिच्या हातात दिलं. जेव्हा त्याने तिला ओळखलं नाही आणि मान बाजूला लवून भोकाड पसरलं, तेव्हा मात्र ती आणि हे दृश्य पाहणारा तिचा नवरा दोघेही मुळापासून हादरले.

अपराधी भावनेने भारून ग्वेनने लवकरच राजीनामा दिला. 'मी काही महिन्यांतच परत येईन.' असं तिने बॉसला आश्वासन दिले. 'घरी एकदा सारं काही सुरळीत झालं की लगेच.'

पण आठवडे गेले, महिने गेले आणि हळूहळू ग्वेनला जे 'सुरळीत' करायचं होतं, त्यात ती अधिकाधिक अडकत गेली. मुलांना शाळेत, वर्गांना, मित्रांकडे नेणं-आणणं, अनेक फालतू वेळा पाळणं यात तिचे दिवस खर्ची पडू लागले. जेवणं, गृहपाठ, अंघोळी, गोष्टी सांगणं यात रात्री संपू लागल्या. तिच्या घराच्या गॅरेजमधल्या तिच्या कार्यालयात 'एकदा मी हे वाचणारच आहे', अशी शपथ घेतलेल्या व्यावसायिक मासिकांचे गठ्ठे पडून राहू लागले आणि स्केट बोर्ड आणि शाळेच्या नाटकातल्या पोशाखांनी ते भरून जाऊ लागले.

एक वर्ष घरी काढल्यावर ग्वेनचं मनही भरून येऊ लागलं. दु:खाने नव्हे, जी तिची झाली असती अशा एका मोठ्या कारकिर्दीच्या सततच्या ओढीने. अधूनमधून ती तिच्या जुन्या बॉसची ई-मेल वाचत बसे. तिच्याच्याने ती डिलिट करवली नव्हती. 'तुला हवं तेव्हा आम्ही तुला परत घेऊ.' त्यात लिहिलं होतं. 'तुझ्या जुन्या

संघाला तुझी गरज आहे आणि त्यांना तुझी आठवण येते.'

ग्वेनलाही त्यांची आठवण येत होती, पण कितीशी? आठवडे गेले आणि त्या विचारापाशी तिचं मन दोलायमान होऊ लागलं. तिला वाटू लागलं या गृहिणी, आईपणाची निवड तिने केली होती, की दुसरा पर्याय न निवडल्यामुळे हे तिच्या अंगावर येऊन पडत होतं?

या द्विधा मन:स्थितीत ती असतानाच ग्वेनच्या बहिणीने तिच्यापाशी १०-१०-१०चा उल्लेख केला आणि पुढच्या वेळी जेव्हा अडकल्यासारखं वाटेल तेव्हा याचा उपयोग करायला सुचवलं.

ते काही दिवसांनंतर घडलं, 'मी फ्रीज साफ करत होते. माझ्या हाताला, चेहऱ्याला सगळीकडं थंड पाणी, साबण लागलं होतं, सगळं वितळून जमिनीवर सगळीकडे पसरलं होतं आणि सॅमी बेंबीच्या देठापासून रडत होता. मी हरलेच.' ग्वेन मला म्हणाली. 'मी पूर्ण वेळ आई असायचं की नाही याचा एकदाच सोक्षमोक्ष लावायची वेळ आली होती.'

ग्वेनने सॅमीला शांत केलं आणि झोपवलं. फ्रीजचं काम निपटलं आणि स्वत:साठी कपभर कॉफी करून घेतली. मग मुलगी शाळेतून घरी यायला असलेला अजून तासभर वेळ हाताशी घेऊन ती स्वयंपाकघरात १०-१०-१० करायला बसली.

जशी प्रक्रिया उलगडत गेली तशी तिची पहिली प्रतिक्रिया 'भयंकर' होती. 'लहान कालावधीत मी लंगोट दुपट्यांचे ढिगारे काढत बसले असते आणि माझ्या मेंदूला काहीही खाद्य मिळालं नसतं, हे मला दिसत होतं.' ती मला म्हणाली, 'मला थोडासा कंटाळवाणेपणा आणि बरंचसं 'काय झालं असतं', याच्या कल्पना करत बसणं हे दिसत होतं.' थोड्या दीर्घ काळाच्या १० वर्षांच्या चित्रात, 'तोवर मुलं घराबाहेर पडलेली असतील हे मला कळत होतं.' ग्वेन म्हणाली, 'ती गेली असती आणि माझं करिअरही गेलं असतं.'

मग १० महिन्यांच्या विचारांमध्ये ग्वेनला एक वेगळीच गोष्ट लक्षात येऊ लागली. 'अचानक हा विचार करत बसले असताना या पहिल्या आणि शेवटच्या १०च्या मधल्या काळाला आपण किती महत्त्व देतो, हे माझ्या लक्षात येऊ लागले.' ती म्हणाली, 'जेव्हा सॅमी पहिला गोल करेल, एम्माची बासरीवादनाची पहिली मैफल होईल आणि ॲलेक्स प्रथम दाढी करेल तेव्हा मी तिथे हजर असेन. मला जाणवलं की मी एक स्वप्न सोडून देत होते, पण त्या बदल्यात मी ज्यापासून कधीही दूर जाऊ शकणार नाही असं एक वास्तव मला मिळत होतं.'

दुसऱ्या एखाद्या आईला त्या दिवशी स्वयंपाकघरात काही वेगळं उत्तर मिळालं असतं, पण ग्वेनला १०-१०-१०मुळे तिचा प्राधान्यक्रम निश्चित करता आला.

तिच्या निर्णयाचा अर्थ असा नव्हता की, प्रत्येक वेळी मूल रडलं की हिला आनंदाचं भरतं येईल; याचा अर्थ असा नव्हता की, आईस हॉकीचा सराव कधी संपेल म्हणून वाट बघण्यात तिला अत्यंत आनंद वाटेल; याचा साधा सरळ अर्थ असा होता की, तिला त्याची इच्छा आणि शक्यता होती, अशी मूल्याधिष्ठित निवड तिने केली होती.

अवघड गोष्ट

ग्वेन जेव्हा पहिल्यांदा माझ्यापर्यंत येऊन पोहोचली तेव्हा तिच्या मुद्रेवर हास्य फुललं होतं यात नवल ते काय? तिची द्विधा मन:स्थिती संपली होती आणि त्याची जागा काही विशिष्ट हेतूने काम केल्याच्या मन:शांतीने घेतली होती, पण तुम्हाला अगदी स्पष्टपणे सांगायचं झालं, तर प्रत्येक १०-१०-१० प्रक्रिया इतक्या नेटकेपणाने तडीस जाते असं नाही, हे तुम्ही आत्ता इथेच समजून घ्यावं. या प्रक्रियेदरम्यान तुम्ही ज्यांचा कधीच सामना केला नव्हता अशी मूल्यं, अजेंडा (हेतू?), भीती आणि स्वप्नं वरती येतील आणि मिळणाऱ्या उत्तराचं तुम्हाला अतीव आश्चर्य वाटेल, धक्का बसेल किंवा कदाचित भोवतीच्या विश्वावर नियंत्रण राहावं, म्हणून आजवर जे तुम्ही टाळत आलात, त्याच रस्त्यांवर ही प्रक्रिया तुम्हाला नेऊन उभं करील. काही १०-१०-१० उत्तरं ही अधिक खोलवर आव्हानात्मक असतील, कारण तुमचे खरे विश्वास काय आणि तुम्हाला खरंच कसं जगायचं आहे, याबद्दलच्या तुमच्या प्रामाणिकपणाची ते 'मागणी' करतील. सत्य हेच आहे की बदल हा नेहमीच सोपा नसतो.

साधारण वर्षभरापूर्वी मी एका कॉलेजमध्ये १०-१०-१०बद्दल भाषण दिले. एक विद्यार्थी मला एकटीला भेटण्यासाठी नंतर रेंगाळत राहिला.

झालं असं – तो रुमानियातील रिझवान नावाचा तरुण उद्योजक बनण्याची महत्त्वाकांक्षा बाळगून होता – ज्याला मायदेशात एक मोबाईल कंपनी काढायची होती. त्याची समस्याही त्याने ताबडतोब सांगितली की त्याची खूप वर्षांची – पेशाने वेट्रेस असलेली प्रेयसी बुखारेस्टमध्ये त्याची वाट पाहत होती. तिला ती कंपनी त्याच्याबरोबर सुरू करायची होती. 'मिहाएलाने एखाद्या करारात किंवा कशातही चूक केली तर काय होईल? पैशाच्या बाबतीत ती तेवढीशी कडक नाही. तिचं सारं कुटुंब साम्यवादी होतं.' त्याने खरं ते सांगितलं, 'मग मला म्हणावं लागतं, 'मिहाएला, आपल्याला इथे नफा मिळवायचा आहे.' आणि ती ओरडू लागते, 'नफा, विसर नफा, तत्त्वांचं काय?' मग आमचं भांडण होतं – नेहमीसारखं. 'माझ्या म्हणण्याचा अर्थ समजतो आहे ना?'

चित्र माझ्या डोळ्यासमोर आलं, निदान सुरुवात करण्यासाठी पुरेसं असलेलं. मी रिझवानला एक पाऊल जवळ येण्याची खूण केली. म्हणजे त्याने त्याच्या नव्या धंद्यात मिहाएलाबरोबर काम करावं का? यासाठी आम्ही एकच १०-१०-१० राबवू शकलो असतो.

१० मिनिटांसाठी रिझवानने अधीरतेने मोठ्ठा होकार भरला. मिहाएला शांत होईल आणि काही काळासाठी तरी तिच्या सर्व शक्ती प्रकल्पात ओतेल. नकारामुळे रिझवानच्या शब्दात 'तिसरे महायुद्ध' झाले असते, कारण मिहाएलाचं कुटुंब आणि त्याचं कुटुंब हे जवळचे मित्र होते. ते सगळे एकत्र आले असते आणि त्याला बदलायला भाग पाडलं असतं.

१० महिन्यांचं चित्र कमी संमिश्र होतं, कोणतीही निवड केली तरी ते भयंकर असणार होतं. त्यांनी एकत्र काम केलं असतं तर रिझवान म्हणाला की, ते पुन्हा भांडू लागले असते. त्याखेरीज दु:खही होतेच, 'आम्ही अनेक वर्ष एकत्र आहोत आणि आमच्यात प्रेम आहे.' तो विचारपूर्वक म्हणाला.

आम्ही १० वर्षांच्या चित्राकडे वळल्यावर, ताबडतोब रिझवानचा चेहरा विदीर्ण झाला. जणू तो एखादं दु:खदायक छायाचित्र पाहत असावा. त्याने जर मिहाएलाला धंद्यात आमंत्रण दिलं, तर तोपर्यंत त्यांचं लग्न नक्कीच झालेलं असतं आणि याची परिणती म्हणजे त्याच्याच शब्दात 'रोजच्या लढायांचं जगणं'.

'कारण तुमच्या आशा, आकांक्षा मुळातच भिन्न आहेत म्हणून?' मी विचारलं.

'कारण आमच्याकडे फक्त आहे तो इतिहास.' त्याने उत्तर दिले, 'आणि तो पुरेसा नाही हे मला माहीत आहे. आमचं सारं आयुष्य एकमेकांना बोचकारण्यात, दुखावण्यात जाईल.'

याबरोबर रिझवानचा १०-१०-१० निर्णय झाला.

त्याला आनंद झाला का? अर्थातच नाही. खरंच, आम्ही निरोप घेतला, तेव्हा त्याचे डोळे पाण्यानं भरले होते, पण मी हेही सांगू शकते की काही प्रमाणात तरी त्याला दिलासा मिळाला होता आणि त्याच्या आयुष्याचं आणि त्याच्या भविष्याचं नियंत्रण मिळवण्याचा निश्चयही मिळाला होता. आनंद, त्याला कळत होता की पुढे आहे. कधीकधी १०-१०-१० एवढंच आश्वासन देऊ शकते.

तरंगापासून लाटेपर्यंत

२००६पर्यंत मी ग्वेन आणि रिझवानसारख्या लोकांबद्दल इतक्या गोष्टी ऐकल्या होत्या की, मला असं वाटू लागलं की १०-१०-१० हे खरंच काहीतरी विशेष आपल्याला गवसलं आहे. म्हणून मी जिथे काम आणि आयुष्य यांच्या

समतोलावर नियमित सदर लिहिते – त्या 'ओ-द ओप्रा मॅगेझिन'मध्ये या प्रक्रियेवर लिहायचं ठरवलं.

माझ्या 'काहीतरी विशेष' भावनेत मात्र माझी प्रतिसादाबद्दल मुळीच तयारी करून घेतली नव्हती. लवकरच मनापासून पाठवलेल्या ई-मेल्स आणि पत्रांचा ओघ सुरू झाला. मला शोध लागला की '१०-१०-१०' हे फक्त जवळच्या एक, दोन, तीन पायऱ्यांपुरतं उपयुक्त नाही. स्त्रिया आणि पुरुष, तरुण आणि वृद्ध, जवळचे आणि दूरचे, मोठे, लहान आणि मधले निर्णय घेताना घरात, कामावर, प्रेमात, दोस्तीत आणि पालकत्वात हे सगळीकडे कार्य करतं.

अंतोइन जेफरसन नावाच्या, कपड्यांच्या उद्योगातील एका सत्तावीस वर्षीय कर्मचाऱ्यालाही याचा उपयोग झाला. त्याने मला हे सांगण्यासाठी लिहिलं की त्याला त्याच्या कल्याणकारी पद्धतीचा, एका वेळी एक परोपकार पुनर्शोध घेण्याच्या वैयक्तिक उद्दिष्टांसाठी १०-१०-१०चे मार्गदर्शन मिळत आहे.

मी म्हटलं हा माणूस बोलतोय तरी कशाबद्दल? म्हणून अंतोइनला दूरध्वनी केला आणि पुढे त्याच्या मूळ शहरात, फिलाडेल्फियामध्ये त्याला भेटण्याचा सुयोगही मला लाभला आणि त्याची गोष्ट ऐकल्यावर माझी खात्री पटली की मी कधी कल्पनाही केली नव्हती अशा ठिकाणी आणि मार्गांनी १०-१०-१० फारच परिणामकारक कामगिरी करू शकते.

बांधकामाजवळच्या वस्तीत एकट्या आईने वाढवलेल्या अंतोइनने सातवीत शाळा सोडली आणि यथावकाश दत्तक गृहात जाऊन पोहोचला, तिथे त्याने पाच वेगवेगळ्या कुटुंबांमध्ये टप्पे खाल्ले. त्याचे दिवस बहुतांश एकटेपणात जायचे. दिवसाचा बहुतेक वेळ टीव्ही पाहण्याने भरलेला असायचा आणि आपल्या भावंडांच्या तीव्र आठवणीने त्याला फार दुःख व्हायचे, पण त्याचा आयुष्यातील सर्वांत निर्णायक क्षण म्हणजे वयाच्या तेराव्या की चौदाव्या वर्षी अंतोइनला झालेला साक्षात्कार की तो त्याच्या माहितीतल्या इतर कुणाहीसारखा नाही. केवळ तो समलिंगी होता म्हणून नव्हे, तर तो अत्यंत अशक्य आशावादी होता. हे जग कितीही कठोर असलं तरी अंतोइनची श्रद्धा होती की, माणसांनी एकमेकांना दुखावणं बंद केलं तर हे जग ही एक निश्चितच अधिक चांगली जागा होईल.

माझा लेख प्रसिद्ध होण्याआधी काही महिने अंतोइनला सरकारच्या सगळ्यात गजबजलेल्या समाजकल्याण खात्यात, लोकांचे स्वागत करण्याची व त्यांना अर्ज भरण्यात मदत करण्याची नोकरी मिळाली. गरजू लोकांना मदत करण्याच्या कल्पनेने तो सुरुवातीला एकदम रोमांचित झाला, पण लवकरच त्याच्या उत्साहाचं रूपांतर निराशेत झालं. रोज त्याच्या सभोवती असणारे त्याचे सहकारी हे कार्यालयात येणाऱ्या माणसांशी उद्धटपणे आणि तुच्छतेने वागताना त्याला दिसायचे. 'सरकारकडे

कल्याणासाठी मदत मागणं ही तुमच्या आयुष्यातील हीन घटना आहे. ते खूप लाजिरवाणं असतं.' त्याने मला सांगितलं, 'ही व्यवस्था माणसांना वर उचलण्यासाठी आहे. आणखी मोडण्यासाठी नव्हे.'

एका रात्री त्याने कामावरून आल्यावर, कार्यालयातील वागण्याची पद्धत कशी बदलली पाहिजे याबद्दल एक तळमळीचा जाहीरनामा लिहून काढला. ते भांडणारे शब्द होते, हे त्याला समजत होतं. जेव्हा त्याने त्याची बहीण टिफनी हिला तो दाखवला. तिने हळूवारपणे त्याला त्यापासून परावृत्त करण्याचा प्रयत्न केला. 'अंतोइन, प्रत्येकजण तुझा तिरस्कार करेल.' ती म्हणाली.

पुढचे काही तास तो प्रस्ताव कामावर सादर करण्याबद्दल अंतोइनने १०-१०-१० परिणामांचं विश्लेषण केले.

त्याने विचार केला १० मिनिटांत भयंकर किंमत मोजावी लागेल. त्याने आपले विचार सहकाऱ्यांजवळ व्यक्त केले होते आणि त्यांनी त्याला झटकून टाकले होते. त्याने ऐकलेला त्यांचा संदेश होता, 'बोटीला धक्के देणं बंद कर.'

१० महिन्यांत अंतोइनला दिसलं की सहकाऱ्यांबरोबरची कटूता नक्कीच कायम राहिली असती, त्याने कार्यालयात पोलीसगिरी चालू ठेवली असती, तर कदाचित वाढलीही असती. दुसऱ्या बाजूला जर अंतोइन गप्प राहिला असता, तर त्याला चिंता होती की ढोंगीपणाने वागण्याच्या ओझ्याखाली आतल्याआत तो कोसळला असता. कुठलाच पर्याय बरा नव्हता.

पण १० वर्षांचा विचार केल्याबरोबर अंतोइनला समोरचा रस्ता स्पष्ट झाला, 'मला कळून चुकलं की ही सगळी धग सोसायची माझी तयारी होती. मला ती अगदी सोसायचीच होती, कारण मला या राज्याची कल्याणकारी व्यवस्था सुधारायची संधी घ्यायची होती.' तो म्हणाला, 'माझ्या मनात फक्त एवढाच विचार होता. मी नाही तर कोण? कुणीतरी बदलाची सुरुवात करावीच लागते. शिडीच्या खालच्या पायरीवरून असली तरी.'

दुसऱ्या दिवशी कार्यालयात चालणाऱ्या उपेक्षेच्या आणि लोकांना देण्यात येणाऱ्या वाईट वागणुकीबद्दल काळजी व्यक्त करण्यासाठी तो त्याच्या बॉसला भेटला. त्याच्या म्हणण्यानुसार तिने ते निवेदन फारच सकारात्मक रीतीने घेतले, पण तिने जेव्हा तो बैठकीत सर्व कर्मचाऱ्यांसमोर मांडला, तेव्हा अपेक्षेप्रमाणे अंतोइनच्या सहकाऱ्यांनी त्याला वाळीत टाकले.

ही परिस्थिती निस्तरण्याऐवजी अंतोइनच्या बॉसने तो शहरातील दुसऱ्या समाजकल्याण कार्यालयात बदलीवर जायला तयार आहे का? असे विचारले.

त्याने मान्य केलं, 'मला एक क्षणभरही राग आला नाही किंवा दुःख झालं नाही.' त्याने अलीकडे मला सांगितलं, 'मी बरोबर गोष्ट करतो आहे, असं मला

वाटत होतं.’

आज अंतोइन घरी किंवा कामावर येणाऱ्या एकूणएक द्विधा करणाऱ्या प्रश्नांवर १०-१०-१० करतो. खरं म्हणजे, त्याने ही प्रक्रिया त्याच्या आईलाही सांगितली आणि तो म्हणतो की, तिनं तिचं आयुष्य बदलून टाकणाऱ्या असं ज्याला म्हणता येईल अशा निर्णयासाठी ती वापरली. आपण एक दिवस आपला व्यवसाय काढू या आशेने वयाच्या चौपन्नाव्या वर्षी तिने एका प्रशिक्षण कार्यक्रमात भाग घेतला. माझ्या आईच्या एका पूर्णपणे नवीन आयुष्याची ही सुरुवात आहे, असा माझा विश्वास आहे. अंतोइन म्हणतो, ‘तिचं स्वत:चं भविष्य घडवण्याचा ती प्रयत्न करते आहे, असं मला प्रथमच दिसत आहे.’

त्या तिसऱ्या १०बद्दल

हा जगप्रवास किती रोमांचक वाटतो. वर्तमानाच्या पकडीतून बाहेर काढून भविष्यवेधी कृतीसाठी लोकांना प्रवृत्त करण्याचा एक मार्ग १०-१०-१०मध्ये निश्चितच आहे, परंतु निर्णयप्रक्रियेत फक्त दूरगामी परिणामाची घंटा वाजवणं एवढाच १०-१०-१०चा उद्देश आहे, असे मानणं चुकीचं ठरेल.

१० वर्षांच्या कालावधीसाठी तुमची जाणीव वाढवणं हा १०-१०-१०चा एक हेतू आहे आणि तो चांगला आहे. पुष्कळदा असं घडतं की आपण निर्णय घेतो ते तातडीची कळ शमवण्यासाठी. रडणारं मूल, नाराज कुटुंबीय, गुंतागुंतीची ‘यातायात’, वाहतूक, ये-जा, रागावलेले सहकारी वगैरे, वगैरे. १०-१०-१०मधील तिसरा १० हा ती वृत्ती कमी करण्याचा एक सशक्त मार्ग आहे. आपल्या आयुष्यात आपण खोलवर जपलेली उद्दिष्टं पूर्ण करण्यासाठी थोड्या काळात धग सोसण्याइतकं हे महत्त्वाचं आहे (किंवा नाही) हे ठरवण्यासाठी याची मदत होते.

परंतु कुणीही प्रत्येक निर्णय हा दीर्घकालीन परिणामांवर आधारित घेऊ नये. पहिलं म्हणजे, या शहाणपणामुळे तुमचं रोजचं जीवन मात्र शुद्ध रटाळ होणार हे नक्की. उत्स्फूर्ततेला तडीपार करून कसं चालेल? पण तुम्ही प्रत्येक वेळी केवळ तिसऱ्या १०वर दृष्टी ठेवू नये, याचं मुख्य कारण म्हणजे ते महा धोक्याचं ठरू शकतं.

पीट टर्केलने मला हे शिकवलं.

पीट हा फार पूर्वी १९८०च्या सुमारास असोसिएटेड प्रेसमध्ये स्विंग शिफ्टवर संपादक म्हणून काम करत होता. तेव्हा मी सव्वीस वर्षांची होते आणि बोस्टन कार्यालयात बातमीदार म्हणून काम करत होते. मी जेव्हा पीटला भेटले तेव्हा मी स्वत: रात्रपाळीत काम करत होते. मध्यरात्री कामाला सुरुवात करायची आणि

सकाळी आठ वाजता माझी सुटका व्हायची, तेव्हा मला बर्गर आणि बिअरची विचित्र भूक लागलेली असायची. माझ्या शरीराच्या घड्याळाची गडबड झालेली होतीच, पण निदान मी सकाळी नाश्त्याला आणि जेवायला कुटुंबीयांना, मित्रमैत्रिणींना भेटू शकत होते. पीट दुपारी चार वाजता येऊन मध्यरात्री गेल्यामुळे सगळ्यालाच मुकत होता. जेव्हा त्याची मुलं शाळेला आणि पत्नी कामावर निघे, तेव्हा तो गाढ झोपलेला असे आणि जेव्हा ते सगळे घरी यायचे, जेवायचे, झोपायचे तेव्हा हा कामावर असायचा.

एक दिवस मी माझ्या कामाच्या वैतागात, चिडचिडत असताना, पीटकडे वळून म्हटलं – तो माझ्यापेक्षा वीस वर्षांनी मोठा होता – 'हे सगळं तू कसं काय सहन करू शकतोस? हे म्हणजे वेगळ्या ग्रहावर वगैरे राहिल्यासारखं आहे.'

माझ्या उद्धटपणाबद्दल पीटने मला एक ठेवून दिली नाही, याबद्दल मला आजतागायत त्याचं विशेष वाटतं. तो त्याच्या नेहमीच्या सहृदयतेने हसला व म्हणाला, 'तू मोठी झालीस आणि तुला घरी बिलं चुकवावी लागतील आणि कुटुंब पोसावं लागेल म्हणजे कळेल. हं तुला या पाळीत काम केल्याचे मात्र जास्त पैसे मिळतात. मी जर हे काम चालू ठेवलं, तर मी लवकर निवृत्त होऊ शकेन. कर्ज न काढता मुलांना महाविद्यालयात पाठवू शकेन आणि तळ्याकाठी एक सुरेख घर घेऊ शकेन. माझ्या शेवटच्या दिवशी मी या दारातून बाहेर पडेन ना, त्यानंतर मी आता काय करतो आहे त्या प्रत्येक मिनिटाचं चीज होईल.'

मी एक वर्ष एपीमध्ये नसताना कार अपघातात पीटचा मृत्यू झाला (त्याची पत्नी गंभीर जखमी झाली होती व नंतर वारली.) अगदी योग्य कारणांसाठी का होईना, पण पीट मात्र त्याच्या मृत्यूपर्यंत त्याचं 'जगणं' पुढे ढकलत होता, हे कधीही माझ्या मनावरून पुसलं गेलं नाही.

अजूनही माझ्या मनात पीटचा विचार येतो. त्याचं जीवन मला आठवण करून देतं की, प्रत्येक १०-१०-१० निर्णयाचे परिणाम महत्त्वाचे असतात, पण कमी आणि मध्यम काळापेक्षा ते 'सतत' जास्त महत्त्वाचे नसतात. सुदूर भविष्य हे नेहमी आपल्याला वाटतं त्यापेक्षा जास्त महत्त्वाचं असतं. आणि आपण नेहमी देतो त्यापेक्षा त्याचा जास्त प्रभाव आपल्या विचारांवर पडायला हवा, पण इतर सर्व वेळेवर, सर्व वेळी त्याचा वरचष्मा राहू नये.

लागणारा वेळ

१०-१०-१० बद्दल जर मला काही नाराजी ऐकायला मिळत असेल, तर ती असते वेळेबद्दल आणि नेहमी ते असते, 'हे असं करत बसायला माझ्या जवळ

वेळच नाही.'

सारं आयुष्य बदलून टाकणाऱ्या निर्णयांसाठी १०-१०-१०वर काही तास किंवा त्याहीपेक्षा जास्त वेळ लागू शकतो हे खरं आहे. आपण पुढे एका जाहिरात कर्मचाऱ्याला भेटणार आहोत. जिने तिचा मुलगा काही जनुकीय मानसिक आजाराने त्रस्त झाल्याचे निदान झाल्यावर तिच्या करिअरचे काय करायचे हे ठरवण्यासाठी १०-१०-१०ची मदत घेतली होती, यासाठी वैद्यकीय मतं गोळा करावी लागणार असल्याने तिचा १०-१०-१०चा निर्णय होण्यासाठी पंधरा दिवस लागले.

पण सहसा तुमचा निर्णय योग्य ठरेल एवढाच जास्त वेळ १०-१०-१०साठी लागतो आणि जो जातो, त्या वेळाची शहाणपणात गुंतवणूक होते, तो वेळ वाया जात नाही.

नतालीचंच उदाहरण घेऊ. गेल्या वर्षी मला भेटलेली टेक कंपनीतील व्यवस्थापक. तिच्या कामाच्या व्यापाबरोबर ती तिच्या माध्यमिक शाळेतील दोन किशोरवयीन मुलांच्या आणि नवऱ्याच्या 'अठरा वर्षांच्या' आयुष्यात मनापासून उपस्थित राहण्याचा प्रयत्न करते. बहुतेक दिवशी हे सगळे चेंडू हवेत उडवण्याची कसरत तिला साधते, पण या सगळ्यात आणखी एक चेंडू वाढला की कधीकधी अनपेक्षित निर्णय घ्यावे लागतात – तेही झटकन.

नतालीचे चार्ली काका हे तिच्या जीवनात कधीच फार महत्त्वाचे नव्हते, पण वयाच्या ८३व्या वर्षी जेव्हा ते मरण पावले तेव्हा त्यांच्या अंत्यविधीला जाण्याबद्दल तिच्या मनात एवढा गोंधळ होईल, असं तिला वाटलं नव्हतं. 'मी त्यांना अगदी दुरून ओळखत होते. ते माझ्या आईचे मेव्हणे.' तिने मला सांगितले, 'पण मला हेही माहीत होतं की, मी तिथे जाणं हे माझ्या आई-वडिलांसाठी आणि इतर कुटुंबीयांसाठी फार-फार महत्त्वाचं होतं. त्याला ते आदरार्थी वागणं समजले असते.'

या जाणिवेने नतालीने त्या कार्यक्रमांना हजर राहायचं ठरवलं. तिने कामावरून लवकर निघायचं ठरवलं, पण ती दारातून बाहेर पडणार एवढ्यात तिच्या पंधरा वर्षांच्या मुलाचा एसएमएस आला की त्याला फुटबॉलच्या सरावासाठी नेणारी सोय गडबडली आहे, ती काही मदत करू शकते का? त्याला उत्तर द्यायच्या आत आणखी एक एसएमएस आला. हा तिच्या नवऱ्याचा होता. त्याला कामावरून यायला उशीर होणार होता. ती जरा त्यांच्या धाकट्या मुलाला घेऊन दंतवैद्याकडे (ऑर्थोडेंटिस्टकडे) जाईल का?

'झालं, अंत्यविधी झालाच म्हणायचा.' निराशेने नताली पुटपुटली आणि आईला कळवण्यासाठी तिने फोन उचलला, पण ती थबकली. या समस्येचं १०-१०-१० का करू नये? तिने विचार केला. ती ही प्रक्रिया आणखी एका

'नोकरी करणाऱ्या आई'कडून शिकली होती आणि तेव्हापासून काम आणि इतर जीवन यांच्यातला समतोलाच्या क्षेत्रातील प्रत्येक लहान-सहान झगडा सोडवण्यासाठी ती हाच उपाय वापरत होती.

याबरोबर तिने तिच्या समोरचा तातडीचा प्रश्न शब्दात मांडला, 'मी चार्ली काकांच्या अंत्यविधीला जावं का?'

१० मिनिटांसाठी 'नाही' या उत्तराने तिचं आयुष्य सरळसोट सोपं झालं असतं, हे तिला माहीत होतं. आणखी कुणी जोशला घेऊन जाईल म्हणून शोधायला नको किंवा रॉडच्या दंतवैद्याकडच्या खडूस स्वागतिकेकडून वेळ बदलून घेण्याचं दिव्य करायला लागलं नसतं. किती सोपं!

पण १० महिन्यांमध्ये, या न जाण्याच्या निर्णयामुळे नताली दबून गेली असती. तिच्या काकांना निरोप देण्याची तिला ही एकच संधी होती. त्याहीपेक्षा जास्त म्हणजे तिला प्रिय असणारे तिच्या कित्येक वृद्ध नातेवाइकांना भेटण्याची आणखी संधी तिला मिळाली नसती.

आणि १० वर्षांच्या परिणामांचं काय? एक पालक म्हणून 'उक्तीपेक्षा कृती श्रेष्ठ' यावर नतालीचा दृढ विश्वास होता. तिला जर तिच्या मुलांना आदर आणि जबाबदारी शिकवायची असेल, तर तिने ती आचरणातून दाखवली पाहिजे.

तिने फोन फिरवला तो मुलाच्या मोबाईलचा, 'जोश! मी तुला मदत करू शकत नाही.' तिने मोठ्या मुलाला सांगितले, 'मी काकांच्या अंत्यविधीला जाणं, माझं त्यांच्यावर किती प्रेम आहे हे माझ्या घरच्यांना दाखवणं हे माझ्यासाठी खूप महत्त्वाचं आहे. प्लीज तुझ्या प्रशिक्षकांना सांगून काहीतरी सोय करायला सांग.' मग तिने धाकट्या मुलाच्या दंतवैद्यांना फोन करून त्या दिवशीची वेळ रद्द करून टाकली. पुन्हा वेळ असेल तेव्हा पुन्हा वेळ घेऊ असं तिने ठरवलं.

शेवटी तिच्या कुटुंबाच्या चर्चच्या रस्त्यावर असताना तिने नवऱ्याला तिचा निर्णय सांगण्यासाठी फोन केला. तिचं सांगून झाल्यावर तो म्हणाला, 'मी तुझ्याबरोबर आहे.' पहिल्यांदा नतालीला वाटलं, 'तो 'मी तुझ्या बाजूने आहे' एवढंच म्हणतो आहे.' पण तो अक्षरशः म्हणत होता. त्याने बॉसला ई-मेल लिहिली आणि आपल्या गाडीकडे धावला – विधी चालू असताना नतालीजवळ उपस्थित राहण्यासाठी.

नंतर मी नतालीला हा निर्णय घेण्यासाठी तिला किती वेळ लागला, ते विचारलं. ती आश्चर्यानं हसली. 'ओह, कोण जाणे, दोन मिनिटं असेल.' ती म्हणाली.

पण मला मुळीच आश्चर्य वाटलं नाही. याहीपेक्षा दीर्घ काळ रेंगाळणारे प्रश्न १०-१०-१०ने चुटकीसरशी सुटलेले मी पाहिले आहेत.

काही वर्षांपूर्वी उन्हाळ्यातल्या एका संध्याकाळी मी जेवणाची तयारी करत कांदे चिरत होते. माझी मुलगी सोफिया स्वयंपाकघरात घोटाळत होती. हुला

नृत्याचा कार्यक्रम बराच मागे राहिला होता आणि ती आता लेखनाची आवड असणारी एक युवती झाली होती. माझी तंतोतंत नक्कल करू शकत होती आणि दोन्ही हातांनी झकास बॅकहँड फटके मारायला लागली होती; याची साक्ष तिच्या खोलीत लटकवलेल्या विद्यापीठाच्या प्रशस्तिपत्रकांवरून मिळत होती.

'आई, मला तुला काहीतरी सांगायचं आहे.' ती शांतपणे म्हणाली, 'मी टेनिस सोडणार आहे.'

माझं हृदय खचलं. गेल्या वर्षभरात सोफियाने सरावाचा वेळ कमी केला होता हे माझ्या लक्षात आलं होतं आणि तिला या खेळात आता मजा येत नाही ही तक्रारही मी ऐकली होती, पण 'ही एक स्थिती असते, ती जाईल' असाच विचार मी करत राहिले.

मी हातातलं काम थांबवलं आणि शक्य तितक्या शांत, संयत आवाजात म्हटलं,

'अजिबात, कदापि, शंभर टक्के नाही. आज आपण तिथे पोहोचण्यासाठी फार मेहनत घेतली आहे आणि अनेक तास खर्च केले आहेत, आता आपण हे सोडायचं नाही.'

भांडण होणार अशी माझी अपेक्षा होती, पण सोफियाने मला चकित केलं. अतिशय शांतपणे तिने खांदे उडवले आणि अगदी सहज उत्तर दिलं, 'ओके, पण त्याचं १०-१०-१० करूया. हा प्रश्न कसा वाटतो? *सोफियाला अजिबात न आवडणारा खेळ तिने थांबवावा का?*'

'हे 'संपादन' केलं नसतं, तर मला जास्त आवडलं असतं.' मी म्हटलं, 'पण ठीक आहे.'

सोफियाने तिचं म्हणणं मांडायला सुरुवात केली. तीनही कालखंडांत, ती म्हणाली की, टेनिसपासून मुक्तीने तिला खरोखर आणि मनापासून आवडणाऱ्या गोष्टी करायला मोकळीक मिळाली असती आणि ती आग्रहाने म्हणाली की ती टेनिस पूर्णपणे थांबवणार नाही; फक्त ती ते तेवढ्यापुरतंच ठेवणार होती, एक विरंगुळा म्हणून.

'महाविद्यालयांना विद्यापीठाची पत्रं लागतात.' मी विरोध नोंदवला आणि आणखी १० महिन्यांत त्याला महत्त्व प्राप्त होणार आहे. गोष्टींना चिकटून राहणारी मुलं लागतात. महाविद्यालयांना कठीण वाटलं की सोडून देणारी नव्हे.

'महाविद्यालयांनी खऱ्या सोफियाला पाहायला पाहिजे.' उत्तर आलं. 'आणि मी महाविद्यालयातून टेनिस खेळत नाही. आई, काहीतरी काय! मी इतकी चांगली खेळत नाही. सारखा मार खाण्यात मला नाही मजा येत. हा माझा खेळ नाही, तुझा आहे.'

तिचं अर्थातच बरोबर होतं, पण मी सहजासहजी हार मानायला तयार नव्हते.

'तू जेव्हा मोठी होशील, आत्तापासून दहा-पंधरा वर्षांनी तुला मित्र मैत्रिणींशी

टेनिस खेळावसं वाटेल आणि माझ्याशी. आपण बरोबर खेळू शकलो असतो.'

'तू आणि तुझी ती रडी सर्व्हिस यांची मी एक हात मागे बांधूनसुद्धा कध्धीच वाट लावू शकते.' हे म्हणताना सोफियाच्या चेहऱ्यावर हसू उमटत होतं. क्षणभर थांबून तिने शेवटचा फटका मारला. 'विजयाचा', अशी तिला खात्री असणार. 'आई.' ती म्हणाली. 'हा *माझ्या* आयुष्याबद्दलचा निर्णय आहे.'

आता मलाही हसू फुटलं. सामना संपला होता आणि सोफियाने तो एकहाती आणि निर्विवादपणे जिंकला होता. १०-१०-१० हा आमचा विश्वासू पंच होता.

आवश्यक ते दिसणं

– आणि १०-१०-१० नेहमी हजर असतेच. मग ज्याला लावून पाहतो, त्या दुविधेची व्याप्ती काहीही असो, तपशील काहीही असो. त्या सकाळी मला १०-१०-१० सापडलं किंवा त्याला मी सापडले. तेव्हापासून त्याला त्याच्या पूर्ण रूपात विकसित होताना, एका व्यक्तीकडून दुसऱ्या व्यक्तीकडे जाताना हरतऱ्हेची सीमा ओलांडताना मी पाहते आहे.

कारण त्याचा उपयोग होतो.

जग विद्युतवेगाने पुढे जात असते आणि निर्णय अनाकलनीय, गुंतागुंतीचे वाटतात. तेव्हा १०-१०-१०च्या एका-एका निवडीने तुमचं आयुष्य सहेतुकपणे जगायला तुम्हाला मदत करते. तुम्ही आश्चर्याने, खेदाने किंवा जन्मभर मनात गंजत राहणाऱ्या नाराजीने, त्रयस्थपणे तुमच्या जीवनात नुसते पाहत बसला आहात. अशी वेळ ते तुमच्यावर फारशी येऊ देत नाही. तुम्ही करिअर वुमन व्हायचं की आई की दोन्ही, संबंधात पुढे जायचं की थांबायचं, टिकवण्याइतकी ही नोकरी महत्त्वाची आहे का, हे ठरवायला ती तुम्हाला मदत करते.

जिथे तर्काचा अभाव असतो तिथे १०-१०-१० ते भरून काढतो. जिथे केवळ ऊर्मी असते तिथे ती विचाराला प्रवेश करून देते. अपारदर्शकतेऐवजी पारदर्शकता आणते.

किंवा एकदा अंतोइन मला म्हणाला तसं, '१०-१०-१० गलबला शांत करते, म्हणजे जे आवश्यक असतं ते मनाला दिसू शकतं.'

याने परत आपण मी केलेल्या १०-१०-१० सातत्याने वापरत राहिलात, तर ती एक आयुध किंवा साधन किंवा प्रक्रिया न राहता एक अखंड आणि शाश्वत असं स्पंदन बनते.

ती एक जीवनपद्धती होते.

हे आहे तुमच्या बुद्धीतील १०-१०-१०

पद्धतीमागचे शास्त्र

अंतोइन जेफरसनच्या समाजकल्याण खात्यातल्या बदल-मोहिमेबद्दल त्याच्याशी एक दिवस बोलत असताना माझ्या डोक्यात उजेड पडला की, 'अरे! याला विचारावं की १०-१०-१० पूर्वी हा निर्णय कसे घेत होता?' या प्रश्नाने एक लांबलचक सुस्कारा उमटला. 'अं, फक्त वाटणं, मला वाटतं.' तो म्हणाला. जणू त्या आठवणीने तो चकितही झाला असावा आणि गोंधळलाही असावा. अशा रीतीने त्याने मान हलवली, '...आणि तुला सांगतो, जेव्हा मी अजिबात डोकं न वापरता निर्णय घेत होतो तेव्हा मी भरपूर गाढवपणा केला.'

या पुस्तकासाठी मी ज्यांची ज्यांची मुलाखत घेतली त्या प्रत्येकाकडून मला अगदी अशाच प्रकारची कबुली ऐकायला मिळाली. 'गेली तीस वर्षं, मी माझ्या पोराच्या सांगण्यानुसार करत होते.' कॅलिफोर्नियातील एका शिक्षिकेने मला सांगितले. 'मी त्याला ओह-हो भावना म्हणायचे. आपले साधारण तीस टक्के वेळ ते चालून जायचं.' न्यू जर्सीतल्या एका तीन मुलांच्या आईने सांगितले की, ती तिच्या पतीला आणि मित्रमैत्रिणींना सल्ला विचारायची आणि मग तिला जो सल्ला सर्वांत आवडेल तो उचलायची. 'माझं नक्की काय चाललंय हे कधीही कुणाला कळायचंच नाही.' ती सांगते. आणखी एका १०-१०-१० च्या कर्तने कबुली दिली. 'माझे निर्णय आपोआप माझ्याकडे चालत येतील अशी जणू काही मी वाट बघत बसायचो.'

अशा प्रकारच्या प्रतिक्रियांनी माझ्या मनात विचार सुरू झाले. जर लोकांची निर्णयांपर्यंत पोहोचण्याची पद्धत बदलण्यात १०-१०-१० इतकं यशस्वी झालं आहे, तर 'सहसा' निर्णय कसे घेतले जात होते? आणि ते वेगळ्या प्रकारे घेण्यात १०-१०-१०ने त्यांना कशी मदत केली?

मन शुद्ध तुझं!

आता मी काही शास्त्रज्ञ नाही. या आधी मी प्रयोगशाळेत होते, तेव्हा 'जॉनी रॉटन' असं आम्ही नाव ठेवलेल्या Petal pig चं मी आणि माझ्या मैत्रिणी विच्छेदन करत होतो, पण गेली दोन वर्ष मानसशास्त्र, मेंदूशास्त्र, वर्तणूक अर्थशास्त्र आणि उत्क्रांतीचे जीवशास्त्र यातील तज्ज्ञांच्या मार्गदर्शनाने मी मेंदू कसं काम करतो, हे शिकवण्याच्या लहानशा अभियानात आहे. त्यांचं ज्ञान आणि शास्त्रीय भाषेतील माहितीच्या ढिगाऱ्यांमधून मिळालेले ज्ञानकण यामुळे १०-१०-१० इतकं परिणामकारक कशामुळे ठरतं, याबद्दलच्या माझ्या कल्पनांची कुलुपं निघायला मदत झाली.

मी शिकले की मानवी मन ही उत्क्रांत झालेली एक विलक्षण वस्तू आहे. सर्वसामान्य सामाजिक परिस्थितीत आपले रक्षण व मार्गदर्शन करण्यासाठी त्याची संरचना झालेली आहे. उदाहरणार्थ – मित्रपक्ष तयार करणे, व्यवहार करणे, हेतू ओळखणे यात आपण उत्कृष्ट असतो. नेते निवडणं, गटात काम करणं आणि मित्रांच्या वेषातील शत्रू ओळखणं हेही आपल्याला चांगलं जमतं. संस्कृतीच्या अगदी सुरुवातीच्या काळात जेव्हा मनुष्यप्राणी अस्तित्वासाठीच झगडत होता, तेव्हा ही कौशल्ये फारच कामी येत होती आणि नैसर्गिक निवडीच्या प्रक्रियेने आज ती आपल्या मेंदूच्या 'वायरिंग'मध्ये आलेली आहेत.

उच्च कोटीच्या मानसिक क्षमतांनी आपण प्रत्येक प्रकारचे सामाजिक व्यवहार हाताळू शकत असलो तरी अनेक बदलणाऱ्या गोष्टी (variables) आणि विविध समयकक्षा (time frames) असणारे निर्णय घेण्यासाठी आपली मने अजून तेवढीशी सक्षम झालेली नाहीत – याला कारणही तसेच आहे. एक प्रणाली म्हणून फायदे आणि तोटे, जसे भविष्यात ताणले जातात तसे त्या दोघांचेही मूल्य कमी करण्याकडे मनुष्यप्राण्याचा नेहमी कल असतो. मानसशास्त्रीय परिभाषेत यालाच 'हायपरबोलिक डिस्काउंटिंग' म्हणतात, म्हणजेच सोप्या भाषेत भविष्यकाळ नाहीच किंवा तो आदर्श असेल, असं समजून वागण्याकडे लोकांचा कल असतो.

हा परिणाम दर्शवणारे असंख्य अभ्यास, अनेक संशोधने झालेली आहेत. उदाहरणार्थ, १९९९ साली प्रसिद्ध झालेल्या 'जॉन्स हॉपकिन्स स्कूल ऑफ मेडिसिन'च्या अहवालात दिसतं की, वेदनादायक अशा कॉरोनरी बायपास झालेल्यांपैकी ८० टक्के लोक पुढची शस्त्रक्रिया टाळणारे, तुलनेने सोपे असे बदल जीवनशैलीत करत नाहीत. तेलकट पदार्थ खात राहतात, सिगरेटी ओढतात आणि व्यायामाचा कंटाळा करतात.

पण आपल्या कृतीच्या दूरगामी परिणामांकडे आपण सरसकट दुर्लक्ष करतो हे पटवण्यासाठी शास्त्रीय संशोधनाची फारशी आवश्यकता नाही. कुठेतरी जाण्याच्या

निमंत्रणाला किंवा कुणालातरी मदत करण्याच्या विनंतीला आपण सगळ्यांनी होकार भरलेला असतो. तेव्हा आपल्याला पूर्णपणे माहीत असतं की, जेव्हा दिलेला शब्द पाळायची प्रत्यक्ष वेळ येणार आहे तेव्हा आपल्याकडे वेळ नसणार आहे. आपण सगळ्यांनी व्यायामाला दांडी मारलेली असते. वाईनचाच आणखी एक ग्लास रिचवलेला असतो, बर्फाँचा तेवढा शेवटचा तुकडा तोंडात टाकलेला असतो. कुठेतरी आपल्या खोल अंतर्मनात निदान काही प्रमाणात तरी आपण 'खाओ, पिओ, मौज मनाओ, कल किसने देखा' या जुन्या उक्तीला आपलेसे केलेले असते.

काही थोडे लोक मात्र 'केवळ' वर्तमानकाळात असतात. उघडच आहे की टोकाच्या नाउमेदीला, टीकेला तोंड देईल अशी यंत्रणा उभी करणं आणि आपल्या निर्णयप्रक्रियेत दीर्घ पल्ल्याचा विचार 'सक्तीने' आणणे, हे आपल्याच हातात असते.

आपलेच विचार ऐकण्यासाठी काही लोक टिपणं ठेवतात. तर काही जण 'बाजूने आणि विरुद्ध' अशा काटेकोर याद्या बनवतात. माझी काही मित्रमंडळी त्यांच्या निर्णयाबद्दल प्रार्थना केल्याशिवाय अंतिम निर्णय घेत नाहीत, तर काही 'एकट्याने निर्णय घ्यायचा नाही', या तत्त्वाने चालतात. जेव्हा होती तेव्हा, सर्वानुविचार हीच माझी लाडकी पद्धत १०-१०-१०ने माझ्या जीवनात प्रवेश करण्यापूर्वी होती. माझ्या आयुष्यातील सर्वांत गोंधळाचे निर्णय ज्या 'पुढे काय' अशा प्रकारचे प्रश्न विचारण्यात तरबेज आहेत; अशा माझ्या दोघी बहिणींवर सोपवलेले असत.

पण खरं सांगा! फारच थोडे निर्णय अशा परिस्थितीत घेतले जातात. जिथे आपल्याला हवा असणारा ३६०°चा दृष्टिकोन मिळण्यासाठी आपण टिपणं काढू शकू किंवा रोज समतोल विचाराच्या बहिणींकडे जाऊ शकू. शेवटी काय होतं की, आपल्या पुष्कळशा निवडी इतक्या वैयक्तिक आणि इतक्या गुंतागुंतीच्या असतात की गरज म्हणून आणि प्रथेप्रमाणे आपण एकटेच त्यांच्या समोर उभे असतो.

इथेच १०-१०-१० येते. प्रत्येक पर्यायाला आणि त्याच्या परिणामांना पृष्ठभागावर आणून आणि आपल्या कृतींची सांगड आपल्या खोलवरच्या मूल्यधारणांशी घालून ही प्रक्रिया आपल्या स्वतःच्या मनातील अनुत्पादक लहरींवर मात करण्याचं बळ आपल्याला देते. स्वतःला मदत करायला ही आपल्याला मदत करते.

महान अपेक्षा

१०-१०-१० कशी परिणाम साध्य करते, हे जाणून घेण्यासाठी आपल्याला अठराव्या शतकापर्यंत (थोडक्यात) मागे जायला हवं. १७३८मध्ये डॅनियल बर्नोली

या गणिततज्ज्ञाने मांडलं की, अनेक 'चले' असलेल्या निर्णयांना सामोरे जाणारी माणसं शक्य असलेल्या परिणामांच्या व्यवहार्यतेचा आणि महत्त्वाचा आढावा घेतात आणि त्या प्रत्येकाचे परिणाम जोखतात. मग सर्व काल 'चौकटी'मध्ये जो पर्याय सर्वांत जास्त फायदा करील आणि कमीतकमी नुकसान करील असा पर्याय निवडतात किंवा अगदी साररूपानं कुठल्याही निर्णयात कमाल वैयक्तिक 'मूल्य' किंवा चांगली बाजू कशी मिळेल ते बघतात.

बर्नोलीची कल्पना इतकी कुतूहलजनक होती की, दोन शतकांनंतर प्रिस्टेन विद्यापीठातील जॉन फॉन नेऊमान आणि ओस्कार मोर्गेंस्टर्न या दोन ख्यातनाम गणिततज्ज्ञांनी ती आपलीशी केली आणि अधिक पूर्णत्वाला नेली. त्यांनी त्याला 'अपेक्षित उपयोगितेचा सिद्धांत' म्हटले.

पण 'अपेक्षित उपयोगितेच्या सिद्धांता'तील अडचण अशी की, त्याचं वास्तवाशी नातं जरा विसंगत आहे. लोकं त्यांच्या सर्व पर्यायांच्या शक्याशक्यतेचा आणि महत्त्वाचा नेहमीच आढावा घेतात असे नाही. उत्तरं आणि परिणाम जोखायची सवय त्यांना नसते, म्हणजेच वेगळ्या शब्दात ते सर्व वेळी 'रॅशनली' वागत नाहीत.

मानवी वर्तणुकीला रॅशनॅलिटी – सूझपणा, बुद्धिप्रामाण्यावर भारी ठरणारे घटक अनेक असतात. त्यातले बरेचसे अं!... जिवंत असलेल्या कुणाच्याही ओळखीचे असतात. वेळाचं दडपण असतं, बरोबरच्यांचं दडपण असतं, पुरेशी माहिती नसते, माहितीचा अतिरेक होतो. यादी बरीच मोठी आहे, पण या सगळ्या अवस्थांची परिणती म्हणजे ताण. सूझपणे विचार करण्यातला टोकाचा अडथळा. एकदा तो शिरला की आपला रक्तदाब वाढतो, नाडीचे ठोके जलद पडतात आणि आपल्या धमन्यांमधून ॲड्रिनलिन धावू लागते. काही वेळा या प्रतिक्रियांमुळे खूप चांगलं घडू शकतं. आपल्या एकाग्रतेला आणि हेतूला धार येते. अति मानवीपणे आपण मानवी काम करू शकतो. माझ्या मैत्रिणीचं – स्काईचं उदाहरण, एका भयानक मोटार अपघातानंतर ती ड्रायव्हरसीट मधून बाहेर पडली आणि मागच्या सीटवर अडकलेल्या बहिणीची तिने सुटका केली. तिची बहीण ठीक सुखरूप होईपर्यंत आपल्यालाही लागलंय याचा तिला पत्ताच नव्हता. तिच्या ओटीपोटाचा चक्काचूर झाला होता.

पण अशा 'करा किंवा मरा' आणीबाणी सोडल्या, तर ताण हा नेहमी योग्य निर्णय घेण्याच्या आड येतो. ताणाचे अंत:स्राव तेव्हा आपल्या शरीरभर धावू लागतात. ते 'प्रिफंटल कॉर्टेक्स'वर कब्जा करतात. हा आपल्या मेंदूतील गुंतागुंतीचा विचार करणारा भाग असतो आणि हा ताण जेव्हा संपूर्ण काळजीत परावर्तित होतो तेव्हा आपले वाट चुकलेले मेंदूतील संदेशवाहक (न्यूरोट्रान्समीटर्स) ज्याला काही मानसशास्त्रज्ञ 'क्लोज्ड लूप थिंकिंग' म्हणतात. अशा स्थितीला आपल्याला आणून

ठेवतात. तिथे आपलं मन फक्त एकाच काळजीवर सगळं लक्ष एकवटतं. जसं एखादं गाणं तुम्ही डोक्यातून काढून टाकू शकत नाही. गोंधळ होणे किंवा अर्धांगवायू किंवा दोन्ही असाही याचा परिणाम होऊ शकतो. मला वाटतं हवाईत मला झालेल्या १०-१०-१० साक्षात्कारापूर्वी माझ्या जीवनातील निर्णयांमध्ये महत्त्वाच्या असलेल्या व्यक्तींच्या आवाजांनी कोंदलेला माझा बिचारा मेंदू अशाच अगतिक अनुभवातून जात असावा.

सूर्योदयामुळे आणि एका कल्पनेमुळे मी वाचले.

पुष्कळसे लोक मात्र अशा अनिर्णयाच्या तणावाच्या परिस्थितीतून सुटतात, ती आपल्या मेंदूच्या राखीव जनरेटरमुळे – मनाची ऊर्मी.

अजाणतेपणी

अलीकडे माझ्या आखडलेल्या कोपरावर उपचार घेताना माझ्या उपचारिकेने विचारले की हल्ली माझं कोपर मला काय 'सांगत' होतं. 'तुम्ही तुमच्या शरीराचं ऐकायला हवं.' ती म्हणाली, 'ते बरचसं शहाणपणाने आलेलं; मनासारखं असतं.'

मी मान हलवली, बहुतेकांसारखं मलाही हे मान्य होतं की ऊर्मी या बऱ्याचदा दीपवून टाकणाऱ्या ज्ञानाचे क्षण असतात. ती एक रचना ओळखणारी असते. तुम्ही फक्त लक्ष द्या. अर्धजागृत मन आपल्याला सांगत असतं, 'अगं, असं घडून गेलंय आधी. तू शिकलेले धडे आत्ता या वेळी वापर.'

पण दरवेळी मी कुणाला मनाच्या 'शहाणपणा'बद्दल विशेषतः मोठ्या परिणामांच्या आणि अजिबात सोप्या नसणाऱ्या निवडीबद्दल बोलताना ऐकते तेव्हा मी अडखळते. मला दोन अनुभवांवरून कळलं आहे की, एक अर्थपूर्ण आणि सुसंगत मार्गदर्शक म्हणून ऊर्मी कशी अपुरी आहे!

पहिल्या अनुभवाच्या वेळी मी एकवीस वर्षांची होते आणि पत्रकारितेतील नोकरीसाठी उंबरठे झिजवत होते. याच प्रयत्नात मी कान्सास सिटीत मुलाखतीसाठी पोहोचले. वृत्तपत्राच्या कार्यालयातून मी बाहेर पडेतो संध्याकाळचे सात वाजले होते. मी हॉटेलकडे चालू लागले आणि साधारण तासाभराने मी मनाशी मान्य केलं, आपण शहराच्या संपूर्णपणे वेगळ्या भागात येऊन पोहोचलेलो आहोत. तेवढ्यात काऊबॉय हॅट घातलेला एक स्थूल, मध्यमवयीन माणूस कॅरिलॅक गाडीतून माझ्याशेजारी येऊन थांबला. 'तू इथली नाहीस, हे मी सांगू शकतो.' तो म्हणाला, 'मला तुझी मदत करू दे.'

बहुतेकशा तरुण मुलींप्रमाणे त्या माणसाच्या कपाळावर 'सभ्य गृहस्थाचा' शिक्का गोंदवलेला नव्हता. 'त्याच्याबरोबर गाडीत बसणे म्हणजे आत्महत्येचा एक

प्रकार' हे मी आयुष्यभर ऐकत आले होते, पण त्या दिवशी त्या माणसाच्या निरागस, दाताची फट दाखवणाऱ्या हास्याकडे मी एकवार पाहिलं आणि पुढच्या सीटवर उडी मारून बसलेसुद्धा. गोष्टीचा सुखी शेवट म्हणजे सुंदर चक्कर मारून शेवटी मी माझ्या हॉटेलच्या पुढच्या दारासमोर पोहोचले होते. दरम्यान माझ्या सहप्रवाशाच्या पत्नी-मुलं-नातवंडं यांच्या बरोबरच्या छानशा आयुष्याची सर्व माहिती मला मिळाली होती.

निरोप घेताना मी त्याच्या आदरातिथ्याबद्दल त्याला धन्यवाद दिले आणि जवळ-जवळ क्षमायाचनेच्या सुरात म्हटलं, 'मी तुमच्याबरोबर गाडीतून आले यावर माझा विश्वास बसत नाही.'

'तुला एक सांगू का?' तो म्हणाला, 'माझाही नाही.'

दोन वर्षांनंतर पुन्हा एकदा मी हरवले, पण या वेळी मायामीत. तिथे मला एकदाची नोकरी मिळाली होती. खरं म्हणजे एका भेटीसाठी जाताना, एक चुकीचे डावीकडचे की उजवीकडचे (मी दोन्ही) वळण घेतल्यामुळे मी मायामी विमानतळाच्या मागच्या बाजूच्या रस्त्याच्या अगम्य भुलभुलैय्यात फसले होते. पाऊस कोसळत होता आणि माझ्या गाडीने 'राम' म्हटलं होतं. सेल फोनच्या खूप आधीचा तो जमाना होता. तिथून बाहेर पडून, मी जिथे आत्ता असायला हवं तिथे मी का नाही आहे, ते न्यूजरूमला कळवण्यासाठी उतावीळ झाले होते. निराशेनं अक्षरश: माझ्या डोक्यात पाणी झालं होतं. मालाचा ट्रक घेऊन जाणारा एक माणूस कडेला थांबला आणि तसल्या वादळात माझ्या खिडकीपर्यंत आला. 'मदत हवी?' त्याने विचारले. 'इथून पुढे साधारण मैलावर वेस्ट फ्लॉगरजवळ पेट्रोल पंपाकडे मी चाललोय. मी तुला लिफ्ट देऊ शकतो.'

मी एकदा त्याच्याकडे पाहिलं आणि वाटलं, 'हॅट्, कधीच नाही.'

गमतीची गोष्ट म्हणजे तो माणूस बरा दिसत होता. त्याचाही चेहरा निरागस होता. तो माझ्याच वयाच्या जवळपासचा होता आणि चक्क गोड वगैरे होता, पण काहीतरी कारणाने मी त्याला सांगितलं की माझी मदत येतेच आहे, रस्त्यात आहे. प्रत्यक्षात पोलिसांची देवदूत गाडी येऊन त्यांनी 'टो' बोलवून मला घरी पोहोचवायला आणखी एक तास लागला.

त्यानंतर काही काळ मी त्या बेस्ट फ्लॉगर रस्त्याजवळच्या भावी मदतनिसाला क्षणार्धात हुसकावून लावल्याबद्दल मला अस्वस्थ वाटत होतं. मी पत्रकार होऊन दोनच वर्ष झालीत, पण मी किती तिरकस विचारांची आणि वाईट ते दिसणारी झाले आहे, असं मला वाटलं.

पुढे एक दिवस गुन्हे वार्तापत्राच्या कामात – मी जसं करायला हवं होतं त्याप्रमाणे मी पोलीस मुख्यालयात वेळ काढत असताना माझा एक गुप्तहेर दोस्त

– 'जो लोडाटो'च्या टेबलावर पडलेल्या छायाचित्रांची मी बारकाईने पाहणी करू लागले. चळतीत वरतीच कुणाची छबी होती ते सुज्ञ वाचकांनी ओळखलंच असेल.

'अरे, जो!' त्या फोटोकडे बोट दाखवत कापऱ्या आवाजात मी विचारलं, 'हा कशासाठी हवा आहे?'

'हा?' तिरस्काराने तो म्हणाला, 'सगळ्यासाठी.'

आत्ता या दोन्ही गोष्टींवरून तुम्ही निष्कर्ष काढला की ऊर्मी खरंतर परिणामकारकरित्या काम करते, पण जरा विचार करा, याने मला काही शिकवलं नाही. कान्सास सिटीत मन म्हणालं, 'याच्याबरोबर जा.' मायामीत म्हणालं, 'याच्याबरोबर जाऊ नको.' का? हे मला माहीत नाही. आजपर्यंत मला वाटतं की मी केवळ सुदैवी होते.

हे पाहा, मला काही ऊर्मीला कमी लेखायचं नाही. मी म्हटलं तसं छोट्या कारणांसाठी ती अगदी योग्य आहे आणि बऱ्याचदा ऊर्मीशिवाय तुमच्याकडे काही नसतंच, पण तुमच्या आयुष्यात जाणीवपूर्वक निर्णय घेण्याची पद्धत, जी तुम्ही इतरांना समजावून सांगू शकता आणि विशेषत: एक जाणीवपूर्वक, आत्मभानाच्या जीवनशैलीचे साधन म्हणून ती खरंच तेवढीशी विश्वासार्ह नाही.

फक्त माणसासारखं

आणि याला विज्ञानातील कारण आहे – प्रत्यक्ष मेंदू – मेंदूच्या कार्यपद्धतीचा शोध घेताना मला समजलं की ऊर्मी ही केवळ उपजत प्रतिक्रियेपलीकडे काही नसते. त्या क्षणी आपण ज्या निवडीला सामोरं जात असतो, त्याच्याशीही त्याचा संबंध फारसा नसतो, पण उत्क्रांतीच्या वेळी आपल्या पूर्वजांनी आविकन सॅवानमध्ये केलेल्या निवडीशी त्याचा खूपच संबंध असतो.

म्हणजे काय ते सांगते, उत्क्रांती मानसशास्त्रज्ञ आज मान्य करतात की जगण्याची, टिकून राहण्याची खात्री करण्यासाठी आपल्या मेंदूत अनेक वर्तणूक – प्राधान्ये घट्ट रुतलेली असतात. उदाहरणार्थ – आदिम प्रसंगांमध्ये धोक्याच्या वेळी 'थिजून' जाणं आपल्यात 'प्रोग्राम' झालेलं असतं, कारण आदिम पशू मेलेल्या भक्ष्याकडे जात नव्हते. या 'लुळेपणा'ची प्रवृत्ती आपण आजही वागवतो. जरी 'धोका' हा आटोकाटीच्या डेडलाईनमध्ये किंवा एखाद्या मोठ्या बैठकीच्या रूपात असला तरीही. तसंच संस्कृतीच्या अगदी सुरुवातीच्या काळात टोळीपासून वेगळं होणं आणि एकट्यानं जाणं म्हणजे विनाश. परिणामी आजही लोकांना बहुमताचे नियम, एकमत तोडणं जड जातं.

आपल्यापैकी कित्येकांनी केवळ मित्रांना, सहकाऱ्यांना किंवा अगदी चालू

परिस्थितीला विरोध करायला नको म्हणून कुठलीही भयानक कल्पना चालवून घेतलेली असते. तसे करताना आपण केवळ माणसासारखं वागत होतो.

या लाखो वर्षांमध्ये आपली प्रजाती टिकवून ठेवण्यासाठी आपल्या मेंदूत विकसित झालेले मेंदूचे प्राधान्यक्रम हे १०-१०-१०ला पुसून टाकता येत नाहीत, पण ती ते सौम्य करू शकते. आज ज्या काळात आपण राहतो, त्याच्याशी सुसंगत अशी त्यांची पुनर्रचना करू शकते.

आपला मेंदू सल्ल्यावर कशी प्रतिक्रिया करतो हेच पाहा. तुमच्या समोर एखादी समस्या असेल, तर तुम्ही 'सुधा आत्याचं' ऐकून घेता, डोकेबाज बॉसचं ऐकता, काहीही समजायला लहान अशा सुपुत्राचं ऐकता; कोण तुम्हाला सर्वांत योग्य सल्ला देत आहे याचं पृथक्करण करण्यासाठी तुमचा 'सुशिक्षित' मेंदू वापरता, पण मानसशास्त्रातील संशोधन तुमचं हे म्हणणं चुकीचं ठरवेल. शास्त्रज्ञांचं साधारण एकमत झालेलं आहे की, मेंदूत घट्ट बसलेल्या अनेक प्राधान्यांनी तुमच्या बरा-वाईट सल्ला निवडण्याच्या क्षमतेवर कुरघोडी केलेली असते. उदाहरणार्थ, आपण शेवटी आणि पहिल्यांदा जी माहिती ऐकतो त्याला जास्त महत्त्व देण्याकडे आपला कल असतो आणि अधेमधे ऐकलेली माहिती कितीही बरी किंवा सुसंगत असली तरी तिच्याकडे दुर्लक्ष करण्याचा आपला कल असतो. 'समज' विषयक काही मानसशास्त्रज्ञ असंही मानतात की, जी माहिती आपण सर्वांत जास्त वेळा ऐकतो त्यावर विश्वास ठेवण्याची आणि आपल्या आवडत्या माणसांकडून मिळालेल्या माहितीला महत्त्व देण्याची, नावडत्या माणसांकडून मिळालेली माहिती दुर्लक्षिण्याची आपली जबरदस्त उपजत प्रवृत्ती असते.

माहितीच्या अशा निवडक 'बहिरेपणा'च्या आड १०-१०-१० येते. पंधरा दिवसांपूर्वी तुम्ही ऐकलेल्या माहितीकडे किंवा जुनाट किरकिऱ्या शेजाऱ्याच्या टिप्पणीकडे तुम्ही दुर्लक्ष करावं अशी तुमच्या मेंदूची इच्छा भलेही असेल; प्रक्रियेची शिस्त तुम्हाला तसं करू देत नाही आणि तुम्ही अनेक वेळा ऐकलेल्या माहितीवर १०-१०-१० तुम्हाला विश्वासही ठेवू देत नाहीत, कारण त्याच्या व्याख्येतच मुळी गृहीतं आणि सत्यता तुम्ही पडताळून पाहण्याची 'गरज' आहे.

उघड्या कानांनी ऐकणे

पॉला पुष्कळ वर्ष तिच्या थोरल्या मुलाच्या बंडखोरपणाशी झगडत होती. पिणाऱ्या, धूम्रपान करणाऱ्या आणि जनरली त्रासदायक केनीला सतरा वर्षांचा होईपर्यंत दोनदा किरकोळ कारणांवरून अटक झाली होती, पण लष्करात असलेल्या एका मित्राला अगदी योगायोगाने भेटल्यानंतर केनी लष्करभरतीसाठी दाखल झाला

आणि त्याने स्वत:चे नाव नोंदवले. एका वर्षाच्या आत केनी जबाबदार आणि प्रगल्भ झाला होता; संपूर्ण बदलला होता. 'तो मोठा झाला आहे!' पॉला सांगत होती.

केनी नॉर्थ कॅरोलिनामध्ये सुस्थिर झाल्यावर पॉलाला जरा श्वास टाकता आला, पण काही काळच. एक दिवस दहावीतल्या तिच्या धाकट्या मुलाला – हूपरला त्याचं टोपणनाव – 'सी' आणि 'डी' ग्रेडने भरलेलं प्रगतिपुस्तक मिळालं. पॉला हादरली. हूपर तिचा 'सोपा' मुलगा होता. शाळेत ठीकठाक, बास्केटबॉलचा वेडा. घरात त्याची कधी काही समस्या नव्हती. ती लगेच शाळेत जाऊन भेटली आणि तेही तेवढ्याच कोड्यात पडले होते. ते म्हणाले, 'हूपर कड्यावरून खाली पडला आहे.'

पॉला आणि तिचा नवरा जिम यांनी प्रश्नाच्या मुळाशी जाण्याचा प्रयत्न केला, पण हूपर त्यांच्या प्रश्नांना मुळी उत्तरच देत नव्हता. तो एवढं मात्र म्हणाला की, त्याला गणिताचे शिक्षक मुळीच आवडत नाहीत, कारण त्यांना तो मुळीच आवडत नाही. बास्केटबॉलच्या संघात जागा न मिळण्याचा याच्याशी काही संबंध नाही, हेही त्याने सांगितले. तो असेही म्हणाला की, शाळा बदलली तर सर्व काही सुधारेल.

काय करावं? याबद्दल पॉला चौफेर विचारविनिमय करत होती आणि हूपर त्याचं म्हणणं आग्रहाने मांडत होता. त्याच्या मार्गदर्शक-सल्लागारांना मान्य होतं की बदल चांगला ठरू शकेल, पण जिमला काळजी वाटत होती की हूपरला शाळेतून काढल्याने प्रश्नांपासून पळून कसं जाता येतं, हे तो शिकेल. दुसऱ्या बाजूला हूपरला दु:खी करणाऱ्या वातावरणात ठेवणं त्याला किंवा पॉलाला पटत नव्हतं.

याच गोंधळात केव्हातरी पॉला त्याच्या गणिताच्या शिक्षकांना अगदी थोडक्यात भेटली आणि हूपरला ते इतके का आवडत नव्हते, हे तिला तात्काळ कळलं. ते एक कठोर चेहऱ्याचे, उतावीळ गृहस्थ होते आणि बहुतेकशा पालक, शिक्षक भेटींमध्ये सुरुवातीला जे नमस्कार-चमत्कार होतात त्यात त्यांना अजिबात रस नव्हता हे अगदी उघडच होते. 'तुमच्या मुलाला नैराश्याचा झटका आला आहे' भेटीच्या पहिल्या मिनिटात त्यांनी हे पॉलाला ऐकवलं, 'त्याला डॉक्टरची आणि बहुधा औषधोपचारांची गरज आहे.' त्या शिक्षकाच्या धारिष्ट्याने भयंकर चिडून पॉला त्या बैठकीतून बाहेर पडली. त्यांना हूपर धड माहीतदेखील नव्हता! ती त्यांचा शेरा कुणालाही, अगदी तिच्या नवऱ्यालाही सांगू शकली नाही.

उदासवाणा नाताळ आला आणि गेला. सुट्ट्या संपल्यानंतर हूपरने शाळेत जायला नकार दिला. पॉला स्थानिक शाळांमध्ये जागा आहे का, ते शोधत होती. तेव्हा एका मैत्रिणीने तिला १०-१०-१० विश्लेषण करून पाहायला सुचवले.

काकुळतीला आलेली पॉला राजी झाली.

पॉलाने तिची द्विधा अशी मांडली. हूपरने शाळा बदलावी का?

१० मिनिटांत तिचं म्हणणं – हूपरला 'मुसीबत की जड'पासून दूर केल्याने तिच्या कुटुंबातला एक मोठा काटा बाहेर निघणार होता.

१० महिन्यांचा विचार अधिक गोंधळून टाकणारा होता. शाळा बदलल्याने कदाचित हूपरचं वागणं सुधारलं असतं आणि सारं काही पुन्हा ठीक झालं असतं, पण तसं झालं नाहीतर तिने काय करावं?

कित्येक आठवडे पॉला नवऱ्याच्या आणि मुख्याध्यापकांच्या सांगण्यावर ठाम होती, पण अचानक तिच्या लक्षात आलं की आणखी एक आवाज ती कानाआड करू शकत नाहीये – गणिताच्या शिक्षकांचा. ती विचार करू लागली. हूपर काहीतरी मोठ्या संकटाला तोंड देतोय, ते दूर करणं इतकं सोपं नाही. समजा नैराश्य या शक्यतेचा विचार केला तर काय होईल? तिचे विचार मन कसे बदलतील?

एकाएकी पॉलाला समजून चुकलं की अधिक माहिती घेतल्याखेरीज – मग ती कितीही दुःखदायक असली तरीही – तिला निर्णय घेता येणार नाही. तिच्या डॉक्टरांकडून तिने संदर्भ मिळवला आणि काही दिवसांतच मानसोपचारतज्ज्ञाबरोबर हूपरची भेट ठरवली.

अखेर हूपरच्या नैराश्याच्या निदानाने, पॉला सुटकेच्या विचाराने आणि कृतज्ञतेने भरून गेली. गृहीतं तपासण्यावर आणि पर्यायाची प्रत्येक शक्यता – मग ती कुठूनही आलेली असो – तपासून पाहण्यावर दिलेल्या जोरामुळे, १०-१०-१०ने तिला अशा एका माणसाचा सल्ला खुल्या मनाने ऐकायला भाग पाडलं, ज्याच्याकडे ती दुर्लक्ष करू इच्छित होती. त्या प्रक्रियेने तिला तसं करू दिलं नाही.

आज केनी इराकमध्ये आहे. त्यामुळे पॉलाची काळज्यांमधून सुटका नाहीच, पण शाळेच्या बास्केटबॉल संघाचा व्यवस्थापक असलेला आणि खणखणीत 'बी' शेरा मिळवणारा हूपर त्या काळजीचं कारण नाही. 'जिम आणि मी हूपरला 'रिबाउंड बॉय' म्हणतो.' पॉलाने अलीकडेच मला सांगितले, 'आम्हाला तशी दोन मुलं आहेत.'

गुडघा-गुडघा चिखलात

निवडक माहितीवर प्रक्रिया करण्यातील त्रुटी दूर करायला मदत करण्याबरोबर उत्क्रांतीमधल्या आणखी दोन नेहमीच्या पक्षपातांमध्ये १०-१०-१० हस्तक्षेप करते.

आपण एखाद्या ठिकाणी प्रकल्पाला किंवा निरर्थक नात्याला चिकटून राहिलो

होतो. अशा वेळी आपल्यापैकी बहुतेकांना आठवत असतील अशा वर्तणुकीला 'कॉस्मिटिव्ह' शास्त्रात वाढीव बांधिलकी – escalatiing commitment – म्हणतात किंवा एखादी 'गुंतवणूक' फलदायी नाही, हे स्वच्छ दिसत असूनही त्याला लटकून राहण्याची मानसिक प्रेरणा. या विषयावर भरपूर संशोधन आणि पुस्तकं आहेत, पण माझ्या खास आवडीचा निबंध म्हणजे युनिव्हर्सिटी ऑफ कॅलिफोर्निया, बर्कले येथील व्यवस्थापनशास्त्राचे प्राध्यापक बॅरी एम. स्टॉ यांचा 'गुडघा गुडघा चिखलात – Knee deep in the big muddy'. आपली स्व-प्रतिमा जपण्यासाठी किंवा आधीच्या कृतींचे समर्थन करण्यासाठी किंवा दोन्हींसाठी, खालावणाऱ्या परिस्थितीबरोबर बुडत जाण्याच्या आपल्या कृतीचे फार सुंदर वर्णन त्यात आहे.

आता तुम्हाला खरं वाटत असेल की वाढीव बांधिलकी इतकी जर निरर्थक असते, तरी आपण त्यात वारंवार का बळी पडतो? याचं निश्चित उत्तर कुणीच सांगू शकत नाही, पण सामाजिक मानववंश शास्त्रज्ञानांनी असं गृहीतक मांडलं आहे की जगात सुरुवातीला टिकून राहिलेले लोक ते असावेत, ज्यांनी अपयश आल्यानंतरही शेती, शिकार, पुनरुत्पादन अशांना नकार दिला नसेल, त्या गोष्टी ते करत राहिले असतील. नैसर्गिक निवडीने या चिकाटीला बक्षीस दिले आणि आपल्या सगळ्यांना त्याचा आनंद आहे, पण त्याचा मेंदूवर झालेला परिणाम असा की आपल्या प्राक्तनातून – विशेषत: मोठ्या जोखमीच्या परिस्थितीतून – मग ती कितीही भयाण असली, तरी बाहेर न पडण्याकडेच आपली प्रवृत्ती असते.

'या गोंधळात राहण्याचे कालांतराने काय चांगले आणि वाईट परिणाम होणार आहेत?' हा प्रश्न विचारण्याचा आग्रह धरल्यामुळे वाढीव बांधिलकीची अधोगती १०-१०-१० मुळे आपण भेदू शकतो.

मी या माणसापर्यंत पोहोचू शकत नाही.

राचेल, शिकागोमधली छत्तीसवर्षीय प्रशासन साहाय्यक. तिला मी बऱ्याच वर्षांपूर्वी भेटले होते. ती म्हणजे वाढीव बांधिलकी आपल्या उत्तमतेपैकी बराचसा भाग कसा व्यापते, याचं उत्तम (आणि दु:खद) उदाहरण आहे.

राचेल ही मूर्तिमंत सकारात्मक ऊर्जा – चटपटीत, सक्षम आणि उबदार. जगभर फिरल्यामुळे आणि यशस्वी संस्थांमध्ये काम केल्यामुळे माणसांविषयीच्या तिच्या जाणिवा इतक्या तल्लख झाल्या आहेत की, त्या बहुधा अगदी अचूक ठरतात, पण जेव्हा ती लाल केसांच्या देखण्या कंत्राटदाराला – कायलेला भेटली तेव्हा तिचा सारा शहाणपणा जणू विरघळून गेला होता.

जिममधल्या एका छेडछाडीच्या संभाषणातून राचेल आणि कायलेच्या संबंधांना सुरुवात झाली आणि एक महिन्याच्या आत त्या दोघांची आठवड्यात एक-दोनदा भेटायला सुरुवात झाली आणि रोज रात्री फोनवर तासन्तास त्यांच्या गप्पा रंगू लागल्या. विषय होते कायलेचं काम, स्थानिक राजकारणात उतरण्याचं त्याचं स्वप्न, त्याच्या आईच्या कॅन्सरशी लढण्यातील अडचणी. ते संभाषण इतकं जवळिकीचं होतं की राचेल स्वत:ला आवरू शकली नाही. ती आयुष्यात अशा ठिकाणी होती की जिथे खूप पुरुष नव्हते. तिला अखेर आता सनईचे सूर ऐकू येऊ लागले होते का?

एकच गोम होती. हे संबंध पूर्णपणे 'प्लेटॉनिक' होते. राचेलने तेही कारण चांगलं म्हणून स्वीकारलं. आईच्या आजारपणामुळे कायले कुठल्याच स्त्रीशी शारीरिक जवळीक करू शकत नव्हता आणि या गृहीताची परीक्षा घ्यावी – घेतली पाहिजे – असंही तिला वाटलं नाही.

महिने गेले. राचेल आणि कायले एकमेकांना नेहमी भेटत राहिले. जवळजवळ रोज रात्री बोलत राहिले. हळूहळू राचेल कायलेच्या आईला भेटायला नियमितपणे रुग्णालयात जाऊ लागली. कायलेच्या बऱ्याच इतर नातेवाइकांशी तिची ओळख व मैत्रीही झाली, पण त्या जोडप्यात एखादं गोडसं सुरेख चुंबनसुद्धा घडलं नाही.

'काहीतरी चुकतंय असं तुला एकदाही वाटलं नाही?' राचेल मला हा अनुभव सांगत होती तेव्हा मी विचारलं.

'ओहऽ हा विचार माझ्या मनात येऊन गेला असणार.' उदास हसत ती उत्तरली. 'म्हणजे रोज रात्री अंथरुणावर पडताना मला वाटायचं, मी याच्यापर्यंत पोहोचू शकत नाही.'

राचेल कायलेला भेटल्यानंतर दीड वर्षाने त्याची आई वारली. अंत्यविधीच्या वेळी कायलेच्या चुलतभावाने तिला बाजूला नेले, 'तुला कुणीतरी हे सांगायला हवं.' तो म्हणाला, 'कायले तिच्याबद्दल गंभीरपणे विचार करतो अशी एक मुलगी आहे तिचे नाव एप्रिल. ती बघ तिकडे.' एका कोपऱ्यात कायलेची बहीण जेमतेम एकविशीच्या एका सुंदर तरुणीला जवळ घेऊन बसली होती.

एका जळजळीत टेक्स्ट मेसेजने त्या रात्री राचेलने ती गोष्ट संपवून टाकली.

'सांगू का, कायलेला माझ्याशी बोलायला खरंच आवडायचं.' राचेल आता म्हणते, 'खोटं हे होतं की तो आयरिश-कॅथलिक नसणाऱ्या कुणाशी कदाचित लग्न करूच शकत नव्हता. कदाचित मला ते जाणवलं असावं, पण त्या क्षणी मी त्या नात्यात इतकी बुडले होते की, मला बाहेर निघताच आलं नाही.'

राचेल म्हणते, १०-१०-१०ने तिला कायलेल्या चिकटून राहण्याच्या सर्वांत मूर्खपणापासून रोखलं असतं. संबंधाचा तिच्या बांधिलकीच्या कुठल्याही काळात

काहीच उपयोग होणार नव्हता, हे बघायला तिला भाग पाडलं असतं.

हा मुद्दा सिद्ध करण्यासाठी राचेलने माझ्याबरोबर स्वत:ला एक वर्षापूर्वीच्या काळात कल्पून, कायलेच्या आईच्या मृत्यूपूर्वीच्या काळात कल्पून १०-१०-१० केले. तिने मांडलेला तिचा प्रश्न असा, 'मी आत्ता बाहेर पडावं का?'

१० मिनिटं आणि १० महिन्यांच्या कालचौकटीत राचेलचं उत्तर 'नाही' असं आलं असतं, हे राचेल मान्य करते. 'कायलेमध्ये माझ्या आयुष्यातलं आणखी एक वर्ष गुंतवायला मी तयार झाले असते.' ती स्पष्ट करते, 'आमच्याकडे काहीतरी आहे असं मला वाटत होतं आणि फारसे पर्यायही दृष्टिपथात नव्हते.'

१० वर्षांची चौकट मात्र डोळे उघडणारी होती. 'मी आणि कायले एकत्र असतो तर...' राचेल तिची कारणमीमांसा सांगते की, तिने अशा एका माणसाशी लग्न केलेलं असतं की जो देखणा आहे, पण तो स्वत:मध्ये इतका मश्गूल आहे की त्याचा एक भाग कायम तिच्या कक्षेच्या बाहेरच राहिला असता. 'जेव्हा मी दूरच्या भविष्याचा वेध घेतला, फक्त तेव्हाच मला कृतिहीनतेचे खरे परिणाम दिसू लागले.' तिने मला सांगितले.

दुसऱ्या शब्दात, १०-१०-१०ने राचेलच्या कायलेमध्ये खोल-खोल जाणाऱ्या बांधिलकीला लगाम घातला असता, त्याऐवजी ते करण्यासाठी त्याचा चुलतभाऊ तिथे होता. याबद्दल तिला कृतज्ञ व्हावं लागलं.

आज राचेलला पुन्हा स्वत्व गवसलं आहे. नुकतीच ती महिला शेतकऱ्यांना 'सूक्ष्म ऋण' – लघू कर्ज देऊन होंडुरासहून परत आली आहे आणि लवकरच पुन्हा तिकडे जाण्याचा तिचा बेत आहे. कायलेबद्दल ती त्याला एक 'चांगल्या शिकलेल्या धड्या'ची आठवण समजते. '१०-१०-१०चा उपयोग करायचा नाही, असं मी पुन्हा कधीही करणार नाही.' तिने मला सांगितले. 'तुमच्याच स्वत:च्या भावनांपासून तुम्हाला सुरक्षित ठेवण्याचा एक मार्ग म्हणून, तुमचा आत्मसन्मान टिकवण्याचा एक मार्ग म्हणून मी याच्याकडे बघते. किती मौल्यवान भेट!'

झटक्याचे भविष्य

कॉग्निटिव्ह शास्त्रातील संशोधनाने आपल्या मानसिक पक्षपातांचा असा एक गट शोधून काढला आहे की, त्यामुळे आपल्याला नकारात्मक भावनांच्या स्थितीत अडकवून ठेवण्याची आपली वृत्ती होते. अगदी साध्या शब्दात असं मानण्याची आपली प्रवृत्ती होते की जेव्हा वाईट काळ येतो तेव्हा तो जाणारच नाही आणि त्याभोवतीच्या आपल्या भावनाही तशाच राहतील. काहीसं ९/११ नंतरच्या न्यूयॉर्कसारखं. त्यामुळे काही रहिवासी उपनगरांकडे पळाले किंवा त्याहीपेक्षा दूर

गेले. शहराच्या 'परत भरून न येणाऱ्या' मानसिक दृश्याच्या हानीकडे पुन्हा कधीही परत न येण्याच्या शपथा त्यांनी घेतल्या. जे तिथेच राहिले त्यांनी भाकीत केलं की शहरात पुन्हा पूर्वीची गजबज कधीच होणार नाही. कुणाही न्यूयॉर्कवासियांना तो दुर्दिन विसरणं अर्थात शक्य नाही, पण शहर पुन्हा पूर्वीसारखं झालं नाही, असं कुणी म्हणणार नाही. फक्त थोडा वेळ जावा लागला.

आपल्या वैयक्तिक जीवनांमध्येही असं भावनिक नाट्य घडतं. एका मैत्रिणीकडून मला भेटलेल्या एमिलीचा प्रिय पती वीस वर्षांच्या वैवाहिक आयुष्यानंतर एका मोटार अपघातात मृत्यू पावला. त्यानंतरही कितीतरी वर्षं ती तिची वेडिंग रिंग घालत होती; एवढंच काय तिच्या मृत नवऱ्याचं नाव तिने हातावर गोंदून घेतलं होतं. तिची दु:खाची, हरवण्याची भावना इतकी तीव्र होती की कुणाबरोबर बाहेर जाणं तर सोडाच, पण कुठल्या पुरुषाकडे बघणंसुद्धा शक्य नाही अशी तिची खात्री होती; परंतु आज एमिली दुसऱ्या विवाहात सुखी आहे. यात काही आश्चर्य करण्यासारखं आहे का? स्वत:ला दुरुस्त करण्याची भावनांची एक पद्धत असते, पण काळ्याकुट्ट काळात, शास्त्राने दाखवून दिलं आहे की आपलं मन आपल्याला वेगळंच काहीतरी सांगतं.

पुन्हा एकदा, 'असा पक्षपात का असतो?' असा प्रश्न पडणं अगदी स्वाभाविक आहे आणि पुन्हा एकदा याचं निश्चित उत्तर नाही. काही शास्त्रज्ञांनी सुचवलं आहे की तीव्र भावनांमुळे अगदी सुरुवातीच्या माणसांना, अगदी महा संकटाच्या वेळीही, चिकाटीने लढत राहण्याचं मानसिक बळ मिळालं असेल, पण आजच्या जगात, क्षण भंगुर भावना या कायम टिकणार आहेत असं मानल्यामुळे चांगल्या निर्णयप्रक्रियेत बाधा येते. कार्नेजी मेलन विद्यापीठातील अर्थशास्त्राचे प्राध्यापक जॉर्ज लोवेनस्टाईन, या घडामोडीला भविष्यातील 'आपल्यात' पडलेलं 'सहानुभूतीचं अंतर' म्हणतात. येत्या पाच नाहीतर १० वर्षांत कदाचित आपण जसे असू असं आपल्याला जाणवत असेल – नोकरी करत असू, मुलांना वाढवत असू, इतर किरकोळ कामं करत असू वगैरे-वगैरे. पण त्यामुळेच आपल्या कायमस्वरूपी नसणाऱ्या धक्क्याच्या आणि शोकाच्या अवस्थेत आपण स्वत:ची तशी कल्पनाच करू शकत नाही.

आयुष्यातलं स्वप्न

मी लिन स्कॉट जॅकसनला भेटले. वीस वर्षांचा कॉर्पोरेट अनुभव गाठीशी असलेली ती एक विपणन तज्ज्ञ, ती तेव्हा अगदी तेच करत होती.

लिनने, आफ्रिकन-अमेरिकन बाजारपेठेवर लक्ष केंद्रित करणारी स्वत:ची पब्लिक रिलेशन फर्म सुरू केल्यानंतर तिच्यात द्विधा उत्पन्न झाली. 'खास काहीतरी

उभं करायचं माझं स्वप्न होते.' तिने मला सांगितलं, 'गुलामांची वंशज असलेल्या एका कामकाजी आईने चालवलेला एक यशस्वी उद्योग.'

लिन तिच्या पहिल्या मोठ्या ग्राहकांसाठी सल्ला-सेवा पुरवणाऱ्या प्रकल्पावर जोहान्सबर्गला जाणार होती. त्याच्या एक आठवडा आधी तिचे आई-वडील आजारी पडले. कुणाही एकाचं जीवन धोक्यात नव्हतं, पण अनेक फोन्स आणि प्रत्येक फोनच्या शेवटी आईने व वडिलांनी साश्रू आवाजात, लगोलग व्हर्जिनियाला निघून येण्याची आणि ते बरे होईपर्यंत तरी त्यांच्या जवळ राहण्याची घातलेली गळ.

तत्काळ, लिनच्या अंत:प्रेरणेने ताबा घेतला. 'जाऊ नको.' तिच्या मनाने सांगितलं. 'तुझ्या कुटुंबाची काळजी घे, तेच जास्त महत्त्वाचं आहे.'

आधीच १०-१०-१०ची कल्पना पक्की वापरणारी असलेल्या लिनने ही प्रक्रिया वापरायचं ठरवलं.

१० मिनिटांसाठी तिला एक गोष्ट पक्की ठाऊक होती की, सफर रद्द झाल्याने तिची अपराधी भावना शांत होईल. उलटपक्षी लिनला असंही वाटत होतं की सफर रद्द करण्याने खोलवरच्या काळजीच्या आणि भीतीच्या भावना वर उसळून येतील. सगळंच पुढे ढकलायला तिचा नवीन ग्राहक राजी होईल का? तिला शंका होती आणि जरी ते राजी झाले, तरी आपल्याबद्दलचं पहिलंच मत वाईट होण्याची तिला भीती होती.

मग १० महिन्यांत आपल्या आयुष्याची स्थिती काय असेल याचा विचार करण्याकडे लिन वळली. तिच्या आई-वडिलांची गाडी पुन्हा रुळावर आलेली असेल, पण जर ती दक्षिण आफ्रिकेत गेली नाही, तर तिची संपत्ती अजूनही चाचपडत, धडपडत असेल. दक्षिण आफ्रिकेत एक ग्राहक मिळवायला तिला जवळपास एक वर्ष लागलं आणि दुसरा मिळवायला काही महिने लागले असते.

१० वर्षांनंतरचं चित्र मात्र वेगळं होतं. तिचे वडील गेलेले असतील याची तिला दु:खद जाणीव झाली , पण तिची आई – वयाने कमी आणि तब्येतीने खुटखुटीत – ती मात्र अजून जिवंत असेल. तब्येतीच्या तक्रारी अधूनमधून नक्कीच निघणार होत्या आणि त्यांचं गांभीर्यही वाढणार होतं. काही झालं की ती लगेच व्हर्जिनियाला धाव घेणार होती का? हे पाऊल उचलल्याने अगदी तिची वर्तमानकाळातली टोचणी कमी झाली. तरी लिनने विचार केला की, मग ती एक यशस्वी उद्योग उभारण्याची संधी निश्चितपणे नाकारत होती.

आणि सफर रद्द केली नाहीतर १० वर्षांनंतर काय परिस्थिती असेल? वीस ते तीस कर्मचाऱ्यांनिशी एक कंपनी चालवणाऱ्या स्वत:चं चित्र लिनने रेखाटलं. तिच्या आयुष्यभराच्या स्वप्नांची पूर्तता आणि यश, तिला वाटलं याची किंमत तिच्या पूर्वजांच्या न्यायाला अनुरूप अशीच आहे.

दुसऱ्याच दिवशी लिन विमानाने व्हर्जिनियाला गेली, राहण्यासाठी नव्हेतर जाऊन-येऊन असणाऱ्या परिचारिकेचा बंदोबस्त करण्यासाठी. तीन काळांच्या चौकटींमध्ये विचार केल्यामुळे तिला हे उत्तर सुचलं, जे तिला तिच्या 'तापलेल्या' भावनांच्या अवस्थेत दिसू शकत नव्हतं. तिने कॅलिफोर्नियात असलेल्या तिच्या भावालाही फोन केला. लष्करातील परदेशी नोकरीमुळे कुटुंबातील काळजीवाहू जबाबदारीपासून तो बराच काळ दूरच होता. पुढच्या आठवड्यात पूर्वेकडे यायचं त्याने ताबडतोब मान्य केलं.

मग ठरल्याप्रमाणे लिन जोहान्सबर्गला रवाना झाली.

'मला भविष्यात कसं वाटेल? आणि मला कसं *वाटायला* हवं आहे, याची कल्पना केल्यामुळे या आणीबाणीचा शेवट आई-वडिलांशी माझे संबंध पूर्वीपेक्षा चांगले होण्यात झाला.' अलीकडेच लिन मला सांगत होती, 'आत्ता हे संबंध खूपच निरोगी आहेत. माझ्या पालकांची काळजी घेण्याची काही टिकाऊ पद्धत घालून देणं मला भाग पडलं. मला फोन उचलणं आणि भावाला या समीकरणात ओवून घेणं भाग पडलं. माझ्यावर मात करायला मला १०-१०-१०ने मदत केली.'

आज लिनचा व्यवसाय वाढतोच आहे आणि न्यूयॉर्क शहरातील एका कॉलेजमध्ये 'संपर्क-संवाद' यांची प्राध्यापक म्हणून दुसरं करिअरही त्यातून सुरू झालं आहे. 'माझी द्विधा सोडवण्यासाठी मी १०-१०-१०चा वापर केला नसता तर...' ती म्हणते, 'आज मी आगीच्या बंबासारखी व्हर्जिनियात राहिले असते आणि मला नको असलेलं आयुष्य जगत असते.'

त्याऐवजी लिन आज स्वत: घडवलेलं आयुष्य जगते आहे.

आपोआप निसर्गात

मी जेव्हा मेंदू विज्ञान आणि १०-१०-१० यांच्यातला संबंध शोधायला सुरुवात केली, त्याच्या थोडंसंच आधी, 'मेंदू हा आपल्याला ज्ञात असलेल्या पदार्थांची सर्वांत गुंतागुंतीची रचना आहे.' या आयझॅक ऑसिमोव्हच्या निरीक्षणाचा नेमका अर्थ मला कळला होता. खरोखर वर्तणुकीचे अर्थशास्त्र, मेंदूविज्ञान, उत्क्रांतीचे मानसशास्त्र आणि संबंधित क्षेत्रात दोन वर्ष ढवळाढवळ केल्यानंतर मला समजलेली महत्त्वाची गोष्ट म्हणजे तंत्रज्ञान कितीही पुढारलेलं असलं, तरी शास्त्राला मेंदूच्या क्रिया कधीही पूर्णपणे समजणार नाहीत, असं वाटणारी मी एकटी नाही. ऑसिमोव्हची 'गुंतागुंतीची रचना' जितकी विलक्षण तितकीच गूढ आहे.

तरीही, बरे किंवा वाईट निर्णय घेण्यासाठी मानवी मेंदू कसं काम करतो हे उलगडण्याइतपत विज्ञानाला माहिती आहे आणि मला स्वत:ला जेव्हा या प्रक्रियेचं

अधिक चांगलं आकलन होऊ लागलं तेव्हा मला माझ्या जुन्या दोस्ताची – फ्योदर दोस्तोवस्कीची आठवण झाली. त्याने एकदा म्हटलं होतं, 'मेंदूला तितकंसं महत्त्व नाही, पण जे त्याला मार्गदर्शन करतात – चारित्र्य, मन, उदारता आणि नवकल्पना यांना महत्त्व आहे.'

१०-१०-१० ही त्यातली एक कल्पना असू शकते. आपल्या पर्यायांचे वेगवेगळ्या काल-चौकटींमध्ये विश्लेषण करून ही प्रक्रिया आपल्या मेंदूतील खोलवर रुजलेल्या पक्षपातांना आव्हान देते. आपण काय ठरवतो आहोत व का, याचे विश्लेषण, विच्छेदन करण्यास ती आपल्याला भाग पाडते. आपण जे बनू शकतो त्याच्याशी सह अनुभव घ्यायला भाग पाडते. १०-१०-१० आपल्या निर्णयांची 'नैसर्गिक आपोआप'ते पासून फारकत करते.

आपल्या जीवनात आपण अंत:प्रेरणा अर्थातच हद्दपार करू शकत नाही. काही समस्या इतक्या गुंतागुंतीच्या आणि तणावपूर्ण असतात की अगदी शिस्तीच्या आणि काटेकोर विचारांना त्या जुमानत नाहीत.

पण तुम्ही जर हेतुपूर्ण आणि स्पष्ट जीवनाच्या शोधात असाल तर तुमच्या मेंदूला त्याच्या अत्यंत मानवी अशा अ-विचाराने वागण्याच्या ऊर्मीत हस्तक्षेप करण्याची आवश्यकता असते.

१०-१०-१० आपल्याला आधी विचार, मग कृती करायची स्फूर्ती देते. आपण ज्याच्यावर भरवसा करू शकू, असे निर्णय आपल्याला देते.

अखेर प्रमाणभूत झाले!

मूल्य समीकरणाचे १०-१०-१०

आत्तापर्यंत या पुस्तकात 'मूल्य' शब्द मी केवळ पाच वेळा वापरलेला आहे. 'केवळ' अशासाठी की १०-१०-१०मधून सर्वोत्तम निष्पत्ती करायची असेल तेव्हा हा आकडा या विषयावर अन्याय करणारा ठरतो.

मूल्यं नसतील तर १०-१०-१० हे फक्त निर्णयांचे पर्याय वरती आणणारं एक साधन ठरतं आणि माझ्या लेखी त्याचा काहीच उपयोग राहत नाही.

पण मूल्यं जर १०-१०-१०च्या प्रक्रियेतील अंगभूत भाग असेल, तर ती खरोखर बदलून टाकणारी, आपल्याला आपल्या स्वप्नांशी, आशांशी आणि श्रद्धांशी सुसंगत जगण्यासाठी साहाय्यकारी ठरते, त्याचमुळे मी जेव्हा लोकांना त्यांच्या निर्णयांबद्दल बोलताना ऐकते आणि विशेषत: १०-१०-१० वापरणाऱ्या लोकांबरोबर मी जेव्हा काम करते, तेव्हा मी या मिश्रणात मूल्यं आणणाऱ्या अत्यंत महान, निर्विवाद आणि महत्त्वाच्या पवित्र अशा धर्मांतरापाशी येऊन ठेपते.

मला दुसरं काही शक्यच नसतं.

असं पाहा, माझ्या तरुणपणी – ओ. के. अगदी तिशीपर्यंत मला वाटायचं की जवळ जवळ सगळे जण त्याच नैतिक श्रद्धांना अनुसरतात, एकाच मूलभूत कार्यतत्त्वांशी ते बांधले गेले आहेत. इतरांना मदत करा, शेजाऱ्यांवर प्रेम करा, अशांसारख्या. मी असंही गृहीत धरत होते की बहुतेक लोक हळूहळू जीवनात एकाच प्रकारच्या मूलभूत प्राधान्यक्रमाकडे येतात. आरोग्य, कुटुंब, सुख, यश, आर्थिक स्थैर्य आणि या सगळ्यांचा मनात असणारा समतोल. सरळ सांगायचे तर मला मूल्यं इतकी सर्वसामान्य वाटायची की जे कुणी मला यापेक्षा वेगळे सांगू पाहायची त्यांना मी कानाआड करत असे.

मग माझ्या बिझिनेस स्कूलमधल्या दुसऱ्या वर्षात एक दिवस माझा एक वर्गमित्र त्या रात्री मला त्याच्या डॉर्मिटरीन पार्टीला अगदी फारच आग्रहाने बोलावू

लागला. आधी तर मी त्याच्याकडे नुसतं पाहतच राहिले.

'उद्या आपली इंडस्ट्रियल मार्केटिंगची परीक्षा आहे ना?' माझ्या आवाजाचे वर्णन 'विदीर्ण' असंच करता आलं असतं.

त्याने डोळे फिरवले, 'मी हा तुझा नकार समजतो.' तो म्हणाला.

'अरे म्हणजे, अजून सत्र संपलं नाहीये.' मी पुढे म्हटलं.

'मे महिना आहे हा सुझी.' तो उलट करवादला, 'आत्तापर्यंत प्रत्येकाला नोकरी मिळून झाली आहे, तुला धरून.'

'पण निकाल लागायला अजून दोन आठवडे बाकी आहेत.' मी रडारड केली.

माझ्या वर्गमित्राने खेदाने मान हलवली. 'तुला एक गोष्ट माहिती आहे का?' तो म्हणाला, 'तुला मजेची काही किंमतच नाही.'

आणि मग मला सपशेल झोपवून तो चालता झाला.

तो एक थंडगार, कठोर साक्षात्कार होता आणि त्याने मला, मी सारखं काम काम आणि काम का करत राहते हे एकदा नीट तपासून पाहायची वेळ आली आहे, याची जाणीव करून दिली. उत्तर असं मिळालं की याचा संबंध थोडा माझ्या मुलखावेगळ्या सिसिलियन आजीशी आहे. आणि बराचसा संबंध हा मी आत्ता ज्याला 'काळी पोकळी' म्हणते – मूल्यांच्या जाणिवेच्या अभावाची स्थिती – त्याच्याशी आहे. आपल्या जीवनाच्या केंद्रभागी अशी एक मोठी भावनिक पोकळी असणं आणि अनेक उपक्रमांनी, मुलांनी, अभ्यासाने, हे रिकामपण भरून काढणाऱ्या कुठल्याही गुंतलेपणाने ती पोकळी भरून काढण्याची याचना करणं, हे तुम्हाला वाटत असेल त्यापेक्षा जास्त सार्वत्रिक आहे.

माझी काळी पोकळी आणि मजेपासून दूर राहणं कधीच संपलंय, याचं श्रेय १०-१०-१०ला. तसाच गेला आहे माझा तत्त्वांबद्दलचा गोंधळ.

आज मी असं सांगू शकते की मला माझी मूल्यं त्यांच्या अ-सामान्य तेजासह समजतात. त्याहून महत्त्वाचं म्हणजे मला अशी आशा आहे की, हे प्रकरण संपेपर्यंत तुम्हालाही तुमची मूल्यं अधिक नेमकेपणाने आणि अधिक चांगल्या रीतीने उमजलेली असतील आणि तुमचे १०-१०-१० निर्णय अधिक चांगले आणि अधिक सच्चे असतील.

एक साहाय्यकारी माध्यम

गेल्या काही वर्षांत १०-१०-१० घेऊन चालताना मला दिसलं आहे की, अनेक लोकांना त्यांची मूल्यं निश्चित ठाऊक असतात पण बरीचशी लोकांची अवस्था त्या संभाषणापूर्वी माझी जशी होती तशी असते. त्यांना जी मूल्यं जाणवत

असतात, मनात उमटतही असतील पण ती ते बारकाव्यानिशी मांडूही शकत नाहीत, मग निर्णय घेताना त्यांचा उपयोग करणं दूरच राहिलं.

सुदैवाने १०-१०-१० प्रक्रिया हीच आपली मूल्यं ओळखण्याचं एक साहाय्यकारी माध्यम आहे. जसं हे जॅकी मेजरने अनुभवलं. २००६ मध्ये १०-१०-१० वर 'ओ' मासिकात प्रकाशित झालेल्या माझ्या लेखानंतर. या कॅलिफोर्नियातील महिलेने मला पहिल्यांदा पत्र लिहिलं होतं.

जॅकीची बराच काळापासून द्विधा मन:स्थिती होती, पण जेव्हा तिच्या सहा वर्षांच्या मुलीने, लीने कुटुंबीयांबद्दल शाळेत लिहिलेला चरित्रांचा प्रकल्प घरी आणला, तेव्हा ती द्विधा अगदी ऐरणीवरच आली. जॅकी एका कंपनीची उपाध्यक्ष म्हणून आठवड्याचे साठ तास काम करायची, तेव्हा लीची आजी तिचा सांभाळ करायची. त्या आजीबद्दल लीने चार भलेमोठे परिच्छेद लिहिले होते. तसंच शिक्षक असलेल्या तिच्या वडिलांबद्दलच्या प्रशंसेने आणि शाळा सुटल्यानंतरच्या त्यांच्या बॉल खेळण्याच्या सत्रांचे अगदी सविस्तर वर्णनाने तिने वडिलांबद्दलचे पान भरून टाकले होते.

जॅकीच्या पानावर नोंद होती. 'माझी आई खूप प्रवास करते. जेव्हा ती गावात असते, तेव्हा माझी आई वाढदिवस साजरे करते.'

त्या रात्री मुलं झोपल्यावर जॅकी आपले अश्रू थोपवण्याचा प्रयत्न करत होती. नोकरी सोडावी का, ती विचार करत होती की तिला छळणाऱ्या या दु:ख-क्लेशाचं आणखी काही उत्तर आहे? तिच्या विचारांचा गुंता झाला. अचानक जॅकीला आठवलं की तिच्या ब्रीफकेसमध्ये १०-१०-१०वरच्या माझ्या लेखाचं कात्रण होतं. 'तुझं जीवन फार वेड्यासारखं झालंय. तुला याची गरज आहे.' असा हळुवार सल्ला देत एका सहकाऱ्याने तिला त्या आठवड्यात ते कात्रण दिलं होतं.

जॅकीने तो लेख काढून वाचायला सुरुवात केली. ते वाचताना तिचा बांध फुटला आणि अश्रू वाहू लागले. 'मला प्रत्येक वाक्यात मी दिसत होते.' जॅकी तिची आठवण सांगते, 'झगडत, चहू बाजूंना धावाधाव करत असलेली मी; कधीच धड सुखीसमाधानी नसलेली मी. मला हुंदकेच फुटू लागले.'

एक तासभर कागद, पेन घेऊन, तिचे सगळे पर्याय आणि त्यांचे परिणाम यांचे विश्लेषण करण्याची धडपड जॅकी करत होती, पण दरवेळी तिच्यासमोर भिंत येत होती. 'शेवटी' नंतर ती म्हणाली, 'मला कळून चुकलं की मला जीवनात काय हवं आहे, हे समजल्याखेरीज मला काय करायचं होतं किंवा त्याला काय अर्थ आहे, हे मला ठरवताच येत नव्हतं.'

तिने एक नवीन कागद पुढे ओढला, त्यावर 'मूल्ये' असं शीर्षक लिहिलं आणि ताबडतोब शब्दांचा ओघ सुरू झाला.

'मला रोज सकाळी मुलींना झोपेतून उठवायचं आहे आणि रात्री निजवायचं आहे.'

'पैशांच्या गाडीतून मला खाली उतरायचं आहे. वीस वर्षांनंतर या आयुष्याकडे मागे वळून पाहायची माझी इच्छा नाही.'

'मला अजून काम करायचं आहे. माझी घडणच तशी आहे, पण माझ्या कामाने माझ्यावर नियंत्रण ठेवू नये.'

'आम्ही राहतो त्या घरावर माझा जीव आहे.'

'माझी किंमत केवळ माझ्या पगारावरून ठरली, असं मला वाटत नाही.'

आता हा अनुभव आठवून जॅकीला हसू येतं. 'कल्पना करा, माझ्यासारख्या एका अधिकाऱ्याला जी व्यवसाय चालवते, ग्राहकांना सांभाळते, कर्मचाऱ्यांच्या विकासाकडे लक्ष देते, तिला तिची स्वत:ची खरी मूल्यं काय आहेत, याचा पत्ताच नव्हता. मी खरंच तोवर जगतच नव्हते. त्या रात्री मला जाणीव झाली की, माझा आत्मा मी विकला आहे.'

कंपनीतून बाहेर पडण्याची व्यवस्थित योजना करणं, मागून येणाऱ्या व्यक्तीला प्रशिक्षण देणं आणि स्वत:साठी एक नवं, लवचीक काम शोधणं यासाठी जॅकीला सहा महिने लागले. नोकरी सोडण्याच्या आधीच्या आठवड्यात तिने तिच्या हाताखाली थेट काम करणाऱ्या लोकांना दाखवण्यासाठी तिचा १०-१०-१० निर्णय समजावून सांगणाऱ्या स्लाइड्सची एक चळत तयार केली. 'मी जे काही करते ते अंदाजपंचे नव्हतं, हे त्यांना कळावं हा माझा उद्देश होता.' तिने मला सांगितलं, 'मी माझा निर्णय माझ्या मूल्यांवर आधारून घेत होते.'

हल्ली जॅकी घराजवळच्या एका सेवाभावी संस्थेत आठवड्याला चाळीस तास काम करते. ती मुलींचा नाश्ता आणि रात्रीचं जेवण बनवते आणि त्यांच्या सॉफ्टबॉलच्या खेळाच्या सातही इनिंग्जना हजेरी लावते.

याचा अर्थ असा नाही की जॅकीचं जीवन आता 'परफेक्ट' आहे. या नवीन कामात जॅकीला कमी पगार स्वीकारावा लागला आणि तिच्या कुटुंबाला सवयीच्या काही जादाच्या गोष्टी बंद कराव्या लागल्या आणि जॅकी सांगते की, तिला कॉर्पोरेट जगातल्या आव्हानांची आणि गतीची कधीकधी कमी जाणवते.

पण ती परत जाणार का?

अजिबात नाही. शेवटी तिच्या आत्म्यावर आणि तिच्या जीवनावर तिची मालकी आहे.

काळ मला बदलू शकतो

जॅकीची मूल्यं ही परिस्थितीतून निर्माण झाली होती, आणि हे काही जगावेगळं

नाही. आपल्याला सदासर्वकाळ मित्रांना वाहिलेला असा एकतरी नग माहिती असतो की, जो त्याच्या बाळाचं पहिलं हास्य पाहिल्यावर शनिवारी रात्री बाहेर पडायचं नावसुद्धा काढत नाही. आणि आईवडिलांचा मृत्यू, घटस्फोट किंवा आपण प्रयत्न केला, तर नवी नोकरी मिळवू शकतो, यासारख्या काहीतरी मोठ्या अनुभवाबरोबर आपल्या स्वत:च्या मूल्यांमध्ये थोडेफार बदल करतो, हेही आपण सगळ्यांनी पाहिलं आहे.

आपली मूल्यं समजल्याबरोबर ती 'कशी' आणि 'का' बदलली हे १०-१०-१०ची प्रक्रिया आपल्याला सांगते, हा तिचा एक खूप मोठा फायदा. शिवाय ज्यांच्यावर त्यांचा परिणाम होतो त्यांना हे समजावून सांगायला ती मदत करते, हे सांगायला नकोच.

अलीकडेच मला एका पार्टीत संगीतकाराच्या घरात वाढलेली मेलनी भेटली. तिचे आईवडील दोघेही शहरातल्या ऑर्केस्ट्रामध्ये व्हायोलीन वाजवत असत आणि लहानपणापासून अतिशय उत्तम रीतीने पियानो वाजवणारा तिचा भाऊ युरोपमध्ये संगीत निर्देशक – कंडक्टर – आहे. मेलनी बासरी वाजवत होती. तिच्या मुलाच्या जन्मानंतर तिचा रोजचा रियाज बंद झाला असला, तरी शास्त्रीय संगीताच्या नजाकतीवरचं तिचं प्रेम कधीच कमी झालं नाही. तिच्या मुलात – इयानमध्ये – तिचं हे प्रेम उतरलेलं असावं. वयाच्या सातव्या वर्षापर्यंत तो सोलोवर मोत्सार्ट आणि ब्राह्मस वाजवू लागला होता.

पण अकरा वर्षांचा झाल्यावर इयानने मेलनीला ड्रमसेट मागितला. या मागणीमुळे एक वर्षभर रण माजलं. इयान विनंती करत राहिला, मेलनी नकार देत राहिली.

आमची भेट झाल्यानंतर मात्र मेलनीने इयानला त्याच्या पुढच्या वाढदिवसाला ड्रमसेट घेऊन द्यावा का, या प्रश्नाचं १०-१०-१० करायचं ठरवलं. तिची पहिली पायरी म्हणजे तिच्या मूल्यांची चटकन झाडाझडती घेणं ही होती.

आयुष्यभर मेलनी आधुनिक संगीताला झिडकारत आली होती, 'पण का?' तिने स्वत:ला विचारले, एवढा हट्टीपणा कशासाठी? बदलत्या गरजा आणि परिस्थिती यांना सामावून घेण्यासाठी तिने थोडा खुलेपणा धरला तर काय बिघडणार होतं?

या प्रश्नासरशी तिचं १०-१०-१० चटकन आलं.

१० मिनिटात तिची मूल्यं 'शास्त्रीय संगीता'पासून 'सर्व संगीता'पर्यंत बदलल्याने किंवा तिची मूल्यं 'संगीताच्याद्वारे इयानबरोबर एक सामाजिक भूमी शोधण्या'पर्यंत आणल्यानं इयानला तिच्यासारखंच – एकटेपणे – संगीताचा अनुभव घेता आला असता आणि हे १० महिने आणि १० वर्षांसाठीही हेच खरं ठरत होतं.

याउलट ती जर तिच्या जुन्या मूल्यांना धरून बसली, तर ती इयानला

संगीतापासून आणि तिच्यापासून अनिश्चित भविष्यकाळापर्यंत दूर लोटत होती.

इयानच्या वाढदिवशी त्याला केवळ ड्रमसेटच नाही, तर त्याच्या शिक्षणाचा वर्गही लावून देऊन मेलनीने इयानला चकित केलं. आणि 'का' ते समजावून सांगण्यासाठी त्याला बोटाला धरून तिच्या १०-१०-१० निर्णयातून फिरवूनही आणलं. 'तो सगळ्यात उत्तम भाग होता.' तिने मला सांगितलं, 'त्याने आम्हा दोघांच्यात एक बंध निर्माण केला.'

आणि तेवढंच महत्त्वाचं एक नवीन मूल्य मिळाल्याचं मेलनीला समजलं. तिच्या मुलाला ज्यात खरोखर रस वाटतो त्या गोष्टींचा स्वीकार, आदर आणि त्यांचा आनंद घेणं.

मूल्यांचं उत्खनन

परंतु, तुमच्या मूल्यांचा शोध घेण्यासाठी किंवा ती कशी बदलली हे समजण्यासाठी तुम्हाला १०-१०-१०ने द्विधा निर्माण होण्याची वाट बघण्याचं कारण नाही. पटकन हे ठरवण्यासाठी तुमच्या मित्र-मैत्रिणींचे आणि कुटुंबाचे मार्गदर्शन घ्या. शेवटी ते इतकी वर्षं तुम्हाला बघत आलेले असतात आणि इतक्या काळातल्या तुमच्या वागण्याने, तुम्ही कोण आहात आणि तुम्हाला कशाची पर्वा वाटते हे त्यांना नक्कीच दिसलं असणार.

फ्रेंच चरित्रकार मार्सेल प्रोउस्ट याने सुमारे शतकभरापूर्वी तयार केलेली सहज उपलब्ध असलेली 'प्रोउस्ट प्रश्नावली' मला सापडली. त्यात मूल्यांचे उत्खनन करणारे विविध सूचक प्रश्न आहेत, 'तुमचा आवडता गुण कोणता?' पासून 'तुमचं ध्येयवाक्य काय?' ते 'तुम्ही जर तुम्ही नसता तर काय व्हायला तुम्हाला आवडलं असतं?' पर्यंत, पण माझा सर्वांत आवडता प्रश्न म्हणजे, 'तुमची सुखाची कल्पना काय?' आणि 'तुमची दु:खाची कल्पना काय?' तुम्ही जर प्रामाणिकपणे आणि सविस्तर उत्तर दिलं, तर या दोन साध्या प्रश्नांच्या उत्तरांना तुमच्या श्रद्धा, आशा आणि स्वप्नं याबद्दलचं बरंच काही समोर येऊ शकतं.

आणि मी स्वत: पाच-एक वर्षापूर्वी तयार केलेली माझी मूल्यांची प्रश्नावली आहे, कारण माझ्या असं लक्षात आलं की बरेच १०-१०-१० कर्मी निर्णयांचे पर्याय व परिणाम इथपर्यंत सहज पोहोचतात, पण त्यांच्या मूल्यांच्या महत्त्वाच्या मुद्द्यावर अडतात.

माझ्या प्रश्नावलीतला पहिला प्रश्न 'वारशा'शी संबंधित आहे. *'तुमच्या सत्ताव्या वाढदिवशी तुम्हाला रडवेल असं काय आहे?'*

मला आढळलं आहे की, प्रश्न व्यक्तीच्या वरवरच्या आशांच्या थेट हृदयाला

जाऊन भिडतो. आपण मागे जे पदचिन्ह सोडणार त्याचा आकार आणि प्रकार हा उघड करतो. म्हणजे माझा एक मित्र आहे त्याला याचं उत्तर घायला एक क्षणभरसुद्धा वेळ लागला नाही. 'न्यूयॉर्क टाइम्सच्या पहिल्या पानावर मला श्रद्धांजली छापणार नाही हे समजणं! त्याने मला तिथल्या तिथे मृत्यू येईल?' तो हसत होता, पण आम्ही बोलता बोलता मला समजलं की त्याच्या सावत्र वडिलांएवढी संपत्ती आणि कीर्ती मिळवणं हे त्याच्या जीवनाचं सर्वोच्च ध्येय होतं. याचमुळे त्याच्या भरपूर पगाराच्या पण कमी प्रतिष्ठेच्या 'जनसंपर्का'च्या कामात तो एवढा निराश का, याचंही उत्तर मिळत होतं. स्वप्न आणि सत्य यातली फारकत तो अनुभवत होता.

शेलीचं मात्र तसं नव्हतं. काही वर्षापूर्वी मी १०-१०-१० वर व्याख्यान देत होते. त्या वेळी सेंट लुईमध्ये ती मला भेटली. 'दारुड्या नवऱ्यापासून घटस्फोट घ्यावा का?' या प्रश्नाशी झगडत असणाऱ्या शेलीनं माझ्या सत्तराव्या वाढदिवसाच्या प्रश्नाला उत्तर दिलं, 'वादळाशी आपण सर्वांनी एकत्र मुकाबला केल्याने, माझी सगळी कुटुंबीय मंडळी माझ्या अगदी जवळ नसणं.' तिच्या उत्तरातून तिची कोणती मूल्यं ध्वनित होतात असे विचारल्यावर ती तिच्या स्वतःच्या धक्के खात मोठं होण्याबद्दल आणि तिच्या प्रौढ भावंडांकडून मिळत असलेल्या तुटक वागणुकीमुळे झालेल्या दुःखाविषयी सांगू लागली. आमचं बोलणं संपेपर्यंत शेलीने तिच्या एका मूल्याचं नामकरण 'कुटुंबाचं स्थैर्य' आणि दुसऱ्याचं 'चिकाटी' असं केलं होतं.

मी सुचवत असलेला दुसरा प्रश्न चारित्र्याबद्दल आहे. *'मी खोलीत नसताना लोकांना माझ्याबद्दल काय म्हणावं असं मला वाटतं?'*

या प्रश्नावर मी काहीही ऐकलं आहे, 'मी एक महान कंपनी चालवतो कारण मी हुशार आहे आणि न्यायी आहे.' पासून 'मी फार चांगली मुलं घडवली' ते 'मी दयाळू आणि प्रामाणिक आहे, पण माझ्यात धडाडी नाही.'पर्यंत. मग दीर्घकाळ माझ्या लक्षात राहिलेलं उत्तर आलं. लास वेगासमध्ये शो गर्ल असलेल्या चाळिशीतल्या मॉर्गनकडून 'मी कमी काळजी घेणं शक्यच नाही,' भलं थोरलं हसू हसत ती सांगते.

तिच्यापेक्षा तीस वर्षांनी मोठ्या असलेल्या कॅसिनो चालकाच्या प्रेमात पडली तेव्हा मॉर्गन बावीस वर्षांची होती. त्यांना एक मुलगी झाली, पण लवकरच ते वेगळे झाले. मॉर्गनने न्यूयॉर्कमध्ये नव्याने आयुष्य सुरू करायचा निर्णय घेतला. तिथे तिला मॉडेल आणि प्रवासी गाईड म्हणून काम मिळालं. थोडी बचत करून ती आणि तिची मुलगी पॅरिसला गेल्या. तिथून प्राग, मग माद्रिद, जातील तिथे नवी साहसं शोधत आणि छोटीमोठी कामं मिळवत शेवटी आता मुलगी मोठी आणि स्वतंत्र झाल्यावर मॉर्गन लॉस एंजेलिसमध्ये पटकथा लेखक म्हणून नवा अवतार

घेऊ पाहत आहे.

'मला वाटतं मी बऱ्यापैकी निर्भय आहे.' आम्ही अधिक सखोल चर्चेला सुरुवात केल्यावर मॉर्गनने मला सांगितलं. 'मला मुक्त आणि स्वतंत्र राहायला आवडतं. त्याने माझी सतत वाढ होत असते. काही लोकांना ठराविक साचा आवडतो, त्यांना वाटतं चाकोरीत राहणं मुलांना चांगलं ठरतं. मला अगदी उलट वाटतं. बदल माणसाला कणखर बनवतो.' त्याप्रमाणे ती तिचं आयुष्य जगली.

माझ्या प्रश्नावलीतलं शेवटचं सूचन जीवनशैलीसंबंधात आहे. *'तुमचे आई-वडील ज्या प्रकारे जगले त्यातल्या कशावर तुमचं प्रेम आहे? आणि कशाचा तुम्हाला तिटकारा येतो?'*

पॉला आठवते? तिच्या मुलाचं – हूपरचं – नैराश्याविषयी निदान झालं होतं. मी जेव्हा तिला हा प्रश्न विचारला तेव्हा उत्तर देण्याआधी तिनं चांगला एक मिनिटभर विचार केला. 'हं, माझ्या आई-वडिलांच्या घरात खूप शांतता असते...' ती शेवटी उत्तरली. 'मला ती आवडत नाही. काही फारसं बोललं जात नाही. माझे वडील आपल्या भावना बोलून दाखवणाऱ्यांपैकी नाहीत.' तिला काय आवडतं हे मी तिला सांगायलाच लावलं तेव्हा तिचा चेहरा उजळला, 'माझी आई स्वयंपाक फार छान करते. प्रत्येकावरचं तिचं प्रेम ती त्यातून दर्शवते.'

१०-१०-१० द्वारे पॉलाने या दोन्ही उत्तरांचे मूल्यांमध्ये, शब्दांमध्ये आणि कृतीत भाषांतर केलं. तिला खुलेपणा, संवाद आणि मायेनं भरलेलं घर हवं होतं. हूपरला आवश्यक असलेली वैद्यकीय मदत मिळवून देणे, हे त्या दिशेने टाकलेलं पहिलं आवश्यक पाऊल होतं.

आणखी खोल खणणे

तुमच्या मूल्यांबद्दल ढोबळमानाने तुम्हाला जे माहीत असण्याची गरज आणि इच्छा असते, ते मी आत्ता सांगितलेल्या तीन प्रश्नांवरून समजते, पण तुम्हाला जर आणखी खोल शोध घ्यायचा असेल तर प्रेम, नोकरी-धंदा, पालकत्व, मैत्री आणि धर्म यांबद्दलच्या निर्णयांवर परिणाम करण्याशी संबंधित मूल्य-सूचने मी विकसित केली आहेत.

प्रथम प्रेम

माझा अनुभव असा की जवळ-जवळ सर्व प्रेम-कल्पनांच्या द्विधा या शेवटी जवळीक, बांधिलकी आणि नियंत्रण या मूल्यांसंदर्भातील वादापाशी येऊन थांबतात. प्रत्येक नातं वेगळं, अद्वितीय हे तर खरंच, पण जेव्हा माणसं एकत्र येतात. त्यांचं कारण सहसा, त्यांचं नातं कशा प्रकारे काम करेल आणि एक व्यक्ती म्हणून त्यांना

किती आधार आणि किती स्वातंत्र्य हवं आहे, याबद्दल त्यांची समजूत एकसारखी आणि यथार्थ असते म्हणून आणि जेव्हा जोडपी विभक्त होतात ती सहसा नातेसंबंधाबद्दल त्यांच्या अपेक्षा आणि विश्वास एकसारखा राहत नाही; किंवा मुळातच तो तसा नव्हता म्हणून.

याचमुळे, प्रेम-मूल्यांच्या संदर्भात मी असं विचारायला सुचवते, माझ्या आदर्श नातेसंबंधात आम्ही किती वेळ एकत्र घालवतो? मी माझं माझ्यापाशी किती ठेवते आणि माझ्या जोडीदाराला किती सांगते? कोणत्या प्रकारच्या तडजोडी करायला मी तयार आहे? माझ्यापेक्षा भिन्न अशा जोडीदाराबरोबर राहण्यास मी समाधानी आहे का की, जिची मूल्यं माझ्यासारखीच आहेत अशा जोडीदाराबरोबर असावं असं मला वाटतं? तुम्ही याचाही विचार करू शकता; माझ्या जोडीदाराकडे सर्व सत्ता असावी असं मला वाटतं की ती भूमिका माझ्याकडे असावी असं मला वाटतं? की मला अधिक अतिशय समतोल ‘डाव’ हवा आहे, जिथे दोन्ही भागीदारांना समान हक्क असतात?

लक्षात ठेवा, या प्रश्नांची बरोबर किंवा चूक उत्तरे नाहीत. त्यांचा एकमेव उद्देश म्हणजे तुमच्या मूल्यांची सखोल आणि बारकाव्यानिशी माहिती करून घेण्यास तुम्हाला मदत करणे, जेणेकरून तुम्ही ती १०-१०-१० निर्णयांमध्ये अर्थपूर्ण रीतीने वापरू शकता.

नोकरी-धंद्याशी संबंधित मूल्यांमध्ये, काम हे तुमच्या सुखाच्या आणि ‘क्षेमाच्या’ किती केंद्रस्थानी आहे याचा शोध घेण्यास मी उत्तेजन देते. या पुस्तकात आधीच आपण वेगवेगळी उत्तरं ऐकलेली आहेत. जॉकीने ठरवलं की काम तिच्यासाठी महत्त्वाचं होतंच, पण तिच्या आणि मुलांच्या जवळिकीत अडथळा ठरेल एवढं महत्त्वाचं नव्हतं आणि आपली स्वप्नं प्रत्यक्षात आणण्यासाठी जीवनात कामाला प्राधान्य देणं ही आपली गरज (आणि इच्छा) आहे याची नितळ खात्री होती.

१०-१०-१०चा खणखणीत निर्णय घेण्यासाठी आपल्याला ‘कशा प्रकारचं’ काम हवं आहे, हे निश्चित करण्यानेसुद्धा मदत होते. आपल्याला पैसा, प्रतिष्ठा, आव्हान, लवचिकता, बंधुभाव यांपैकी कशाने प्रेरणा मिळते? यांपैकी प्रत्येकाला होय म्हणण्याचा मोह अर्थातच होतो, पण सगळेच निकष सारख्या प्रमाणात पूर्ण करेल असं काम मिळणं फार दुर्मीळ. तुमची मूल्यं खऱ्या अर्थाने जाणून घेण्यासाठी ती उतरंडीत कोणत्या क्रमाने आहेत, यालाही सामोरं जायला हवं.

पालकत्व गुंतागुंतीचं असतं, पण त्याच्यामागची मूल्यं एकाच प्रश्नाच्या उत्तराभोवती फिरतात. मुलांना चांगल्या रीतीने वाढवायचं म्हणजे त्यांना कशाची गरज असते? कठोर प्रेम ते निर्व्याज, निरपेक्ष प्रेम, खूप सारे उपक्रम ते शांत एकाग्रता, खऱ्या दुनियेचा थेट अनुभव ते त्यापासून जिवापाड संरक्षण, सरकारी

शाळा ते खाजगी शाळा, असा उत्तरांचा पल्ला असतो. त्यातलं सर्वांत हळवं म्हणजे मुलांना घरात राहणाऱ्या गृहिणी पालकांची गरज असते की नसते? शक्यतांच्या परिघावर तुमचे विश्वास, श्रद्धा कुठपर्यंत पोहोचतात ते पाहणं हे खरं आव्हान!

हेच मैत्रीलाही लागू पडतं. जिथे आपल्या मूल्यांची तपासणी म्हणजे आपलं हे 'स्वेच्छे'चं नातं आपल्या प्राधान्यक्रमाच्या यादीत कुठं बसतं, हे निश्चित करणं होय. उदाहरणार्थ, माझ्या माहितीतले एक पन्नाशीचे गृहस्थ आहेत. ते मित्र म्हणून तिघांना मोजतात. त्यांच्या मोकळ्या वेळात ते त्यांच्या मुलांसोबत कॉलेज फुटबॉल पाहतील, नातवंडांबरोबर चेंडू नाहीतर कॅच-कॅच खेळतील, बायकोच्या हातचा पास्ता तिच्यासोबत जेवतील. कुटुंब सर्वतोपरी!

याउलट माझ्या मुलांना पूर्वी सांभाळायची ती ग्लॅडिस. लग्नं, मुंजी, बारशी, डोहाळेजेवणं यांना तिच्याइतकी हजेरी कुणी लावली नसेल की, इतरांच्या कथा-व्यथा फोनवर ऐकून घेतल्या नसतील की, इतर लोकांची घरं बदलायला मदत करण्यासाठी आपले शनिवार-रविवार खर्ची घातले असतील... बाकी कशाहीपेक्षा एक चांगली मैत्रीण होण्यासाठी ती स्वत:ला झोकून देते. तिच्या लहानमोठ्या निवडींवर परिणाम करणारी तिची स्वत्वाची जाणीव.

थोडक्यात, मूल्यं काम करतात ती अशी.

शब्दाला जागणं

लाखो लोक त्यांच्या देवाने नेमस्त केलेल्या अतिमहत्त्वाच्या श्रद्धांना अनुसरून जीवन जगण्याचा प्रयत्न करत असतात. या सत्याचा स्वीकार केल्याखेरीज मूल्यांबद्दल काहीही लिहिणं शक्य होणार नाही, ते योग्यही होणार नाही. ऑस्टिनमध्ये मी १०-१०-१०वर बोलल्यानंतर श्रोत्यांमधला एक जण म्हणाला, 'तुमच्या कल्पनेतला मूल्यांचा भाग मला अगदीच सोपा आहे. माझ्याकडे बायबल आहे.'

पण कधीकधी धार्मिक लोक १०-१०-१०पाशी जरा अधिक अडखळतात. त्यांना प्रश्न पडतो – धार्मिक असल्यावर, याचा त्याच्याशी मेळ कसा घालायचा?

माझं उत्तर अनुभवातून आलेलं आहे.

तुम्ही जर माझ्यासारखे ख्रिश्चन असलात, तर देवाच्या शब्दाशी जोडलेले राहण्यासाठी चर्चला जाण्याखेरीज आणखी मार्ग तुम्हाला नक्कीच सापडले असतील. तुम्ही कदाचित बेघरांसाठी स्वयंसेवी काम करीत असाल किंवा नम्रता जतन करण्यासाठी बागकाम करत असाल किंवा योगा करताना हातावर उभं राहून प्रार्थना करत असाल.

१०-१०-१०ला एक आणखी निराळा मार्ग तुम्ही समजू शकता, तुम्ही तुमच्या मूल्यांशी – मग ज्याचा स्रोत कोणताही असो – सुसंगत राहून जगण्याची खात्री करून घेण्याचा तो एक शक्तिशाली मार्ग आहे.

एवढं उत्तर पुरेसं ठरतं, कारण मला दिसतं की बहुतेकशा ख्रिश्चनांना त्यांच्या श्रद्धेची आधुनिक युगातील धावपळीशी सांगड घालण्याची सवय झालेली असते, पण तरीही कुणी मला श्रद्धा आणि १०-१०-१० बद्दल जास्तच खोदून विचारायला लागले, तर मी खूपदा 'कलोसियल्स ३:१७' चा संदर्भ देते. त्या वचनामध्ये येशू आपल्याला सजग आणि जाणीवपूर्वक जगायला सांगतो, कारण त्यामुळे त्याची सेवा घडते. 'विशिष्ट' परिस्थितीत काय करायचं हे तो आपल्याला सांगत नाही. कंटाळलेल्या नवऱ्याला कसं हाताळायचं, आपल्याला उशिरापर्यंत थांबवणाऱ्या बॉसशी कसं वागायचं, नुकतंच मानसिक आजाराचं निदान झालेल्या लहानग्याशी कसं वागायचं, फोन करणं थांबवलेल्या मित्राशी कसं वागायचं याचा खुलासा त्यात नसतो. सर्वसाधारणपणे जीवन कसं जगायचं, प्रत्येक विचारात व कृतीत सत्य आणि हेतू ठेवून जाणीवपूर्वक कसं जगायचं, हे त्याची शिकवण आपल्याला सांगते. हे जर १०-१०-१०शी सुसंगत नसेल तर मग काय असेल, ते मला माहीत नाही.

जुन्या करारातील वचनांमध्ये देव आपल्याला धीराने, संयमाने वागायलाही सांगतो. अशाच पद्धतीने केन शिगेमात्सने धार्मिक जीवनात प्रथम १०-१०-१०चा विचार केला. नोव्हेंबर, २००६मध्ये प्रवचनाची तयारी करत असलेल्या, व्हँकूव्हर व्हायब्रंट हेल्थ ॲव्हेन्यू चर्चच्या नेत्याला – केनला – माझा लेख वाचायला मिळाला. त्याचा त्या आठवड्याचा विषय होता क्रोध – किंवा अधिक नेमकं सांगायचं तर आपला राग, संताप, अगदी टोकाची चीड या भावनांचं व्यवस्थापन नैसर्गिकपणे कसं करावं? केनला हे समजावून सांगायचं होतं की देव तुमचा राग दाबून ठेवा किंवा नाकारा असं म्हणत नाही, पण तो संयमाने हाताळा आणि आपल्या कृतींतून तो 'त्याच्या'वर व्यक्त करा.

पण कसं? आपल्या प्रवचनात केनने भक्तगणांना सल्ला दिला की 'दृष्टिकोन' हा रागावरचा सर्वांत मोठा उतारा आहे आणि तो मिळवण्यासाठी एक प्रक्रिया म्हणून त्याने १०-१०-१०ची शिफारस केली. जेव्हा तुम्ही दुखावले जाल आणि जेव्हा तुम्हाला ते व्यक्त करायचं असेल तेव्हा केनने सुचवले की स्वत:ला विचारा या दु:खाचं जे मूळ – त्याचं १० मिनिटांत, १० महिन्यांत, १० वर्षांत काय महत्त्व? अनंतकाळात त्याचं काही महत्त्व असणार आहे का?

वचनांबरोबर १०-१०-१०चा तात्त्विक पाया केन इग्नेशियस ऑफ लॉयला कडून, १५५०मधील जेसुईट ऑर्डरच्या प्रमुख संस्थापकांपैकी एकाकडून घेऊन

मांडतो. इग्नेशियस एकतीस वर्षांचा असताना त्याने *'स्पिरिच्युअल एक्सरसाईजेस'* नावाचं पुस्तक लिहिलं, ज्यात श्रद्धा खोलवर रुजविण्यासाठीची ध्यानधारणा दिलेली आहे. या ध्यानांपैकी एक निर्णयप्रक्रियेशी संबंधित आहे आणि त्यात इग्नेशियस सुचवतो की, जेव्हा द्विधा उत्पन्न होते तेव्हा पाऊलभर मागे येऊन विचारणं शहाणपणाचं ठरतं की, 'माझ्या जीवनाचा हिशोब द्यायला मी येशू ख्रिस्तासमोर उभा असतो, तर माझ्याकडून त्याला कोणता निर्णय अपेक्षित असेल?' असा प्रश्न, केन दाखवून देतो की १०-१०-१०चाच आहे. त्यामध्येही तुम्हाला दीर्घ मुदतीचे परिणाम डोळ्यासमोर ठेवून, जे पुष्कळदा अनंतकाळापर्यंत जातात. त्यांचा नीट काळजीपूर्वक विचार करून निर्णय घेण्यासाठी सूचन केलेलं असतं.

स्थानिक लोकांना आणि पाद्र्यांना सल्ला देताना केन १०-१०-१०चा उपयोग करतो. 'मला वाटतं १०-१०-१० हा एक उत्तम पुलासारखं काम करतो. जो आव्हान असो की यश – त्याच्याकडे वेगळ्या दृष्टिकोनातून पाहायला आपल्याला मदत करतो.' गेल्या वर्षी त्याने मला सांगितले, 'अनंतकाळाचा विचार करणं लोकांसाठी कठीण आहे, पण १०-१०-१०मुळे त्यासाठी मदत होते.'

अंधारी पोकळी भरणे

जगभरातील लोकांशी १०-१०-१०बद्दल बोलताना माझी पुन्हा खात्री पटलेली आहे की, प्रत्येकाची मूल्यं अतिशय वेगळी आणि विशेष असतात.

पण मला हेही कळलं आहे की, आपल्यातील फार जण त्या मूल्यांनुरूप जगत नाहीत. उदाहरणार्थ, माझी मैत्रीण क्लॉडिया तिच्या बाहेरख्याली नवऱ्याबरोबर एकवीस वर्षं संसार करत राहिली, कारण तिला तिच्या धार्मिक कॅथलिक आईला दुखावणं शक्य नव्हतं. तिच्या स्वतःच्या समाज मान्यतेच्या आणि नावलौकिकाच्या मूल्यांशीही ती झगडत राहिली. 'आत्ता हे सांगतानासुद्धा लाज वाटते, पण आम्ही घटस्फोट घेतो आहोत; याबद्दल आमच्या चर्चमधल्या बायका काय म्हणतील याची मला खरोखर काळजी वाटायची.' ती मला म्हणाली.

शेवटी दोन वर्षांच्या समुपदेशनानंतर क्लॉडियाच्या आत्मसन्मानाच्या भावनेने विजय मिळवला आणि तिने नवऱ्याला सोडायचं ठरवलं.

चर्चमधल्या बायकांचं म्हणाल तर क्लॉडिया तुम्हाला सांगेल की त्यांना त्याची फारशी फिकीर वाटली नाही. त्या चार सांत्वनाचे शब्द बोलल्या आणि आपापल्या उद्योगाला निघून गेल्या. 'मला शोध लागला की जेव्हा तुम्ही सच्चेपणानं जगायची निवड करता तेव्हा कुणाचंच तुमच्याविरुद्ध काहीच म्हणणं नसतं.' तिने अलीकडे मला सांगितलं, 'मी फार काळ अडकले होते, पण मला कळून चुकलं की मीच

स्वत:ला अडकवून ठेवलं होतं.'

आज आपले निर्णय आपल्या मूल्यांशी सुसंगत आहेत की नाहीत, ते तपासण्यासाठी क्लॉडिया नियमितपणे १०-१०-१० वापरते. ती नवी मूल्यं आहेत. 'विचार करण्यासाठी दररोज वेळ काढणे आणि पुन्हा विश्वास ठेवायला शिकणे.'

सगळ्यात म्हणजे ती अंधारी पोकळी टाळण्यासाठी ती १०-१०-१० वापरते. जेव्हा आपल्याला आपली मूल्यं – अगदी नेणिवेच्या पातळीवर का होईना – जाणवत असतात, पण त्यानुसार जगण्यासाठी लागणारा आधार मात्र सापडत नसतो.

मी तशीच होते, हवाईमधल्या माझ्या १०-१०-१०च्या साक्षात्कारापूर्वी त्या अडचणीच्या काळात मला माझी मूल्यं निश्चितच माहीत होती आणि माझा वर्गमित्र म्हणाला त्याच्याउलट मला मौजमजा खरंच आवडत होती. फक्त मला ती मेहनत किंवा सुरक्षितता यापेक्षा प्यारी नव्हती. ही दोन्ही मूल्यं माझ्या सिसिनियन आजीच्या मांडीवर बसून शिकलेली.

तीस वर्षांच्या वयाच्या आत एकाच माणसाशी दोनदा लग्न करून दोनदा घटस्फोट घेणाऱ्या फ्रान्सेस्का पिलाटोने तिच्या चारही मुलांना एकटीने वाढवले. चौघांना कॉलेजात पाठवले, कर्ज न काढता तिच्या विणकामाच्या धंद्याच्या फायद्यातून...! आणि १९४०मध्ये रोचेस्टर न्यूयॉर्क मध्ये फारशा स्थलांतरित, घटस्फोटित उद्योजक स्त्रिया नव्हत्या, असं मी म्हणते त्यावर विश्वास ठेवा.

माझ्या आजीच्या श्रेष्ठ उदाहरणांमुळे मूल्यांचे अर्थ मला पटले आणि माझ्या स्वत:च्या जीवनातील अनुभवांमध्येसुद्धा त्याग आणि व्यासंग, मेहनत यांचे फळ चांगलेच मिळते हे सिद्ध झाले होते. खरं म्हणजे इतक्या वर्षांपूर्वी माझ्या वर्गमित्राच्या पार्टीच्या निमंत्रणानंतरही मी ठाम होते, कारण मी जर अमुक इतके सरासरी गुण मिळवून पदवीधर झाले, तर माझ्या दुसऱ्या वर्गाच्या सगळ्या फीचा खर्च उचलायचं माझ्या नोकरीवरच्या मालकांनी कबूल केलं होतं.

काळ जसा पुढे गेला तसं बाकीच्या मूल्यांपेक्षाही एक सखोल आणि बळकट मूल्य माझ्यात विकसित झालं. मला चांगलं लग्न, चांगला संसार हवा होता.

आणि मी एक धडधडीत असत्य जगत होते.

त्यामुळे माझ्या जीवनाच्या केंद्रस्थानी असलेल्या पोकळीत मी भरभरून माती टाकत राहिले... टाकत राहिले... टाकत राहिले. मी स्वत:ला कामात अधिक झोकून दिलं. पाच वर्षांत मला चार मुलं झाली. त्यातल्या दोघांना काही कारण नसताना मी हवाईला घेऊन गेले. शेजाऱ्यापाजाऱ्यांसाठी बार्बेक्यू पार्ट्या करत राहिले. संडे स्कूलमध्ये शिकवत राहिले. मी दर आठवड्याला माझ्या आईवडिलांना भेटून येत होते. मी एक कुत्रा पाळला. नुसता एक कुत्रा नाहीतर चांगला १८०

पौंडाचा मास्टिफ. माझ्या उशीखाली मी कामांची यादी ठेवत होते आणि पहाटे पाच वाजता जाग येऊन विसरलेल्या कामांची त्यात भर घालत होते.

माझ्या मैत्रिणी आणि कुटुंबीय मला जेव्हा बेताने घे, जरा हळू जा म्हणून सांगत होते तेव्हा मी हसत म्हणत असे, 'निकरावर आलेल्या बायका निकराने लढतात.' पण या सगळ्यासाठी माझ्या आयुष्यात हसण्याजोगं खरोखर काही नव्हतं. हवाईमध्ये माझा जो अंत:स्फोट झाला तो धडधडीत पुरावा होता की मूल्यांपासून तुटून वाहवत चाललेल्या माझ्या आयुष्याच्या रेलगाडीचा अपघात होण्याची मी वाट बघत बसले होते.

प्रत्येक निर्णय हा माझ्या खऱ्या विश्वासांनुरूप घेण्याची १०-१०-१०ने माझ्यावर जबरदस्ती – हो, हो जबरदस्ती केली.

एकदा मी ते केल्यानंतर जवळ-जवळ प्रत्येक गोष्ट बदलून गेली. माझ्या नवऱ्याने आणि मी घटस्फोट घेतला. माझ्या कामाच्या जबाबदाऱ्या आणि माझं पालकत्व यांच्यात होणारे संघर्ष सोडवायलाही मला नव्याने यश मिळू लागलं. परिणामी माझं आयुष्य मला हवं तसं प्रत्यक्ष घडू लागलं, केवळ त्याचं चित्र राहिलं नाही आणि माझे निर्णय – प्रत्येकासाठी खास करून माझ्यासाठी – योग्य ठरू लागले.

मी चक्क मौजमजेसाठी वेळ बाजूला काढायला लागले – म्हणजे माझ्या व्याख्येनुसार. बारा वर्षांत प्रथमच मी 'यू टू' मैफलीला गेले आणि 'इफ यू वेअर दॅट वेल्वेट ड्रेस' त्या बँडकडून ऐकताना मी आनंदानं इतकी काठोकाठ भरून आले की मी खुर्चीसह उडत निघाले. तिच्यावर मी उभी राहिले होते. मी नव्याने बाग केली आणि बी पेरण्यापासून सुगीपर्यंत माझ्या बछड्यांना मदतीला घेतलं आणि रोज संध्याकाळी ते १८० पौंडांचं धूड घेऊन मी जंगलात लांबवर फिरायला जाऊ लागले. ॲबीचं गुलाबांचा वास घेणं थांबलं नाही, पण ती मश्रुम, द्विग आणि दगडांचाही वास घेऊ लागली. इतर कुत्र्यांना हुंगणं, येणाऱ्या-जाणाऱ्या गाड्यांवर उगाच भुंकणं सगळं बंद झालं आणि कधीकधी पुष्कळदा नुसतं माझ्याकडे बघून जणू 'काय ताई, बरं चाललंय ना?' असं म्हणते. ती आता श्वान स्वर्गात आहे, पण योग्य वेगाने चालण्याचे टिकाऊ धडे दिल्याबद्दल आजही मी ॲबीची आभारी आहे.

आजसुद्धा मला ते मूल्यवान वाटतं.

पुढच्या प्रकरणांमध्ये तुम्ही आणखी अनेक १०-१०-१० कर्मींना भेटणार आहात. ते सारे जण त्यांच्या खोलवरच्या वैयक्तिक मूल्यांच्या आधारावर निर्णय घेतात.

आणि तसं करताना, सच्चेपणाने जीवन जगल्याचा आनंद अनुभवतात.

नांदा सौख्यभरे

प्रेमाची भाषा आणि १०-१०-१०

माझ्या घटस्फोटानंतर लवकरच मी रविवार सकाळची एक नवीन सवय लावून घेतली. मुलं आणि मी चर्चमधून परत आल्याबरोबर मी स्वत:साठी एक कप चहा करून घ्यायचे आणि स्वयंपाकघरातील टेबलावर *न्यूयॉर्क टाइम्स*चा 'स्टार बझ्झ' विभाग पसरून विवाहाच्या सर्व बातम्या वाचून काढत असे, अगदी एक न् एक.

सहसा माझ्या या उपक्रमाकडे मुलं शक्यतो दुर्लक्ष करत असत, पण एक दिवस ते इव्हाच्या – तेव्हा ती सहा वर्षांची होती – सहनशक्तीच्या पलीकडे गेलं.

'ज्यामुळे तुला इतकं दु:ख होतं, ती गोष्ट तू का करत राहतेस?' आपले इवलेसे हात कमरेवर ठेवून माझ्याकडे पाहत तिने सवाल केला.

'मला दु:ख नाही होत.' मी चकित होऊन तिला म्हटलं, कारण मला खरंच दु:ख होत नव्हतं, 'मला फक्त उत्सुकता आहे.'

हसऱ्या फोटोंच्या समुद्राकडे मी हात दाखवला. 'किती सुखी सुरुवात आहे बघ.' मी म्हटलं, 'यातल्या काही टिकतील, पण काही संपणार हे नक्की.'

इव्हाने शहाण्यासारखी मान हलवली. जसं काही मी बोलत होते, ते तिला नीट समजत होतं.

'कदाचित मी काहीतरी 'क्लू' शोधत असेन.' मी सुचवलं.

तिने पुन्हा मान हलवली. हा आमच्या आयुष्यातील बदललेल्या परिस्थितीनंतर एक ठीकठाक शोध आहे, याला तिने मूकपणे संमती दिली असं दिसलं.

त्यानंतर एक दशक उलटून गेलं आहे. चहाची जागा आईस्ड कॉफीने घेतली आहे. इव्हा माझ्याहून उंच झाली आहे आणि मी आता 'नांदा सौख्यभरे'चं रहस्य वर्तमानपत्रात शोधत नाही. माझ्या आयुष्यातलं सर्वांत मोठं यश म्हणजे, मी ते अखेर जगत आहे.

आणि या सगळ्याचं श्रेय आहे ते – प्रेमाची गूढ भाषा उकलणे, लुलू नावाची एक स्त्री, पर्वतशिखरावरचा साक्षात्कार, एक थोर पुरुष, तत्काळ १०-१०-१० आणि ग्रेप बबलगमचं एक पाकीट – जे योगायोगाने – साक्षात त्या थोर पुरुषाने – माझ्या स्वतःच्या जॉकने – केपकॉडच्या मासेमारीच्या गावात विकत घेतलं होतं, या सर्वांना.

असं पाहा, प्रेम जमून येण्यासाठी अनेक गोष्टी लागतात. ते गूढ असू शकतं, ते वेडं असू शकतं, ते अशक्य वाटू शकतं, ते खोलवर सिद्धही करू शकतं आणि इतर कशाहीपेक्षा उंच अशा आनंदाच्या शिखरावर नेऊन बसवू शकतं.

वेगळ्या शब्दांत, मी काही इथे बसून तुम्हाला १०-१०-१० मुळे प्रेम सोपं होतं असं सांगणार नाहीये.

पण मी हे सांगेन की निरोगी नातेसंबंध दृढ करण्यासाठी १०-१०-१०ची मदत होऊ शकते. ती पुन्हा त्यांच्यात चैतन्य आणू शकते. अगदी कड्याच्या टोकावरून त्यांना परत आणू शकते आणि हरप्रकारे ते अधिक सुखाचे, अधिक चांगले आणि अधिक बळकट बनवते.

मी याआधीच म्हटलं आहे की नातेसंबंध तेव्हाच यशस्वी होऊ शकतात, जेव्हा दोन्ही जोडीदारांची मूल्यं एकच असतात किंवा किमानपक्षी ते एकमेकांच्या मूल्यांचा आदर करतात, पण मी – सुझी वेल्श, प्रेमवैद्य – पुढे आणखी एक गृहीत तुम्हाला सांगते की नातेसंबंध यशस्वी होण्याची शक्यता खूपच वाढते, जेव्हा दोन्ही जोडीदारांकडे प्रेमातील कळीच्या गोष्टी – जवळीक, बांधिलकी आणि नियंत्रण – यांच्याबद्दल मोकळेपणाने बोलण्यासाठी काही मार्ग असेल.

१०-१०-१० नातेसंबंध बदलून टाकते, कारण ते बरोबर त्या साच्यात जाऊन बसते. मूल्यं पृष्ठभागावर आणून १०-१०-१० एका जोडीदाराला किंवा दोघांना एकत्रित, गती, केमिस्ट्री, जडत्व, स्वातंत्र्य, साचेबद्धता, परंपरा किंवा त्या दोघांना एकत्र आणणारं किंवा दूर करणारं जे काही आहे त्याला विचार करण्याची संधी देतं. प्रेमचक्राच्या कोणत्याही पायरीवर ते मध्ये पडू शकतं आणि एका किंवा दोन्ही भागीदारांना त्यांचे नातेसंबंध टिकवणारं काय आहे आणि काय नाही हे समजण्यासाठी एक चौकट देते.

कड्यापर्यंत आणि माघारी

साधारण तीन वर्षांपूर्वी मला अजिताचा फोन आला, ती माझ्या आधीच्या बिझिनेस स्कूलमध्ये विद्यार्थिनी होती. मला जेवायच्या सुट्टीत भेटता येईल का? असं ती विचारत होती. करिअर संबंधात हे काहीतरी असावं हे ओळखून मी 'हो'

म्हटलं आणि नंतर आमच्या भेटण्याबद्दल फार विचार केला नाही, पण एका आठवड्याने मी जेव्हा अजिताला एका उपाहारगृहात भेटले तेव्हा तिच्यात तिचा नेहमीचा आवेश आणि आत्मविश्वास हा मी आधी कधीच तिच्यात न पाहिलेल्या हळुवारपणाने सौम्य झाल्यासारखे वाटले.

'रोहन आणि मी एका विनापरतीच्या टोकाला पोहोचलो होतो.' ती अनपेक्षितपणे म्हणाली, 'पण तुम्हाला हे कळायला हवं. तुमच्या कल्पनेमुळे म्हणजे १०-१०-१० मुळे आम्ही तिथून परत आलो.'

बुद्धिमान अभियंता असलेल्या अजिताने बाविसाव्या वर्षी युनायटेड स्टेट्समध्ये स्थलांतर केले होते. त्याच क्षेत्रात शिक्षण घेण्यात तिने सुरुवातीची काही वर्ष घालवली, पण माझी आणि तिची वर्गात भेट झाली तोपर्यंत एका प्रतिष्ठित तंत्रज्ञान कंपनीने तिला घेतले होते व ती एमबीएची पदवी मिळवण्यासाठी प्रयत्न करत होती.

एक गंभीर, जिद्दी मुलगी म्हणून मी नेहमी अजिताला पाहत होते, पण आजचं संभाषण पुढे सरकलं तशी तिच्या व्यक्तिमत्त्वातली लपलेली एक अनोखी बाजू मला कळली. तिला पार्ट्या अतिशय आवडायच्या.

'मला *सोशलाइज* करायला, लोकांत मिसळायला खूप आवडतं.' अजिताने त्या दिवशी जेवताना मला सांगितले, 'मला मोकळेपणा आणि मैत्री आवडते. मित्र नाहीत ते जीवन कसलं?'

लग्नानंतरची पहिली पाच वर्ष, अजिताची कामानंतर मौजमजा करण्याची हौस रोहनला फार त्रासदायक वाटली नाही. तो स्वतःही अभियंता होता. अजिताच्या चांगल्या स्वभावाचं त्याला कौतुक होतं. तिच्या मनाचा तो आदर करत होता आणि तिच्या उत्साहाची त्याला कदर होती. ती बाहेर जायची तेव्हा कधीतरी तो तिच्याबरोबर जायचा, पण बहुतेकदा नाहीच.

पण मग या जोडप्याला मुलगी झाली – लया. प्रथम अजिताने तिच्या रात्री बाहेर जाण्याच्या वेळा कमी केल्या, पाचवरून दोन किंवा तीनवर आणल्या. जवळच राहणाऱ्या तिच्या आईलाही येऊन लयाला सांभाळणं शक्य होतं, पण रोहनच्या मते हा उपाय पुरेसा नव्हता. तो कुटुंबासाठी घरात थांबण्याची गळ अजिताला घालायला लागला.

अजिताला मुद्दाच कळत नव्हता. लया आजीजवळ पूर्णपणे मजेत होती. तिने रोहनला सांगितले आणि तिने जर मैत्रिणींबरोबर बाहेर जाणं थांबवलं, तर तिच्या जीवनाच्या समतोलाचा तोल ढळल्यासारखा तिला वाटला असता. 'तू माझ्यावर नियंत्रण ठेवायचा प्रयत्न का करतोस?' तिने सवाल केला, 'मला माझा स्वतःचा वेळ का मिळू शकत नाही?'

वर्षभरानंतर अजिता आणि रोहनमध्ये उडणाऱ्या खटक्यांचं रूपांतर अधिक

तीव्र अशा शीतयुद्धात झालं होतं. त्यांच्यातलं बोलणं कमी-कमी होत होतं. ते जी कामं पूर्वी एकत्र करायचे – लयाला अंघोळ घालणं, वाणसामान आणणं वगैरे... ती आता त्यांनी वाटून घेतली. एकटेपणाच्या वेळांमध्ये दोघांच्याही मनात घटस्फोटाचे विचार यायला सुरुवात झाली.

केवळ लयाखातर ते पुढे रेटत राहिले.

पण प्रत्येक नातेसंबंधाचा तुकडा पडण्याचा एक क्षण असतो. अजिता आणि रोहनच्या बाबतीत तो क्षण आला. जेव्हा अजिताने ती तिच्या एमबीए मित्रमंडळींबरोबर तीन दिवसांच्या स्कीइंगच्या सहलीला जाणार असल्याची घोषणा केली, तेव्हा रोहनकडून ताबडतोब आणि संतापाची प्रतिक्रिया आली. 'तू जाऊच शकत नाहीस, अजिता.' तो म्हणाला, 'तीन दिवस म्हणजे फार होतात. आपला संसार आणि बाळ यापेक्षा तुला स्की-ट्रिप जास्त महत्त्वाची वाटूच कशी शकते?'

त्या क्षणी अजिताने रोहनला उडवून लावलं, पण खरं म्हणजे तो प्रश्न तिला अस्वस्थ करत होता. त्या प्रश्नाकडे तिला दुर्लक्ष करता येईना. त्या रात्री लयाला झोपवल्यानंतर अजिता जिना चढून माळ्यावरच्या तिच्या कार्यालयात गेली आणि तिने दार लावून घेतले. हातात तीन कागद आणि मनात एक प्रश्न घेऊन ती टेबलापाशी बसली. तिने जावं की घरी राहावं? पण मनोमन अजिताला माहीत होतं ती याहून मोठ्या मुद्यांना हात घालते आहे. तिचा संसार, स्वत्व आणि भविष्य पणाला लागलं होतं.

पहिल्या कागदावर तिने लिहिलं '१० मिनिटं'.

पटकन उत्तर आलं, 'अजिता – दु:खी' तिने लिहिलं. तिने मांडलं जर ती सहलीला गेली नसती तर मित्र-मैत्रिणींबरोबर मजा करण्याची संधी गेली म्हणून तिला अतोनात दु:ख झालं असतं, पण ती गेली असती तर ती कदाचित काही असो मजा करायच्या पद्धतीने सोशलाइज करताना मनातल्या मनात झगडत राहिली असती.

मग सहलीसाठी अजिता दाराबाहेर पडताना रोहनची प्रतिक्रिया काय असेल याची तिने कल्पना केली. 'रोहन – दु:खी + निश्चयी = आम्ही संपलो.' तिने लिहिलं.

आणि ती जर घराबाहेर पडली नाही तर?

'रोहन सुटल्यासारखा, गोंधळलेला, आशा करणारा.' अजिताने अंदाज बांधला.

दुसऱ्या कागदावर अजिताने लिहिले '१० महिने', पण या वेळी 'अजिता' समीकरण सावकाश आले. त्या कोऱ्या कागदाकडे ती पाच-दहा मिनिटे टक लावून बघत होती. तिचा मनश्चक्षूंसमोर उलगडणारी चित्रं पाहत होती. एक होतं जेवायच्या टेबलावर रोहन आणि ती पूर्वी बसत असत तसे हातात हात घालून बसलेले

आणखी एक होतं ते मिळून लयाला अंघोळ घालतानाचं. तिची पावलं आणि केस आणि आवाज याबद्दल एकमेकांशी बोलत, अगदी पूर्वीच्या दिवसांसारखं. ती जर या सहलीला न जाता घरी थांबली असती आणि पुढेही अशाच प्रकारच्या निवडी करत राहिली असती, तर रोहन आणि तिच्यामधला जो पाया आत्ता खचला होता तो त्यांनी पुन्हा बांधायला नक्कीच सुरुवात केलेली असती.

तिच्या नावापुढच्या कोऱ्या जागेत अजिताने शब्द लिहिले, 'पुन्हा जोडून घेणारी... अधिक चांगली.'

'मी मजा पूर्ण थांबवावी असं रोहनचं म्हणणं नव्हतं; हे मला कळत होतं.' अजिता म्हणाली, 'त्याला फक्त मी थोडा अधिक वेळ घरी थांबणं हवं होतं. मी एक-दोनदा नमतं घेतलं असतं. त्याच्या अर्ध्या रस्त्यापर्यंत जरी मी पोहोचले असते तरी त्याला अत्यानंद झाला असता आणि आमचं आयुष्य परत आलं असतं.'

आणि जर ती सहलीला गेले असते तर? अजिताला अगदी १०० टक्के खात्री नव्हती, पण बहुधा तिच्या समीकरणाचा अर्धा भाग 'एकटी' असा झाला असता.

अजिताने तिसऱ्या कागदाला नाव दिलं, '१० वर्षे' आणि लिहिलं, 'अजिता – समाधानी.'

या समीकरणाने मला आश्चर्य वाटलं. 'सुखी किंवा असंच काहीतरी जरा उत्साहजनक का नाही?' मी विचारलं.

'मी वास्तववादी असण्याचा प्रयत्न करते आहे.' अजिता उत्तरली. मला वाटतं की १० वर्षांनंतर मागे वळून पाहताना तेव्हासुद्धा मला 'आपण अजून जास्त बाहेर जाऊ शकलो असतो.' असं वाटलं असतं, पण मला हेही पक्कं माहीत आहे की मी म्हटलं असतं, 'पण याचं मूल्य तेवढे आहे. माझ्या संसारासाठी ती किंमत आहे. मी काहीतरी सोडून दिलं आणि आम्हा दोघांनाही त्याहून मोठं काहीतरी मिळालं.'

'तुझ्या एकटीच्या सुखापेक्षा तू कुटुंबाच्या कल्याणाचं मूल्य अधिक मोठं मानलंस?' मी विचारलं.

'हो.' तिने साधेपणाने उत्तर दिलं, 'आणि यासाठी मी १०-१०-१०ची ऋणी आहे.'

अलीकडेच अजिता आणि रोहनने लग्नाचा १०वा वाढदिवस अगदी दोघांनीच साजरा केला – स्कीईंग करून. अजिता मला सांगते की ते दुसऱ्या मुलाचा विचार करत आहेत आणि तो निर्णय त्यांना १०-१०-१० विश्लेषण करून घेतला आहे. 'पण अजून आम्हाला नक्की कळत नाहीये.' ती म्हणते, 'आमच्या करिअरवर त्याचा दूरगामी काय परिणाम होईल, याचा विचार करायचा आम्ही प्रयत्न करतोय. आम्हाला याबद्दल बोलून मार्ग काढायला अजून थोडा वेळ हवा आहे.'

गूढ उकलण्याची किल्ली

अजिताशी बोलताना मला सर्वांत कशाचा आनंद होत असेल, तर तिच्या बोलण्यात वारंवार येणाऱ्या 'आम्ही' या शब्दाचा. १०-१०-१०ने या जोडप्याला किती परिणामकारकरीत्या जोडलं होतं आणि त्यांची मूल्यं सुसंगत करण्यासाठी, संवाद साधण्यासाठी त्यांना एक शिस्तबद्ध आणि नि:पक्षपाती मार्ग कसा उपलब्ध करून दिला आहे, याची मला जाणीव झाली.

१०-१०-१०ने त्या दोघांपेक्षाही त्यांचं नातं मोठं केलं होतं.

आणि बहुतेक यशस्वी नात्यांमधलं प्रेम अगदी असंच दिसतं, नाही का? असं दिसतं की दोघेही जोडीदार एकमेकांवर व्यक्ती म्हणून प्रेम करतच असतात, पण त्यांचं प्रेम, त्यांच्या प्रेमावर अधिक असतं. ते त्याचं गुणगान करतात. ते साजरं करतात. ते त्याबद्दल अशा रीतीने बोलतात, जणू ती त्यांच्या एकत्रित बांधिलकीतून निर्माण झालेली आणि त्या खोलीत उपस्थित असलेली तिसरी शक्ती आहे. ते त्याची पूजा करतात आणि अगदी सहज, स्वेच्छेने त्यासाठी त्याग करत जातात.

या तिसऱ्या शक्तीच्या सिद्धांताचं नवीन विचार म्हणून श्रेय स्वत:कडे घ्यावसं फार वाटतं, पण खरं म्हणजे हा विचार कौटुंबिक मानसशास्त्रज्ञ डॉ. ज्युडिथ एस. वॉलरस्टाईन आणि *न्यूयॉर्क टाइम्सच्या* विज्ञान लेखिका सँड्रा ब्लेकस्ली यांनी त्यांच्या *'अ गुड मॅरेज'* पुस्तकात मांडला आहे. नव्वदच्या दशकात वॉलरस्टाईन आणि ब्लेकस्ली यांनी पन्नास यशस्वी विवाहांचा अभ्यास केला आणि त्यांना दिसलं की, अगदी प्रत्येक केसमध्ये जोडीदार हे त्यांच्या एकीला अतिशय मौल्यवान, स्वतंत्र, आदरणीय अस्तित्व मानत होते. त्याची नीट निगा राखत होते. लेखकांचा निष्कर्ष असा होता की, चांगल्या विवाहांमध्ये कोणी जोडीदार त्यांच्या व्यक्तित्वापेक्षाही त्यांच्या एकत्रित अस्तित्वाला जास्त मौल्यवान मानतात.

अखेर १०-१०-१०ने अजिताला याच मुक्कामावर आणून सोडले होते.

आम्ही जसे होतो

एक बाळ सोडून गेल्याने, दुसऱ्याचे आगमन न झाल्याने एक यशस्वी उद्योजक आणि आयुष्याचं खरं प्रेम असलेल्या माईकबरोबर जिलियनचे संबंध दुरावले, इतके की एका छपराखाली तो तिला तिऱ्हाईत वाटू लागला. पुष्कळ वर्षं ती दोघं दोघांमधल्या भिंतीकडे गुपचूप दुर्लक्ष करत होते, पण जेव्हा त्यांचा सर्वांत धाकटा मुलगा कॉलेजसाठी घरातून बाहेर पडला तेव्हा मात्र त्यांचा बचाव सगळा कोसळून पडला.

'एकाएकी...' जिलियन सांगते, '...माझ्या लक्षात आलं की माझ्याकडे एक अतिशय स्वच्छ घर होतं आणि बाकी काहीच नव्हतं.' जिलियनच्या म्हणण्याप्रमाणे माईक दुष्ट कधीच नव्हता. फक्त तो गैरहजर होता. तो शरीरानेही गैरहजर होता आणि जिलियनला पुष्कळदा वाटायचं की तो घरातली अवघडलेली शांतता टाळण्यासाठी धंद्याच्या टूर्स मुद्दामच लांबवत होता.

'माईकने जेव्हा माझ्याशी लग्न केलं तेव्हा मी मुक्त कलाकार होते. आमचं एकंदर असं होतं की आम्ही एकमेकांना अत्यंत अनुरूप होतो, कारण आम्ही समतोल साधत होतो.' जिलियन आठवण काढते. 'शनिवार-रविवारला जोडून आलेल्या सुट्ट्या आम्ही नौकाविहार किंवा कँपिंग करत घालवत होतो. आम्ही रात्रीचं जेवण नेहमी मिळून बनवायचो. माझ्या चित्रांच्या प्रदर्शनांना तो येत असे, पण माईक जसा बदलला, तशीच मीही. त्याच्या कंपनीत तो मोठा, तडफदार यशस्वी बनला. मी गृहिणी बनले. कधीकधी मला वाटतं, त्याला माझा अगदीच कंटाळा येत असला पाहिजे.'

पण जेव्हा जिलियनने तिच्यात ताजेपणा आणण्यासाठी चित्रकला पुन्हा सुरू करण्याबद्दल माईकला सांगितलं तेव्हा त्याने ती कल्पना उडवून लावली. 'विसर ते आता, जिलियन.' तो म्हणाला, 'गेले ते दिवस आता.'

खचून गेलेल्या आणि गोंधळलेल्या जिलियनने जोडप्यांच्या थेरपीला येण्याची माईकला गळ घातली. माईकने यायचं कबूल केलं – एकदा.

पण पहिलं सत्र माईकला जरा बरं वाटलं याचं मोठं कारण म्हणजे थेरपीस्टकडे एक कार्यक्रमपत्रिका नव्हती, त्याऐवजी तिने त्या जोडप्याच्या संसारात काही सामाईक आहे का याचा शोध घेण्यासाठी एक नि:पक्षपाती साधन म्हणून १०-१०-१०ची ओळख करून दिली.

पहिलं पाऊल म्हणून थेरपीस्टने जिलियन आणि माईकला त्यांची मूल्यं सांगायला सांगितली. 'नेहमीचीच' माईकचं पटकन उत्तर होतं. 'आर्थिक स्वावलंबित्व, माझ्या मुलांनी दुनियेत यशस्वी होणं, माझ्यासाठी जे लोक काम करतात त्यांच्याकडून मिळणारा आदर.'

'आपल्या वैवाहिक आयुष्याबद्दल काय? तुझ्या यादीत ते कुठे आहे, माईक?' साशंक मनाने जिलियन विचारते, 'ते माझं प्रमुख मूल्य आहे. आपला संसार आणि आपलं कुटुंब.'

'आपला संसार नाहीच आहे, जिल तुला माहीत आहे ते.' माईक शांतपणे म्हणाला.

पुढचे काही आठवडे त्या दोघांनी थेरपीस्टबरोबर त्यांची विश्वं एकमेकांपासून दूर गेलेली आणि एकत्र आलेली कशी असतील याची कल्पना करण्यात कामी

लावले. या सत्रांमध्ये आलटून-पालटून शांतता आणि बोचरेपणा असायचा. घटस्फोट अटळ वाटू लागला होता. विशेषत: जिलियन ज्याला बरेच दिवस भीत होती ती गोष्ट माईकने कबूल केल्यावर, वाटेत त्याने तिच्याशी प्रतारणा केली होती.

परंतु थेरपीस्टने एक अतिशय महत्त्वाचा मुद्दा मांडल्यावर एकदम बदल – 'ब्रेक थ्रू' घडला.

'तुम्ही दोघं तुमच्या सुरुवातीच्या नात्यावर प्रेम करत होता.' ती त्यांना म्हणाली, 'एखादा जुना मृत मित्र असावा तसं तुम्ही त्याच्याबद्दल बोलता. तुमच्या जुन्या लग्नाला नव्या रूपात पुनरुज्जीवित करण्यासाठी काय करावं लागेल?'

ताबडतोब जिलियन आणि माईक पहिल्या १० वर्षांतलं समाधानी वैवाहिक जीवन ते पुन्हा कसं मिळवू शकतात याबद्दल १०-१०-१०चा कल्पनास्फोट करण्याच्या मागे लागले आणि तेवढ्यात ताबडतोब त्यांच्या लक्षात आलं की, या पुनर्शोधासाठी प्रचंड बदल करावे लागणार होते. जिलियनला माईकबरोबर धंद्याच्या सफरींवर जायला सुरुवात करावी लागणार होती. जिलियनने पुन्हा चित्रं काढायला सुरुवात करणं, हे माईकला अंगवळणी पाडून घ्यावं लागणार होतं. आणि शय्येवर एकमेकांची नव्याने ओळख करून घेण्यासाठी दोघांनाही भावनिक अडथळ्यांचे डोंगर पार करावे लागणार होते.

आणि महत्त्वाचं म्हणजे त्यांच्या लग्नाला बाकी सगळ्यापेक्षा जास्त प्राधान्य त्यांना द्यावं लागणार होतं.

माईकच्या दृष्टीने या योजनेचा प्रयोग करून पाहण्याचं एक प्रमुख कारण म्हणजे या जोडप्याची मुलं. कुटुंब वाचवण्याचा निदान एक प्रामाणिक प्रयत्न तो नक्कीच त्यांना देणं लागत होता आणि त्याला जाणवत होतं की अजूनही कुठेतरी एका पातळीवर त्याला जिलियनबद्दल प्रेम वाटत होतं किंवा निदान ती जी पूर्वी होती तिच्याबद्दल तरी. जिलियनची प्रेरणा अधिक रोमँटिक होती. तिला माईकचं कौतुक होतं. अजूनही त्याच्याबद्दल जबरदस्त आकर्षण वाटत होतं आणि त्यांची सुरुवातीची भरभरून समाधान देणारी जोडीदार पुन्हा जिवंत करण्याची तिला आस होती.

आत्ता नुकतीच मी जिलियनची चौकशी केली तेव्हा या निर्णयाला सहा महिने उलटून गेले होते. त्या आवाजावरूनच लगेचच कळून येत होतं की छान चाललं आहे. तिला आणि माईकला त्यांच्या भविष्याबद्दल एवढी सकारात्मक भावना होती की, 'आम्ही करत असलेल्या कशाबद्दल तरी आम्ही १०-१०-१० करत नाही, असा एकही दिवस जात नाही.' ती मला म्हणाली. 'आम्ही सारखं म्हणत असतो की, 'हं, या निवडीचा आपल्या संसारावर लघू, मध्यम आणि दीर्घ पल्ल्याचा काय परिणाम होणार आहे?' हे अगदी जी.पी.एस. साधनासारखं आहे. ते आम्हाला योग्य रस्त्यावर ठेवतं.'

एखाद्या जोडप्यानं वाट चुकून भरकटू नये म्हणून वापरल्या जाणाऱ्या १०-१०-१०ची प्रतिमा मला बेहद्द आवडते, कारण अगदी 'सर्व सुखी' नात्यांतसुद्धा आपण एखाद्या चुकीच्या वळणावर जाणं किंवा जीवनाने आपल्याला चुकीच्या वळणावर आणून ठेवणं सहज शक्य असतं.

कन्या आणि पत्नी

नॅन्सी आणि कार्लची प्रथम भेट झाली तेव्हा ती छत्तीस वर्षांची – एकदा घटस्फोटित आणि एकदा विधवा, तिच्या पहिल्या लग्नापासून झालेल्या एका टीनएजर मुलाची आई असलेली 'मेडिकल रेकॉर्ड्स को-ऑर्डिनेटर' होती. पुरेपूर स्वावलंबी आणि समर्थ असलेल्या नॅन्सीच्या मते आता तिच्या आयुष्यात एकच चुकीची गोष्ट घडू शकत होती, ती म्हणजे तिच्या आयुष्यात कुणा पुरुषाचा शिरकाव. वयाने तिच्या एवढाच असणारा कार्ल घटस्फोटातून सावरत होता आणि जो ऐकून घेईल, त्याला तो आत्ता पक्का ब्रम्हचारी झाल्याचे सांगत होता, पण एका स्थानिक पबमध्ये डार्ट स्पर्धेच्या वेळी नॅन्सीशी योगायोगाने ओळख झाल्यानंतर त्याने हळूहळू आपला विचार बदलला.

दोन आठवड्यांनंतर त्यांच्या पहिल्याच डेटच्या वेळी कार्लने नॅन्सीला लग्नाबद्दल विचारलं.

'तुला काय बँकेचं मोठं कर्ज फेडायचंय की लहान मुलाची देखभाल करण्यासाठी कुणी हवंय?' तिने विनोदाने विचारलं.

'नाही, पण अखेर माझी अशी स्त्री भेटलेला मी एक नशीबवान माणूस आहे.' कार्लचं ठाम उत्तर.

कार्ल आणि नॅन्सीच्या विवाहानंतरची एकत्रित बारा वर्षं ही केवळ सुखाची होती. कधीतरी रात्री नॅन्सीला अचानक जाग यायची आणि कार्ल तिच्याकडे प्रेमाने टक लावून पाहत असायचा. तीही मग हसून प्रेमाने त्याच्याकडे पाहायची.

'माझं लग्न, माझा संसार हे जगात सर्वांत सुखी आहेत याची मला खात्री होती.' नॅन्सीने मला सांगितलं.

आणि मग त्यांच्या दुमजली घराच्या खालच्या मजल्यावर राहणाऱ्या नॅन्सीच्या आईला – व्हर्जिनियाला – स्मृतिभ्रंश आणि पार्किन्सन्स आजार झाल्याचे निदान झाले. नॅन्सी आणि कार्ल दोघंही मदतीसाठी तयार होते, पण व्हर्जिनियाला स्वत:चं खाणं आणि अंघोळ हेही शक्य होईनासं झालं, तेव्हा मात्र या जोडप्याची भरपूर शारीरिक आणि मानसिक दमछाक होऊ लागली.

पाच वर्षांच्या दीर्घ काळानंतर नाखुशीनेच नॅन्सी तिच्या आईला शुश्रूषागृहात

ठेवायला राजी झाली, पण तिची अपराधी भावना कमी करण्यासाठी रोज कामानंतर तिला भेटायला जायचं तिने ठरवलं.

या दिनक्रमाने नॅन्सी अधिकच दमत होती. यात काहीच आश्चर्य नाही. तिचं रुग्णालयातलं कामही वाढलं होतं आणि बहुतेक दिवशी तिला शुश्रूषागृहात पोहोचायला रात्रीचे सात नाहीतर आठ वाजू लागले. शेवटी घरी पोहोचेपर्यंत तिला कधी एकदा बिछान्यावर अंग टाकतो असं झालेलं असायचं. कार्ल धीराने घेत होता, पण त्यालाही मर्यादा होती. त्या दोघांपैकी कुणीही कल्पनाही केली नव्हती अशा पद्धतीने त्यांच्या नात्यात ताण निर्माण होऊ लागला.

'माझ्या आणखी एका संसाराच्या मृत्यूची मी कल्पनाही करू शकत नव्हते.' नॅन्सी दुःखाने स्वतःशीच रडत होती.

मग एका रात्री आईला भेटून परत येत असताना निराशेच्या अश्रूंमध्ये तिला १०-१०-१०बद्दल वाचल्याचं आठवलं. एकाएकी या बांधिलकीच्या भावनेच्या पलीकडे पाहण्याचा आणि इतर पर्यायांसाठी मन खुलं करण्याचा प्रयत्न करता-करता तिने या प्रक्रियेचा प्रस्ताव कार्लपुढे ठेवायचा ठरवलं.

काही तासांनंतर नॅन्सीने रोज आईला भेटायला जावं का, हे ठरवण्यासाठी ते दोघं १०-१०-१० करायला बसले. त्यांनी कागद पेन्सिलीला फाटा दिला. त्याऐवजी ते दिवाणखान्यात कोचावर एकमेकांशेजारी हातात हात गुंफून बसले.

त्यांचे पहिले १० चटकन आले आणि ते चित्र संमिश्र होते. 'मला अधिक वाईट वाटेल आणि मला अधिक बरेही वाटेल.' नॅन्सी कार्लपाशी दुःख मोकळं करत म्हणाली. 'मला त्या अपराधी भावनेची भीती वाटते, पण त्याच वेळी... मला धड श्वासही घेता येत नाही रे. मला आतून जरा मोकळं व्हायचं आहे. मी दमले आहे. मला तू हवा आहेस. आय मिस यू, कार्ल.'

'आय मिस यू टू बेबी.' कार्ल म्हणाला.

'आईचं म्हणायचं तर. १० मिनिटात – तुला माहीत आहे ती फार रागावेल.' नॅन्सीची क्षणभर चलबिचल झाली. 'ती माझा तिरस्कार करेल.'

'व्हर्जिनिया आता व्हर्जिनिया राहिली नाही.' कार्लने मृदूपणे तिला आठवण करून दिली. 'नॅन्सी, सत्तावन्न वर्ष तू आदर्श कन्या आहेस.'

'१० महिन्यांमध्ये नक्कीच काही कुटुंबीय मंडळी जरा जास्त येऊ लागतील.' नॅन्सीने तिची आशा बोलून दाखवली. 'देवाला माहीत आहे. त्यांनी येतो म्हटलं आहे आणि जर ते आईला भेटायला येऊ लागले, तर मला इतक्या वेळा जावं लागणार नाही. कदाचित आपल्याला आपलं जीवन पुन्हा परत मिळेल.'

'आणि १० महिन्यात तुझी आई भेटायला येणाऱ्या बाकीच्या नातेवाइकांबरोबर रुळेल. जर तिच्या लक्षात आलं तर.' कार्लने भर घातली.

पण नॅन्सीला आणखी काहीतरी छळत होतं. 'आपण १० वर्षांबद्दल बोलू.' ती कार्लला म्हणाली, 'जेव्हा आई नसेल. एक मुलगी म्हणून मला माझ्याबद्दल चांगलं वाटलं पाहिजे. मला असं वाटलं पाहिजे की, अरे, जेव्हा खरंच गरज लागत होती तेव्हा मी चांगली होते.'

कार्लने नॅन्सीला चांगला एक मिनिट विचार करू दिला. मग तिने त्याला चकित केलं.

१० वर्षांत नॅन्सी स्वगत बोलत होती की मागे वळून पाहताना केवळ आपण आईच्या दृष्टीने योग्य वागलो असं न वाटता, 'आपण नवऱ्याच्या दृष्टीने बरोबर वागलो.' असंही तिला वाटायला हवं होतं. तिच्या जीवनाच्या केंद्रभागी तिला एक टिकाऊ विवाह हवा होता. असा विवाह जो त्याच्या भागांच्या बेरजेपेक्षा मोठा होता.

'मी तुझ्यावर प्रेम करते, कार्ल.' नॅन्सी अचानक निश्चयाने बोलली. 'तू' माझं जीवन आहेस. मला कळत नाही, मी एक पत्नीही असताना स्वतःचा विचार एक मुलगी म्हणून का करते.'

दुसऱ्या दिवशी नॅन्सी तिच्या आईला भेटायला गेली नाही, पुढचे तीन दिवस गेली नाही आणि शेवटी जेव्हा ती गेली तेव्हा जणू काही झालंच नाही अशा तऱ्हेने आईने तिचं स्वागत केलं. नॅन्सीने आईला वर्तमानपत्र वाचून दाखवलं आणि एक तासभर वगैरे त्या दोघींनी हवा-पाण्याच्या, तिला अजून आठवत असलेल्या शेजाऱ्यांच्या, नॅन्सीच्या मुलाबद्दल आणि नव्या सुनेबद्दल गप्पा मारल्या. निघताना नॅन्सी मृदूपणे म्हणाली, 'आई, तू मला फार आवडतेस.'

'तूसुद्धा मला फार आवडतेस.' आईनेही त्याच स्वरात उत्तर दिले.

आत्ता अलीकडेच मी नॅन्सीची खबरबात घेतली. तेव्हा नॅन्सी, कार्ल आणि इतर कुटुंबीय मंडळी त्यांच्या वार्षिक नाताळाच्या चॉकलेट लपेटलेल्या मार्शमेलोज आणि प्रेट्झेलच्या करंज्या भरत होते. पार्श्वभूमीवर चाललेल्या गजबजाटावरून कळत होतं की, या जोडप्याचं आयुष्य पुन्हा स्थिरावलं आहे.

माझा अंदाज बरोबर आहे का असं मी नॅन्सीला विचारलं तेव्हा ती म्हणाली, 'आम्ही आमचा संसार जरा बाजूला ठेवला होता, पण आता तसं काही नाही.' आणि मग जणू हा विचार पूर्ण करावा असा तिच्या हसण्याचा आवाज झाला. 'राजा प्लीज.' मला तिचं बोलणं ऐकू आलं, 'आधी तुझा हात त्या चॉकलेटांमधून बाहेर काढ बरं.'

मीलननृत्य

आता १०-१०-१० हे फक्त सुस्थापित संसारांनाच लागू आहे, असं चित्र

मला उभं करायचं नाही. नवी नाती उभारताना आणि आकार घेताना त्याने तितकीच विधायक भूमिका निभावलेली मी तितक्याच वेळा पाहिली आहे. शेवटी कुठल्याही नात्याची सुरुवात ही किती गुंतागुंतीची रचना असते. आधी भुलवणं असतं किंवा 'अरे, ही पाहा माझी चांगली बाजू.' भाग असतो. आधी दोघंहीजण आपल्या जवळच्या सर्वोत्कृष्ट गोष्टी सर्व शक्तीनिशी मिरवत, पिसारा पूर्ण फुलवलेले मोर बनतात. मग 'शोधकाळ' येतो. जेव्हा आपण दुसऱ्याच्या सर्वोत्कृष्ट स्वरूपातलं किती नि काय खरं आहे, याचा वास घेत असतो. प्रेमाच्या सुरुवातीच्या पायऱ्यांवर मनोराज्य करण्याचा एक भाग असतो. जेव्हा दोघेहीजण आपलं नातं कसं असेल आणि तेवढ्याच महत्त्वाचं म्हणजे आपले मित्र, कुटुंबीय त्याला कसा प्रतिसाद देतील याची कल्पना करतात आणि शेवटी वाटाघाटी असतात, ज्यात नात्यांचे प्रकार, जवळिकीची खोली, वचनातली दृढता, नियंत्रणाचा समतोल यांची चर्चा होते. ते तपासले जातात आणि अखेर स्थिरावतात.

याला 'मीलननृत्य' उगीच नाही म्हणत.

आणि यासाठी अगदी पढिक पंडित बनण्याची गरज नाही. बहुतेक जोडप्यांमध्ये घडतं ते सुरुवातीला एकमेकांभोवती चकरा मारणं, गुंफणं, छेडछाड, खोड्या करणं, मिरवणं आणि तपासून पाहणं, परीक्षा घेणं हे अत्यंत मौजेचं आणि महा विनोदी असू शकतं, पण या सगळ्या थरारानंतरही या मीलननृत्यात काही त्रुटी राहतातच. अनेकदा हे फक्त दिसणं-वागणं-बोलणं एवढ्यापुरतंच असतं. त्यात ठोक विचारांचा किंवा मूल्यं तपासण्याचा भाग फारसा आलेला नसतो. ती धांदल आणि भिरभिर यांच्यावर पूर्णपणे काबू कुणीच आणि कशानेच मिळवू शकत नाही, पण एकमेकांना जाणून घेण्याच्या प्रक्रियेत १०-१०-१० दोन्ही पक्षांना जागेवर आणू शकते.

पुन्हा सुरुवात – सायबर विश्वात

मिडवेस्टभर सतत नोकऱ्या बदलणाऱ्या, दोन कवींच्या मुलीला – हाईडीला तिच्या पहिल्या खऱ्या घराची ओळख तेराव्या वर्षी झाली, जेव्हा तिचे वडील एकदा लिबरल आर्ट कॉलेजमध्ये शिक्षकाच्या नोकरीत पोहोचले. ही शांतता फार काळ टिकली नाही. दोन वर्षांनी तिची आई स्तनाच्या कर्करोगाने वारली आणि तिच्या शोकाकुल वडिलांनी ती नोकरी सोडली आणि हाईडीसह ते पुन्हा रस्त्यावर आले.

अठरा वर्षांची असताना, तेल पोहोचवणाऱ्या जीरोमशी हाईडची ओळख झाली. थोड्या प्रियाराधनानंतर दोघांनी लग्न केलं आणि सेंट लुईस बाहेरच्या एका तळघरातल्या अपार्टमेंटमध्ये ते राहू लागले.

त्यांची सुरुवातीची वर्ष बऱ्यापैकी सुखात गेली, पण हळूहळू जीरोमचं वागणं विक्षिप्त होऊ लागलं. काही दिवस तो तंद्रीत असायचा, तर कधीकधी किरकोळ कारणावरून हाईडीवर आरडाओरडा करत असे. थोडा काळ हाईडीला शंका आली की त्याला लग्नामुळे जखडल्यासारखं वाटत असावं, पण जीरोमचे 'मूड' बंद होतील म्हणून दोन वर्ष व्यर्थ वाट पाहिल्यानंतर दोघं डॉक्टरांकडे गेले. निदान होतं ॲड्रिनोल्युकोडिस्ट्रोफी. मेंदूचा एक आनुवंशिक विकार जो सहसा त्याच्या सावजाला लहान असतानाच पकडतो, पण क्वचित मोठ्या माणसांनाही होऊ शकतो. सात वर्षांच्या कठीण काळानंतर जीरोम वारला.

काही महिने गेल्यानंतर हाईडीने पुन्हा सुरुवात करायचं ठरवलं आणि ती राज्याच्या दुसऱ्या टोकाला असलेल्या एका लहान गावात पुन्हा सार्वजनिक माध्यमिक शाळेत शिक्षिकेचे काम करण्यासाठी गेली. हे काम आपल्या आवडीचं आहे हे तिच्या लगेचच लक्षात आलं, पण दररोज दिवसाच्या शेवटी तिला एकटं वाटायचं, एकटेपणाची भावना तिला घेरून टाकायची. चार लोकांत मिसळण्यासारखी जागा तरी कुठे होती? कुणाशी तिची गाठ पडायची तरी कशी? मोजके सडे पुरुष असलेल्या त्या पेंगुळवाण्या गावात ती प्रसिद्ध व्यक्ती होती. हाईडीला वाटायचं, समाजात तिला कधीसुद्धा डेटिंग करता यायचं नाही.

एका रात्री उशिरा, ती चक्क इंटरनेटवर जोड्या जुळवण्याचं संकेतस्थळ बघत होती. बऱ्याच 'पहिलटकरां'प्रमाणे हाईडीलाही प्रचंड उत्सुकता, कुतूहल वाटत होतं आणि बिचकायलाही होत होतं. 'मी नाही हे करू शकत.' ती मनात म्हणाली.

की करू शकते?

हाईडीने सगळं आयुष्य इकडे-तिकडे भरकटलं जाण्यात, एकटं वाटण्यात आणि संकटांशी सामना करण्यात घालवलं होतं. आता वयाच्या सत्ताविसाव्या वर्षी विधवा होऊन तिचा जीव जोडीदारासाठी तळमळत होता, असं कुणीतरी जवळचं ज्याच्यासोबत एकत्र आयुष्य उभारण्याची बांधिलकी ती वाटून घेऊ शकेल.

१०-१०-१०ची अगदी लवकरच वापरकर्ती झालेल्या हाईडीने प्रेमाचा शोध ऑनलाइन घ्यावा का? यासाठी ही प्रक्रिया वापरायचं ठरवलं.

१० मिनिटांत, हाईडीनं मनाला सांगितलं ऑनलाइन डेटिंग जरा संकोचाचं, बुजलेपणाचं आणि कदाचित व्यर्थ ठरेल. तिला कदाचित नकार मिळू शकतो आणि मग तिला पूर्वीपेक्षा अधिक एकटं वाटेल.

१० महिन्यांत, तिने कदाचित ऑनलाइन डेटिंग बंद केलं असेल, कारण त्याचा काही उपयोग होत नाही किंवा मग अवघड सामने टाळायला ती शिकली असेल. कदाचित या सगळ्या प्रकरणाबद्दल तिला एक मोठा विनोद वाटू लागेल.

आणि १० वर्षांत, हाईडीने विचार केला, तिने प्रयत्नच केला नाही म्हणून ती

एकटीच राहिलेली असू शकते किंवा ती नशीबवान ठरून तिच्या प्रेमाच्या पुरुषाबरोबर असू शकत होती. बाकी फारसे पर्याय नसताना ऑनलाइन डेटिंग हे सोडून देण्यासारखं वाटेना. तिला एकदा प्रयत्न करून बघायलाच हवा होता.

१० महिन्यांनी, जोडीदार सोडून गेलेल्या व्यक्तींसाठीचा मेसेज बोर्ड पाहताना हाईडीला 'बीन देअर डन दॅट' या टोपणनावाचा एक विधुर भेटला. रॉबर्ट पंचेचाळिशीचा होता. निराश आणि सौम्य. त्याला एक टीनएजर मुलगा होता आणि कवितेचं वेड होतं. तो आणि हाईडी एकमेकांना ईमेल पाठवू लागले. मग फोन करू लागले, मग भेटू लागले. प्रत्येक भेटीच्या वेळी हाईडी १०-१०-१०च्या वेळी सापडलेल्या मूल्यांचं स्मरण ठेवायचा प्रयत्न करत होती. ती आणि रॉबर्ट 'एकमेकांचा शोध' घेत असताना ती प्रामाणिक राहत होती. इतकी वर्ष प्रेमाची वाट पाहिल्यावर आता उगीच खेळ खेळून तिला त्याची किंमत कमी करायची नव्हती.

आज, हाईडी आणि रॉबर्टने लग्न केलेलं आहे आणि ते रॉबर्टच्या मूळ कॅनडात त्यांच्या छोट्या मुलीला वाढवत आहेत. ती एकदा मला म्हणाली, तिच्या १०-१०-१० निर्णयाला पुरती पाच मिनिटंही लागली नाहीत, पण प्रेम शोधण्यासाठी सायबरविश्वात फिरताना, तिच्या मूल्यांशी प्रामाणिक राहण्याची आठवण करून देत १०-१०-१०ने तिच्या स्वतःतलं आयुष्य साक्षात मिळवून दिलं.

सावधान!

१०-१०-१० प्रत्येक वेळी प्रत्येक नातेसंबंध वाढवून विवाहापर्यंत पोहोचवतो असा समज करून घेणं किंवा देणं चुकीचं ठरेल. कधीकधी, खरंतर ही प्रक्रिया नात्यात धोक्याच्या रेषा नजरेस आणू शकते आणि असं करताना दोन्ही जोडीदारांना सावधान होऊन पुढे जाण्याचा संदेश देतो.

ब्लेअर आणि आंद्रे यांची जोडी सुरुवातीपासूनच जरा असंभव होती. त्यांची जेव्हा कॉलेजमध्ये ओळख झाली तेव्हा ब्लेअर कलेच्या इतिहासात मेजर होती. तिचं प्राधान्य होतं नोकरी. एक नोकरी – न्यूयॉर्क परिसरात मिळवणं जेणेकरून तिला तिच्या थकत चाललेल्या आईवडिलांजवळ राहता येईल. 'विज्ञान' हा आंद्रेचा श्वास होता आणि त्याने त्याच्या भविष्याचं चित्र अगदी तपशीलवार रेखाटलं होतं. ऑन्कॉलॉजी – कॅन्सर उपचारशास्त्रामध्ये पीएच्.डी.– जी त्याला प्रतिष्ठेच्या वैद्यकीय संशोधनाकडे घेऊन जाईल.

त्यांच्या भिन्न रुचींच्या निरपेक्ष पदवीपर्यंतची दोन वर्ष आंद्रे आणि ब्लेअर फक्त एकमेकांशी डेटिंग करत होते. कॉलेज संपल्यानंतर दोघांनाही मॅनहॅटन परिसरात नोकऱ्या मिळाल्या. मानवी हक्कांसंदर्भात विशेष काम करणाऱ्या एका वकिलीच्या

फर्ममध्ये स्वागतिका म्हणून ब्लेअर काम करू लागली. आंद्रे एका रुग्णालयाच्या प्रयोगशाळेत वरिष्ठ संशोधक म्हणून काम करू लागला. कॉलेजमध्ये होते त्यापेक्षा त्यांचं नातं थोडं अधिक प्रगल्भ होऊन चालू राहिलं होतं आणि एक दिवस आंद्रेच्या वरिष्ठांनी त्याला टोकियो रुग्णालयाची शिष्यवृत्ती देऊ केली.

'बॅगा भर.' आंद्रेने ब्लेअरला ईमेल केली, 'आपण जपानला चाललो आहोत.'

ब्लेअर सुन्न झाली. हा काय अध्याहृत असा लग्नाचा प्रस्ताव होता? आणि तसा जर तो असेल तर तिला तो स्वीकारावासा वाटत होता का? जर हा विवाहाचा प्रस्ताव नसेल, तर आंद्रेच्या मनात काय होतं? आंद्रेबरोबरच्या या क्षणिक आणि निनावी नात्याचा तिला किती त्रास होत होता याची अचानक ब्लेअरला जाणीव झाली. हे त्याच्याशी बोलण्याचा मार्ग शोधण्यासाठी ती तळमळू लागली.

पण प्रथम तिच्या लक्षात आलं की तिला आंद्रेकडून आणि जीवनाकडून काय हवं आहे, ते अगोदर ठरवायला हवं होतं.

ब्लेअरला वकिलांच्या कार्यालयातलं तिचं काम आवडू लागलं होतं. ब्लेअरचा बॉस पूर्वी कॉर्पोरेट ॲटर्नी होता आणि आता शिगावर येणाऱ्या केसेस घेऊन तो आपलं तीस वर्षांचं करिअर पणाला लावत होता. त्याच्याबरोबर कोर्टात जाऊन जाऊन ब्लेअरच्या लक्षात आलं होतं की ती सामाजिक न्यायाच्या कल्पनेत खूपच गुंतत जात होती. सामाजिक न्यायाचं काम करण्यासाठी तिला कायद्याच्या वर्गांना जाण्याची इच्छा होती आणि तिच्या अर्जाच्या प्रक्रियेला हरप्रकारे मदत करण्याचं आश्वासन तिच्या बॉसने तिला दिलं होतं.

त्याच कार्यालयात वकील असणाऱ्या एका कामकाजी आईनं ब्लेअरला १०-१०-१०ची ओळख करून दिली होती आणि त्या दिवशी आंद्रेची ई-मेल मिळाल्यानंतर तिने १०-१०-१०च्या मदतीने तिचा प्रश्न सोडवायचा ठरवलं. तिने आंद्रेबरोबर जपानला जावं का?

सुरुवात करताना ब्लेअरने एक तक्ता करून १० मिनिटे, १० महिने आणि १० वर्ष यासाठी चौकटी आखल्या. त्या प्रत्येक चौकटीत काम, प्रेम आणि कुटुंब असे तीन उपविभाग पाडले. मग तिने मूल्य म्हणून काम, प्रेम आणि कुटुंब यांचा प्राधान्यक्रम लावला. पूर्वी तो क्रम कुटुंब-प्रेम-काम असा होता, आता तिच्या लक्षात आलं की, तो बदलून तिने काम-कुटुंब-प्रेम असा लावला होता.

त्यानंतर त्या प्रक्रियेने अगदी सहजपणे ब्लेअरला अगदी स्पष्ट, अजिबात धूसर नसणाऱ्या तात्पर्याकडे नेलं. तिचं करिअर पुढे नेण्यासाठी आणि तिच्या आईवडिलांची त्यांना आवश्यक त्या दक्षतेने काळजी घेण्यासाठी ती न्यूयॉर्कमध्येच राहू इच्छित होती. तिला आंद्रेबरोबरचा संबंध संपवायचा होता असं नाही. टोकियोमधील त्याच्या शिष्यवृत्तीने तिचंही मन अभिमानाने भरून गेलं होतं, पण हा संबंध पुढे

वाढवायचा असेल, तर त्याच्या अटी स्पष्टपणे जाणून घेण्यात त्याचा सहभाग आवश्यक होता.

'माझा निर्णय ही काही निर्वाणीची अट नव्हती आणि हेच मला १०-१०-१०च्या प्रक्रियेत अतिशय आवडलं.' ब्लेअरने मला सांगितलं, 'तो जात आहे यात मला आनंदच होता. मी इथेच राहत आहे यातही मला आनंद होता आणि शेवटी आमच्या भविष्याबद्दल गंभीरपणे आम्ही प्रथमच एकमेकांशी खराखुरा संवाद करू शकलो.'

'या भविष्यात लग्न होतं का?'

ब्लेअरने मला सांगितलं की तिला खात्री नव्हती, 'काहीही घडलं असतं तरी मला वाटतं १०-१०-१० मुळे आम्हाला बोलण्यासाठी एक समान भाषा मिळाली.'

आपल्या आवडत्या गोष्टींकडे दुर्लक्ष न करता किंवा 'काय ते नंतर बघू' असं न म्हणता तिच्या मूल्यांसाठी जीवनातील कोणत्या निवडी सर्वोत्तम ठरतील हे ठरवण्यासाठी ब्लेअरने १०-१०-१० वापरली होती. खरोखर एखाद्या विसंगतीला चकचकीत बनवून त्यात सुख शोधण्याच्या मोहावर तिने विजय मिळवला होता. नुसतं काहीतरी घडेल – काळ जाईल, नोकरी, हिऱ्याची अंगठी, बाळ – आणि मग अनिश्चितता दूर होईल असं मानण्याच्या मोहावर तिने विजय मिळवला होता.

कारण तसं प्रत्यक्षात कधी घडत नाही.

लुलू नावाची बाई

माझं पहिलं काम हे अशा चकचकीतपणातून आणि त्याच्या जोडीने येणाऱ्या वेगातून जन्माला आलं होतं. माझा नवरा आणि मी यांची हायस्कूलमध्ये ओळख झाली आणि आम्ही कित्येक वर्षं सोबत होतो, पण रॉक्सी म्युझिकच्या 'ॲव्हलॉन' या गाण्याव्यतिरिक्त आमची एकही आवड सामाईक नव्हती. (मी अजिबात अतिशयोक्ती करत नाहीये. हे आणखीच दु:खाचं.) आम्ही बोहल्यावर चढलो तेव्हा आमच्यापैकी कुणीही पंचवीस वर्षांचंही नव्हतं, पण आम्हाला कुणीही धोक्याचा इशारा दिला नाही – निदान आम्हाला ऐकायला येण्याइतपत! माझी आई मला नंतर म्हणाली, 'तुम्ही काय करताय याची तुम्हाला अगदी खात्री होती असं वाटायचं.'

आम्हाला कसली खात्री वाटत होती हे मला आजपर्यंत कळले नाही, पण मला एवढं मात्र नक्की कळलंय की तुम्ही जर चुकीच्या कारणांसाठी लग्न केलं तर यथावकाश ती तुमचा गळा पकडतातच.

एखादं लग्न किंवा नातेसंबंध मोडण्याचं कारण काहीही असलं तरी जीवनातल्या या सर्वांत दु:खदायी बदलामध्ये १०-१०-१० उपयोगी पडू शकते, काही ज्ञान

देऊ शकते, चर्चा घडवून आणू शकते आणि शांती देऊ शकते.

२०००मध्ये वसंतातल्या एका शनिवार-रविवारी माझा नवरा आणि मी, आणखी तीन जोडपी आणि आमची मुलं यांसह माऊंट लाफायेतवर चढाई करण्यासाठी गेलो. हवा उबदार होती. झाडांना नवी पालवी फुटली होती आणि आमची योजना अशी होती की काही तास चढायचं मग एक मोकळी जागा बघून जेवायचं. तिथे कामामुळे मागे अडकलेला आमचा मित्र रॉन आम्हाला येऊन मिळेल.

तीन वाजले. आमच्या भेटीच्या ठरलेल्या वेळेनंतर दोन तास होऊन गेले. रॉन उगवला नव्हता. त्याची बायको लेस्ली भयंकर अस्वस्थ झाली होती. 'रॉनला अंधारात चढायला लागू नये म्हणजे झालं.' तिने बोलून दाखवलं.

तेवढ्यात कुणालातरी रॉन डोंगरावर पळत चढत येताना दिसला. त्याची जड रकसॅक वर आली, हिंदकळत होती. लेस्लीलाही तो दिसला आणि क्षणार्धात ती त्याच्या दिशेने पळत सुटली. 'रॉन.' ती ओरडली. तिच्या आवाजात आनंद काठोकाठ भरला होता. 'तू आलास!'

'लुलू, मी आलो.' त्याचा प्रतिसाद आम्हा सर्वांना ऐकू आला.

त्यांची गळाभेट पाहायला नको म्हणून मी पाठ वळवली.

काही तासांनी आम्ही तंबू ठोकले. दोनशे यार्डावर एक खडकांची ओळ शोधून मी त्यावर जाऊन बसले. संधिप्रकाशात लाल गुलाबी रंगात झळकणाऱ्या पर्वतांचं दृश्य मी अनुभवत होते. ते लाखो वर्षं जुने होते आणि अनंत काळापर्यंत तसेच असणार होते. मी चाळीस वर्षांची होते. जीवन निसटून जात होतं, माझ्या उरलेल्या काळाचं मी काय करणार होते?

दुसऱ्या एखाद्या स्त्रीने त्या संध्याकाळी काही वेगळा निर्णय घेतला असता, पण माझ्यासमोर काही पर्याय आहे असे मला वाटेना. माझ्या अगदी खोल गाभ्यात माझा विश्वास होता की फसवणुकीच्या स्थितीत कुणीही अर्थपूर्ण आयुष्य जगू शकत नाही आणि मला हेही माहीत होतं की मला ज्याची अत्यंत ओढ होती ती खोलीतली 'तिसरी शक्ती', दोन व्यक्तींचं जेव्हा त्याच्यापेक्षा त्यांच्या विवाहावर अधिक प्रेम असते तेव्हा निर्माण झालेली पवित्र गोष्ट ही माझा नवरा आणि मी यांच्यात कधीच घडू शकणार नव्हती.

तोपर्यंत माझं प्राधान्य होतं ते मुलांचं संरक्षण करणं, त्यांना मार्गदर्शन करणं, त्यांचे स्वत:चे निरामय जीवन जगण्यासाठी त्यांना तयार करणे याला. याच जबाबदारीमुळे मला घटस्फोट नेहमी अशक्यप्राय वाटायचा, पण त्या दिवशी त्या पर्वतावर बसलेली असताना मला एकाएकी जाणवलं की खोटेपणाने जगताना मला एक चांगली आई होता येत नाहीये. मी कशा प्रकारचा चांगला आदर्श

यांच्यासमोर ठेवत होते? जेव्हा माझ्याचजवळ आशा, मृदुता आणि संवाद नसेल तर हे मी मुलांपर्यंत कसं पोहोचवणार?

माझी हवाईची सहल चार वर्षांपूर्वी घडून गेली होती आणि १०-१०-१० ही एक प्रक्रिया म्हणून माझ्यासाठी अजूनही नवी होती, पण माझ्या आयुष्यातला सर्वांत महत्त्वाचा निर्णय घेण्यासाठी त्या क्षणी मी त्याच प्रक्रियेकडे वळले.

१० मिनिटांत, मला समजलं की मुलं जेवणाच्या टेबलावर रिकाम्या खुर्चीला, रिकाम्या कपाटाला, चर्चमधल्या आमच्या बाकावरच्या रिकाम्या जागेला कसा प्रतिसाद देतील...! त्यामुळे दुःख आणि संदेह-गोंधळ अंगावर कोसळणार आहेत. ही बातमी आईवडिलांना कशी सांगावी याचाही मला विचार पडला. जवळपास सोळा वर्ष ते संसारातली माझी धडपड पाहत होते आणि सोडून न देण्याबद्दल मला गळ घालत होते आणि कामावरच्या माझ्या सहकाऱ्यांना मी कसं तोंड देणार होते? मी उत्साही आणि आत्मविश्वासपूर्ण असणं अपेक्षित होतं. मी ते रेटून नेऊ शकले असते का?

माझे विचार १० महिन्यांच्या दृश्याकडे वळले. तोवर गोष्टी अधिकच बिघडलेल्या असतील, हे मला माहीत होतं. वास्तव मुलांच्या पचनी पडलेलं असतं आणि सर्व घटस्फोटांप्रमाणे इथेही कायदेशीर आणि आर्थिक कुस्ती लागली असती, हेही नक्की. शांततापूर्ण 'इस्टेटीची वाटणी' मला कधीच बघायला मिळालेली नाही.

पण तरी १० वर्षांत मी खरंखुरं जीवन जगायला सुरुवात केलेली असती, असं मी ठरवलं. ते असेल किंवा मी कुठे असेन याची मला सुतराम कल्पना नव्हती, पण ते सच्चं असेल याची खबरदारी मी निश्चितच घेतली असती आणि मनोमन मला माहीत होतं की माझ्या नवऱ्यालाही त्याच्याबद्दल असंच वाटत असेल.

काही रात्रींनंतर शांतपणे बोलून आम्ही घटस्फोट घ्यायचं मान्य केलं.

माझी प्रत्येक भीती खरी ठरली. माझी आई फार दुःखी झाली. मित्रांनी माझी किंवा माझ्या नवऱ्याची निवड केली. मी कामामध्येही खूप धडपडले. वैयक्तिक पानिपत झालंच नाहीये असं दाखवत राहिले.

पण मुलांची चलबिचल एकदाही झाली नाही. मी त्यांना माझ्या १०-१०-१० निर्णयात बोट धरून नेऊन आणलं आणि लहान मुलांना जेवढं समजू शकेल तेवढं त्यांना समजलं. एकदा तर मी माझ्या मुलीला सोफियाला खेळताना मैत्रिणीला सांगताना ऐकलं, 'माझ्या आईला खोटा दिखावा बिलकूल झेपला नसता. निर्णय घेणं तिला भाग होतं.'

त्या सगळ्या दरम्यान माझा मार्गदर्शक बनल्याबद्दल मी १०-१०-१०ची कृतज्ञ आहे. त्याशिवायही माझं लग्न यथावकाश तुटलंच असतं, पण बहुतेककरून

अशा मार्गाने – जो मी निवडला नसता.

ग्रेप बबलगमचा पुडा

२००२ मध्ये ईस्टरच्या दुसऱ्या दिवशी माझ्या मनाला मार्गदर्शन करण्यासाठी पुन्हा १०-१०-१० उपस्थित होती.

तोपर्यंत जॅक आणि मी प्रेमात आकंठ बुडालो होतो, पण सौम्यच शब्दात सांगायचं तर परिस्थिती गुंतागुंतीची होती. आम्ही वेगवेगळ्या शहरांत राहत होतो. निदानालस्तीच्या, कलंकाच्या धुक्यात मी नुकतीच नोकरी सोडली होती आणि त्याशिवाय माझी चार मुलं, एक महाकाय कुत्रा आणि इवली मांजर यांचा एक लहानसा विषय होता. आम्ही सगळे कुठे राहणार होतो? प्रत्येक जण प्रत्येकासोबत किती वेळ देऊ शकणार होता? आमचं कुटुंब कशा प्रकारचं असणार होतं?

अशा प्रकारचे मुद्दे नुसतं बोलून, संभाषण करून निकाली निघत नाहीत. ते भेटी-गाठी, विचार-विनिमयातून स्थिरावतात आणि त्यामुळे त्या शनिवार-रविवारी जॅक आणि मी मुलांना घेऊन वेलफ्लीटच्या मासेमारीच्या गावी गेलो. तिथे माझ्या आईवडिलांचं जुनाट घर रिकामं उभं होतं. पहिल्यांदा सगळं खूप छान वाटत होतं. आम्ही अंडी रंगवली. चर्चमधल्या सर्व्हिसला हजेरी लावली आणि मी तासन्तास खपून ज्याची तयारी केली होती त्या कँडल लाइट डिनरसाठी बसलो. लवकरच माझ्या लक्षात आलं की मुलं जरा – कसं सांगू – चेकाळल्यासारखी करत होती. माझ्या आयुष्यात कुणी पुरुष असण्याची त्यांना सवय नव्हती आणि माझं लक्ष विभागलं जाणं त्यांना आवडतंय की नाही हे त्यांना कळत नव्हतं.

दुसऱ्या दिवशी मला एका मस्त कल्पनेने जाग आली, की आम्हाला एका लांब फेरफटक्याची काय ती गरज होती. आम्ही गाडीत बसलो आणि बंदरावर गेलो, पण या सफरीतून मला अपेक्षित मलम मिळालं नाही. मुलगे दंगामस्ती करत होते आणि मुली टीव्ही शो वरून वाद घालत होत्या.

घरी परतताना जॅकचे केस ताठ उभे राहत असलेले मला जाणवत होते. त्याच्या मनात काय चाललंय ते मला कळत होतं, 'या बाईवर माझं प्रेम आहे, पण असली अवलक्षणी कार्टी मी मागितली नव्हती.'

आणि त्याच्याशेजारी बसून मी विचार करत होते, 'ही मुलं माझी लाडकी आहेत, पण या माणसाला गमावणं हे मात्र व्हायचं नाही.'

त्याच क्षणी जॅकला हायवेवरचं एक दुकान दिसलं आणि तो त्याच्या पार्किंग लॉटमध्ये घुसला. 'मला थोडा गम हवाय.' तो आम्हाला म्हणाला. त्याला खरं म्हणजे मागच्या सीटवर चाललेल्या गोंधळातून जरा ब्रेक हवा होता.

'ये लवकर!' तो गाडीतून बाहेर पडताना मी उत्साहाने म्हटलं.

जॉक दृष्टीआड होईपर्यंत मी थांबले आणि मग गर्रकन मागे वळून मुलांना सामोरी झाले. माझ्या चेहऱ्यावरचे भाव त्यांनी मला नंतर सांगितले की 'भ्रमिष्टा' सारखे होते.

माझ्या सर्वांत जवळच्या पोराच्या शर्टाची कॉलर मी पकडली. तो मार्क्स होता. आज तो एक सुरेख उंचापुरा टीनएजर आहे. त्याच्या शाळेचे सल्लागार त्याला 'पोरांमधला सभ्य गृहस्थ' म्हणतात, पण त्या काळात तो तासचे तास बदकासारख्या आवाजात बोलू शकणारा एक आठ वर्षांचा मस्तीखोर पोरटा होता. तो त्या दिवशी माझ्या हाताच्या कक्षेत असावा हे त्याचे दुर्दैव होतं.

'नीट ऐका, तुम्ही सगळेजण.' मार्क्सच्या शर्टवरची पकड घट्ट करून मी फिस्कारले. 'तुमचं काय चाललं आहे ते मला कळत नाही असे समजू नका. तिकडे बसून दंगा, आरडाओरडा करत एकमेकांच्या खोड्या काढत एखाद्या प्राण्यांच्या कळपासारखं वागताय, तुम्ही जॉकला घाबरवून पळवून लावताय हे मला समजत नाहीये असं वाटतंय तुम्हाला? हो का? मी मूर्ख नाहीये हे लक्षात ठेवा.'

चारही मुलं प्रचंड धक्का बसलेल्या अवस्थेत माझ्याकडे पाहत असताना जॉक अजून दुकानातच आहे याची खात्री करायला मी दुकानाकडे नजर टाकली. वेळ फार थोडा होता.

'एक गोष्ट नीट समजून घ्या.' मी पुन्हा माझ्या सक्तीच्या श्रोतृवर्गाकडे वळले आणि घाईने बोलू लागले. 'मी ज्याच्यावर प्रेम करते असा माणूस मला शेवटी मिळाला आहे. ज्याच्याबरोबर राहण्यासाठी माझा जन्म झाला आहे असा माणूस मला सापडला आहे आणि आपण यात राडा करू असं जर तुम्हाला वाटत असेल तर ती तुमची चूक आहे. जॉक आणि मी यापुढे एकसंघ असणार आहोत. आम्ही एकत्र आहोत.'

मी एक खोल श्वास घेतला. 'मी जे करते आहे ते आपल्या सगळ्यांसाठी उत्तम आहे.' मी त्यांना म्हटलं, 'आपल्या जीवनाचा एक नवा नियम मी तुम्हाला सांगते आहे.'

आणि मग मी तो ओरडून सांगितला.

त्याच क्षणी गाडीचे दार उघडलं.

'कुणाला ग्रेप गम हवाय?' जॉकने उत्साहाने विचारले.

मी मार्क्सचा शर्ट सोडून दिला आणि एक भलं मोठं हसू चेहऱ्यावर चिकटवून मी जॉककडे वळले. 'नको, थँक्स.' मी चिवचिवले, 'मुलांनो?'

मागच्या सीटवर भीषण शांतता होती.

इथे तुम्हाला एक गोष्ट सांगायला पाहिजे. दोन दिवसांनी जेव्हा मी दुकानापाशी

गाडीत काय शिजलं ते माझ्या बहिणींना सांगितलं, तेव्हा त्या अगदीच अस्वस्थ झाल्या. 'तुझं चुकतंय, सुझी.' त्या ओरडल्या. 'कुणीही पुरुष तुझ्या मुलांच्या आधी येऊ शकत नाही!'

'मी जॅकला पुढे आणत नव्हते.' मी त्यांना दुरुस्त केलं. 'मी आमच्या नव्या कुटुंबाचा नियम सांगत होते.'

त्या वेळी, १०-१०-१०ची शक्ती समजून त्यावर विश्वास बसून ती मी वापरत होते. त्याचमुळे त्या सत्याच्या क्षणी जॅक ग्रेप गम विकत घ्यायला गेलेला असताना, ती माझी वाट पाहत तिथे होतीच. खरं म्हणजे त्या दिवशी मी माझा १०-१०-१० निर्णय शून्य वेळात केला होता. त्याला कागद पेनाची गरज नव्हती. ते सगळं माझ्या डोक्यात आहे, मी ते तीन नॅनो सेकंदात केलं होतं.

१० मिनिटे, १० महिने आणि १० वर्षांत 'तिसऱ्या शक्ती'पेक्षा अधिक मोठी अशी माझी किंवा आणखी कुणाची गरज, इच्छा असणार नव्हती. तिसरी शक्ती – जॅक आणि मी यांची एकत्रित मोठी बेरीज.

निवड झालेली होती.

'मग, काय चाललंय इकडे?' गाडीतल्या बदललेल्या वातावरणाने आणखी भांबावलेल्या जॅकने विचारले.

'ओह, काही नाही.' मी ग्वाही दिली.

'काही नाही?' त्याने पुन्हा विचारले.

शांततेचा आणखी एक लांब क्षण गेला. मग मार्क्सने तोंड उघडले. 'आईने आम्हाला नवीन नियम सांगितले.' तो बरळला. तो वेडा झाला नव्हता. तो बचावात्मक बोलत नव्हता. तो फक्त गडबडला होता, आत्ता तो – हे लक्षात घेतलं पाहिजे – बदकाच्या आवाजात बोलत नव्हता.

'आई म्हणते आता 'फक्त ती' असणार नाही.' त्याने अहवाल दिला, 'आता ती आणि तुम्ही एकत्र असणार आहात.'

जॅकला अगदी आनंदाने जोरात हसू आलं. मग त्याने भुवया उंचावत माझ्याकडे पाहिलं आणि मी त्याच्याकडे बघून खरंखुरं हसले. आमच्यात एका शब्दाचीही देवाणघेवाण झाली नाही, पण त्याच्या चेहऱ्यावरच्या भावांवरून मला कळलं होतं की त्याच्या गैरहजेरीत काय घडलंय हे कुठेतरी त्याला समजलं होतं आणि त्याला माझ्याबद्दल कृतज्ञता वाटत होती. मी जे आव्हान दिलं होतं आणि सर्वांत महत्त्वाचं म्हणजे मी जो निर्णय घेतला होता – जाणीवपूर्वक, टिकाऊ आणि खरा त्याबद्दल.

तिथे त्या शांत, एकमेकांसोबत असलेल्या आमच्यातल्या त्या पवित्र गोष्टीने आशेचा श्वास घेतला आणि ती वाढीस लागली.

कामामध्ये प्रतिष्ठा

कामासमवेत १०-१०-१०

या प्रकरणात १०-१०-१०च्या कामाच्या ठिकाणी असलेल्या शक्तीचा शोध घेतला आहे, पण वेळ वाचवण्यासाठी यापैकी एकही बाब खरी असल्यास हे प्रकरण गाळून तुम्ही पुढे जाऊ शकता.

१. तुमच्या कामाची तुम्हाला विशेष पर्वा नाही. म्हणजे आहे, पण एवढी नाही.

२. तुमच्या कामाची तुम्हाला पर्वा आहे, पण ते तुमच्या डाव्या हातचा मळ आहे.

३. कर्मचाऱ्यांच्या बैठकीत, कामाच्या परफॉर्मन्सच्या आढाव्याच्या वेळी, ग्राहकांबरोबर वाटाघाटी करताना तुम्हाला एकदाही असा 'अशरीरी' अनुभव आलेला नाही, जेव्हा तुम्ही विचारात पडलेले असता की, 'अरे देवा, मी हे काय करून बसले?'

४. जे रहस्य मी सोळा वर्ष जपलं त्या कामाच्या निर्णयात तुम्हाला मुळीच, अजिबात, खरोखर कणभरही स्वारस्य नाही.

५. मला कामावरून दोनदा डच्चू कसा मिळला याची माहिती मिळवण्यापासून तुम्ही केवळ तुमच्या अंगभूत चांगुलपणामुळे परावृत्त होत आहात.

यापैकी काहीही लागू होत नसल्यास पुढे वाचा.

पुढे वाचा, जर तुम्हाला तुमच्या कामाबद्दल प्रेम वाटत असेल, पण कधीतरी त्याची भीती वाटत असेल किंवा तुम्ही रोज तुमच्या नोकरीशी झटापट करत असाल आणि तरी दुसऱ्या दिवशी सकाळी लवकर उठून कामावर जावसं वाटत असेल. पुढे वाचा, जर तुमच्या कामात अधिक समाधान मिळवून देणाऱ्या प्रक्रियेच्या

तुम्ही गळ्यात पडू शकत असाल, तर तुमचे काम बशया विसळण्याचं आहे का कंपनी चालवण्याचे आहे याने काही फरक पडत नाही. जर त्यातून तुम्हाला समाधान आणि हेतू मिळत असेल, तर कुठलंही काम चांगलंच काम असतं.

तुम्हाला १०-१०-१० तिथे भेटेल.

१९७५ साली जेव्हा माझ्यावर पहिली कुऱ्हाड कोसळली तेव्हाच जर ते अस्तित्वात असतं तर!

'काम हे कर्तव्य आहे, समजलीस?'

गुन्ह्याचं स्थळ होतं वेलफ्लीट, केप कॉडमधील कंबरलँड फार्म्स सुविधा दुकान. अगदी याच दुकानाबाहेर त्यानंतर सत्तावीस वर्षांनी जॅक ग्रेप बबलगम आणण्यासाठी दुकानात गेलेला असताना माझ्या स्तंभित झालेल्या मुलांसमोर मी कौटुंबिक जीवनाचे नवे नियम पुकारणार होते.

पण तेव्हा मी दुकानात कॅशिअर म्हणून काम करत असताना एवढं धारिष्ट्य माझ्यात नव्हतं. बऱ्याचशा षोडशवर्षीयांना नसतं, पण मला पाठीचा कणा अंमळ कमीच होता. मला डच्चू मिळाला, कारण माझं माझ्या आईसमोर काही चाललं नाही. चतुर आणि इच्छाशक्ती असलेल्या तिच्यात अशी काही ताकद होती की, माझ्यासह तिच्याशी मुकाबला करण्याचा कुणी प्रयत्नही करत नसे.

माझी घसरगुंडी उजेडात यायला फक्त एक महिना लागला. दुकानाचे व्यवस्थापक श्री. अँटोनिओ स्किबेली – मोठ्या मिशावाले एक गोड स्वभावाचे इटालियन गृहस्थ होते. कुठल्याही सर्वसाधारण कर्मचाऱ्याप्रमाणे त्यांनी मला रोज नऊ ते पाच, आठवड्यातले पाच दिवस काम करायला सांगितले होते. दुर्दैवाने ज्या ज्या दिवशी हवा चांगली असेल तेव्हा मी बाकी कुटुंबाबरोबर बोटीवर जाऊन निळे मासे पकडावेत असा माझ्या आईचा आग्रह असायचा.

'पण आई, माझ्या नोकरीचं काय?' आम्ही दुकानावरून बंदराकडे जायला लागलो की मागच्या सीटवरून मी कुरकुरत असे.

'स्किबेलींना मी आवडते.' ती मजेत म्हणायची, 'ते समजून घेतील, कुटुंब प्रथम.'

श्री. स्किबेली माझ्या आईवर जरा मरत असावेत असं वाटायचं खरं. ज्या दिवशी मी कामावर पोहोचेन – सहसा तो पावसाचा दिवस असे – ती अगदी नक्की मला दुकानापर्यंत पोहोचवून त्यांच्या स्वाधीन करत असे आणि जाहीर करत असे, 'पाहा टोनी, सुझी आली आहे!' आणि त्यांच्या तोंडावर एक भले मोठे बालिश हास्य उमटायचं.

पण एका पावसाळी दिवशी मात्र मी तोंड दाखवलं नाही. तळघराची साफसफाई करायची असं माझ्या आईने ठरवलं आणि संतापून श्री. स्किबेलींचा माझ्या घरी फोन आला.

'दुकानात वेड्यासारखी गर्दी झाली आहे! ताबडतोब ये!' ते त्यांच्या तार स्वरात ओरडले. 'तुला मी कशाबद्दल पगार देतो असं तुला वाटतं?'

थरथर कापत मी आईला मला दुकानावर सोडण्याबद्दल विचारले, पण तिने अजिबात दाद दिली नाही. आपणच दुकानापर्यंत धावत जाण्याचा मी विचार केला. ते अर्धाच मैल तर दूर होतं, पण आईच्या त्यावरच्या प्रतिक्रियेची कल्पनाही मला सहन होईना. पराभूत होऊन मी तळघरात कचरा अन् अडगळ निवडत बसले.

दुसऱ्या दिवशी, हवा अजूनही ढगाळ होती आणि आईने शहरात जाण्याच्या वाटेवर मला दुकानापाशी सोडायचं कबूल केलं, पण मी जेव्हा दुकानात शिरले तेव्हा पोनीटेल बांधलेलं माझं मस्तक शरमेने खाली झुकलं होतं. श्री. स्किबेली बरसलेच माझ्यावर, 'इथे कशाला आलीस?' त्यांनी विचारलं.

'मी कामाला आले.' मी मुळमुळीत उत्तर दिलं.

'काम कशाशी खातात तुला माहीत नाही.' त्यांचा स्फोट झाला. 'काम म्हणजे कर्तव्य असतं, समजलीस? काम म्हणजे असं नसतं – मला वाटेल तेव्हा करीन, नाही तर नाही – असंच वागत राहिलीस तर तुझी एकसुद्धा नोकरी टिकणार नाही.'

'मला माहिती आहे. मला कळतंय.' मी विरोध करायचा मुळमुळीत प्रयत्न केला.

'चला!' श्री. स्किबेली माझ्यावर ओरडले, 'चालत्या व्हा! जा, जा, जा.'

मी गेले आणि मी तेव्हापासून श्री. स्किबेलींची क्षमा मागते आहे, मनातल्या मनात. अगदी सोळाव्या वर्षीसुद्धा काम ही माझ्यालेखी एक बांधिलकी, एक वचन होतं आणि त्याचा मान ठेवायला हवा होता, पण माझ्या विचारांप्रमाणे मी वागले नाही.

आपल्या आयुष्यातील दिवस

समाजशास्त्रज्ञांना बराच काळ असं वाटत आलेलं आहे की, काम हे आपल्याला दिशा आणि हेतू देणारं आणि आपल्या दिवसाच्या घडीचं प्रमुख तत्त्व असणारं, जीवनात आपली ओळख बनवण्याचं प्रमुख साधन आहे. बिझिनेस पत्रकार म्हणून माझे करिअर या सिद्धांतिला दुजोरा देणारंच आहे. वृत्तपत्रांची वार्ताहर आणि मासिकाची संपादक म्हणून मी संघटनांच्या सभागृहात आणि कारखान्यात 'शॉप फ्लोअर'वर, नवजात लघुउद्योगांमध्ये आणि बलाढ्य गगनचुंबी बोर्डरूम्समध्ये वेळ

घालवत होते. अक्षरश: प्रत्येक प्रसंगात मी बघत होते आणि ऐकत होते की काम म्हणजे लोक दिवसभर 'करतात' ते नव्हे, तर ते जे 'असतात' ते म्हणजे काम.

अलीकडच्या वर्षांमध्ये नवीन माहितीच्या धबधब्यामुळे, माझा कामाबद्दलचा – आणि लोक ते कसं अनुभवतात त्याबद्दलचा – समज प्रचंड विस्तारला आहे. युनायटेड स्टेट्समधल्या *बिझिनेस वीकमध्ये* येणाऱ्या आणि *न्यूयॉर्क टाइम्स* सिंडिकेटच्या सहभागी अशा पन्नास देशांमध्ये प्रसिद्ध होणाऱ्या आमच्या सदराला प्रतिसाद म्हणून माझा पती जॅकला आणि मला दर आठवड्याला शेकडो पत्रं येत असतात. आमच्या अगदी भिन्न वाचकवर्गाकडून एक संदेश मात्र ठसठशीतपणे येत असतो. लोकांना त्यांच्या कामाबद्दल अतिशय उमाळा असतो. ते त्यांना पुरेपूर समाधान देतं, एककल्ली करणयाइतकं वेडं करून टाकतं. थोडक्यात, काम हे माणसांना अर्थ प्राप्त करून देतं. प्राथमिक शाळेतल्या एका सॉफ्टबॉल प्रशिक्षकाने एकदा आम्हाला लिहिलं, माझे मित्र म्हणतात, 'जिम, तू फक्त शारीरिक शिक्षक आहेस. एवढा चढून जाऊ नको.' आणि मी त्यांना सांगतो, 'होय, पण मी *'शिक्षक'* आहे. मी जीवन बदलू शकतो.' माझी एक मैत्रीण अशा व्यवस्थापकांना सल्ला देते. ज्यांची कंपनी कुठल्या ना कुठल्या आणीबाणीत सापडलेली आहे. ती कंपनी तगून राहण्यासाठी एक आवश्यक गोष्ट म्हणून ती आपल्या कामाकडे बघते. माझी मोठी बहीण एलिन एक छायाचित्रणाचा व्यवसाय चालवते. त्याचा मुख्य भर पदवी समारंभ आणि नाताळ कार्डाची, कुटुंबांची छायाचित्रे यांवर आहे. ती म्हणते, तिचं काम हे कुटुंब जीवन साजरं करतं, ते अधिक दृढ करतं.

एक लॅटिन तत्त्ववेत्ता एकदा म्हणाला, *'इन ओपस, माइएस्टास'*- कामामध्ये, प्रतिष्ठा. काही गोष्टी कधीच बदलत नाहीत.

पण अशा तीव्र काळात, कामामधली प्रतिष्ठा ही तीव्र प्रयत्नांशिवाय येत नाही. कामाची गती विजेची असते, त्याच्या मागण्या अधिकाधिक गुंतागुंतीच्या असतात. ते सतत बदलत असतं. ते कधी पूर्ण होत नाही. तुम्ही त्यात सर्वस्व ओतत असाल, पण बदल्यात ते तुम्हाला सुरक्षितता देतं, असं दिसत नाही.

आपल्यापैकी बहुतेकांसाठी नऊ ते पाच काम हे संपून दशक लोटलं. तंत्रज्ञान हे एक कारण आहे – बऱ्याचं आणि वाईटाचं! ब्लॅकबेरी, सेलफोन आणि लॅपटॉपमुळे आपली उपलब्धता सर्वसंचारी झाली आहे. जागतिक अर्थव्यवस्थेच्या समय 'ऑन' असलेल्या तातडीमुळे. धंदा कधीच झोपत नाही आणि आपण अधिक आणि अधिकच प्रमाणात, आपलं संपूर्ण अस्तित्व कामावर आणतो आणि काम आपल्या वैयक्तिक वेळात आणतो.

आणि त्यामुळेच आता आपल्याला अशा एका पद्धतीची गरज आहे की

ज्यामुळे आपल्या कामाचे निर्णय आपल्यावर आपोआप पडणार नाहीत, तर आपण ते आपल्यासाठी घडवून आणू.

आभासी सल्लागार

कामामध्ये १०-१०-१० दोन प्रमुख भूमिका बजावू शकते.

एक गुंतागुंतीच्या व्यवस्थापकीय, व्यूहात्मक आणि कामकाजातील निर्णयांमध्ये ती प्रयत्न करू शकते – अगदी नेमणुका आणि बढत्यांसाठी माणसं वेचण्यापासून ते अर्थसंकल्पातील तरतुदीपर्यंत आणि दुसरं, १०-१०-१०चा वापर आपण ज्या माणसांबरोबर काम करतो – त्यांना शिकवण्याचं, सल्ला देण्याचं, त्यांचं व्यवस्थापन करण्याचं एक साधन म्हणून वापरता येऊ शकेल. दोन्ही बाबतीत, १०-१०-१० ही विधायक चर्चेसाठी एक चौकट देते आणि विरोधी मूल्यं आणि प्राधान्य यांचा शोध घेण्यासाठी एक समान भाषा देते.

माझ्या अनुभवानुसार कामाच्या ठिकाणी १०-१०-१०ने इतका गुण येतो याचं कारण ती थेट कामाच्या मूलभूत आव्हानाच्या मर्मालाच जाऊन भिडते. तुमचं काम कोणत्याही प्रकारचं असो. तुमच्या नवीन उत्पादनाचं उत्पादन कुठे करायचं याचा निर्णय घेणारे तुम्ही उद्योजक असा किंवा ग्राहकांशी भेटण्याची वेळ ठरवणारे विक्री प्रतिनिधी असा किंवा एखाद्या खास प्रकल्पासाठी माणसं निवडणारे अभियंता तुम्ही असा की जगाच्या दुसऱ्या टोकाला एक नवीन कार्यालय उघडणारे कर्मचारी असा; अक्षरश: प्रत्येक निर्णयामध्ये एकमेकांशी चढाओढ करणाऱ्या वर्तमान, मध्य अवधी आणि भविष्यकालीन मागण्यांचा संपर्क अंतर्भूत असतो. प्रत्येक निर्णयात कसली ना कसली देवाणघेवाण असते आणि निरनिराळ्या काळ चौकटीमधील संभाव्य परिणामांचे मूल्यमापन आवश्यक असते. अशा मोक्याच्या क्षणी १०-१०-१० म्हणजे आपल्या माहिती गोळा करण्यासाठी, गृहीतके तपासण्यासाठी, पर्याय नजरेसमोर आणण्यासाठी आणि त्याच्या संभाव्य परिणामांचा शोध घेण्यासाठी आपल्याला प्रवृत्त करणारा, खोलीतील आभासी सल्लागारच ठरतो.

मी *हार्वर्ड बिझिनेस रिव्ह्यूची* संपादक असताना १०-१०-१०च्या सल्लात्मक उपयोगितेचा मला स्वत:लाच शोध लागला.

एचबीआरमध्ये आमचं उद्दिष्ट होते, आमच्या ध्येयवाक्याप्रमाणे, 'व्यवस्थापनाची कार्यपद्धती सुधारणारे' लेख प्रकाशित करणे. सहसा आमच्याकडे ज्ञानी आणि सहकारात्मक लेखकांची रेलचेल होती, पण कधीतरी बऱ्याचदा एखादे महशूर हार्वर्ड प्राध्यापक आपली मंद् किंवा अर्धवट शिजवलेली कल्पना घेऊन त्यांचं लिखाण अजिबात संपादन न करता, कानामात्रेचा बदल न करता जसंच्या तसे

छापावं म्हणून आमच्याकडे हट्ट धरून बसायचे. आम्ही 'नाही' म्हटलं तर प्राध्यापक महाशय, मासिकाचे अधिकृत सर्वेसर्वा आणि मालक असलेल्या, बिझिनेस स्कूलच्या डीनजवळ कागाळ्या करायचे.

एक दिवस आमचे काही कर्मचारी आणि मी अगदी अशाच परिस्थितीशी झगडत होतो. या प्रकरणातील लेखक हे कॅम्पसमधील बडं प्रस्थ होतं. त्यांना मी प्राध्यापक हॅम्पटन असं नाव देते. त्यांनी एचबीआरमध्ये प्रसिद्ध झालेल्या त्यांच्याच लेखाची आणखी एक आवृत्ती आणून दिली होती आणि तीही, आम्ही कित्येक वर्ष टाळत आलेल्या जडजंबाळ, शब्दबंबाळ पद्धतीने लिहिलेली होती.

माझी एक सहकारी दिवसभर हॅम्पटनबरोबर वाटाघाटी करण्याचा प्रयत्न करत होती आणि तिचा संयम संपत आला होता. तरीदेखील आमच्या बैठकीत तिने तो लेख पुढे आणण्याचा प्रयत्न केला. 'आपण यात इतके खोल अडकलो आहोत की आता आपल्याला मागे फिरता येणार नाही.' ती म्हणाली.

'जो लेख अजून तयारच नाही तो घ्यायचा कशाला?'

आणखी एका सहकाऱ्याने तो मागे ढकलला.

'आपण तो घेतो आहोत, कारण सुझीला डीनचा फोन येऊ नये म्हणून.' कुणीतरी गोडीत सुचवलं. '...म्हणजे याचबद्दल तिला पगार मिळतो खरंतर.'

'आपण याच १०-१०-१० करूया का?' मी मध्ये पडले. एकदम माझ्या लक्षात आलं की हॅम्पटन निर्णय ही फक्त आणखी एक द्विधा होती, ज्यात अनेक घटक होते आणि वेगवेगळ्या कालचौकटींसाठी निरनिराळे परिणाम होते. मी घरी सर्वदा वापरत असलेल्या प्रक्रियेसाठी आदर्श उमेदवार. मी खोलीतल्या लोकांना पटकन १०-१०-१०चं वर्णन केलं.

'करून बघू या.' एका संपादकाने प्रतिसाद दिला. टेबलाभोवती सगळीकडून एक होकार जाणवला. 'प्रश्न अगदी साधा आहे. नाही का? आपण हॅम्पटनचं लिखाण प्रसिद्ध करावं की नाही?'

१० मिनिटांच्या कालचौकटीत परिणाम फटाफट आले. आपण जर लेख छापला तर विद्वज्जडपणाकडून सहजतेकडे जाणारी आपली प्रतिमा बदलण्याच्या प्रयत्नांना खीळ बसेल, पण जर आपण तो नाकारला तर वरिष्ठांकडून नक्की, नकोशी कानउघाडणी होणार.

१० महिन्यांचे परिणामही काही फारसे चांगले नव्हते. हा एक लेख छापल्याने इतर अवघड प्राध्यापक मंडळींसाठी एक पायंडाच पडेल आणि पुढे आपल्याला सर्वसाधारणतेहून कमी दर्जाचे लेख नाकारणं कठीण होऊन बसेल आणि आपण जर हॅम्पटनला गाळलं, तर आपले वरिष्ठ इतके चिडतील की ते आपल्याला याहूनही कमी रंजक लेख छापायला भाग पाडतील.

१० वर्षांत मात्र, रंग अधिक उठावदार झाले. 'आत्तापासून १० वर्षांनी इथे कोण कोण असणार आहे?' मी खोलीतील संपादकांना विचारले. सगळ्यांनी हात वर केले. एकाने तत्काळ उडी मारून एक पर्यायी दृष्टिकोन मांडला.

'ऐका, ऐका तर. आपल्याला हा लेख खुडूनच टाकायला हवा.' तो म्हणाला. त्यावर टेबलावरच्या एक दोन माना डुलल्या. 'नाहीतर पाच किंवा आठ किंवा दहा वर्षांनी आपण अगदी याच चर्चा करत बसलेले असू.'

'उलट आहे. आपण आपलं नुकसान कमी करायला हवं आणि हॅम्पटनचं छापायला हवं.' आणखी एकाने विरोध नोंदवला. 'एका लेखापेक्षा कॅड मोठा आहे. पंगा कशाला घ्यायचा?'

सगळे जण माझ्याकडे पाहू लागले. *एचबीआरचं* आधुनिकीकरण व्हावं ही माझी इच्छा प्रसिद्धच होती. या मासिकाबद्दल मला आदर आणि अभिमान होता, पण ते फार धिम्या गतीनं चाललंय असं मला वाटायचं. उलटपक्षी हार्वर्डच्या कृपादृष्टीत राहण्याचं मूल्य मला मोठं होतं. बॉसकडून *एचबीआरला* मिळणाऱ्या संसाधनाच्या आणि आधाराविना माझा हुद्दा काहीही असला किंवा मला कितीही अधिकार आहेत असं वाटत असलं तरी मी एक केवळ शोभेची बाहुली राहिले असते.

'असं पाहा, या वेळी आपल्याला हॅम्पटनचं छापायला लागेल.' मी अखेर म्हटलं, 'आपल्याला जर दीर्घ पल्ल्यात *एचबीआर* बदलायचं असेल तर हा लेख रद्द करणं ही त्यासाठी फार मोठी किंमत ठरेल. आपण जर 'बॉंब' टाकले तर आपण 'शत्रू' ठरू आणि त्याने काहीच साध्य होणार नाही.'

माझ्या निर्णयाशी प्रत्येक जण सहमत होता की नाही हे मला सांगता येणार नाही, पण प्रत्येकाला – माझ्यासह – तो निर्णय का घेतला हे समजलेलं होतं आणि नेत्याचं हेच तर काम आहे.

मोठे व्हा किंवा सोडून द्या

त्या वेळेपासून मी कामावरच्या असंख्य प्रसंगांमध्ये १०-१०-१० वापरली आहे.

उदाहरणार्थ, बऱ्याच वर्षांपूर्वी माझ्या सहायिकेला डच्चू देण्याचा – जो अगदी मूर्खपणाचा ठरला असता – तो निर्णय रोखण्यासाठी वापरली. मेगन लामोथे ही गणित आणि तंत्रज्ञानाची कोलगेट पदवीधारक असलेली अतिशय तेज, बुद्धिमान मुलगी होती. दुर्दैवाने साहाय्यकांच्या जगात ती 'मंद मंदा' होती. एका मागून एक घोटाळे करायची आणि तिच्या केवळ चांगल्या स्वभावामुळे दरवेळी सुटायची.

मेगन माझ्याकडे काम करायला लागून साधारण वर्षभर झाल्यानंतर एक दिवस मी तिच्या टेबलापाशी उभी असताना फोन वाजला. माझी अत्यंत हुशार मैत्रीण नॅन्सी बाऊअर फोनवर सांगत होती की, तिला टफ्ट विद्यापीठात नोकरी मिळाली आहे. मी एक आरोळी ठोकली आणि आनंदाने नाचत सुटले. फोन ठेवल्याबरोबर मी मेगनला कारण सांगितलं, 'चला, तिला फुलं पाठवू या.' मी चीत्कारले, 'फारच अप्रतिम!'

साधारण दोन तासांनी माझा स्वतःचा फोन वाजला. माझ्या मुलीच्या प्राथमिक शाळेच्या मुख्याध्यापिकांचा होता. त्या जरा विक्षिप्त, तिरसट होत्या आणि त्यांचं आणि माझ्या प्रिय मैत्रिणीचं पहिले नाव एकच होतं. 'इथे माझ्या टेबलावर दोन डझन पिवळे गुलाब पडले आहेत.' त्या कोरडेपणाने म्हणाल्या, 'आणि मला कारण काही कळलं नाही.'

बस झालं, मी मनातल्या मनात ओरडले. पॅसेजमध्ये पुढे असलेल्या मेगनच्या कार्यालयाकडे मी धावले. माझ्या तोंडून नक्कीच काहीतरी अद्वातद्वा निघालं असणार, पण मग स्वतःवर संयम ठेवत मी सुसंगत विचार करण्याचा प्रयत्न करत माझ्या कार्यालयाकडे परत आले.

थोड्या मुदतीत, मेगन मला असं वेडं करत राहणार हे मला माहीत होतं. प्रतिभा आणि अननुभव यांची ती एक मस्त अवलिया होती; दुसऱ्या गुणाचे प्रमाण जरा जास्त होतं, पण मला जाणवलं मीही एके काळी अशीच नव्हते का? आणि संयमी व्यवस्थापकांनी मला सहन केलं नव्हतं का? शिकवण्याचा प्रयत्न केला नव्हता का? तिच्या ठायी असलेली क्षमता, सच्चाई आणि सद्‌हेतू पाहता मेगनही १० महिन्यांत तिचीच सुधारलेली आवृत्ती झाली असती आणि १० वर्षांत तर ती पुष्कळ प्रगल्भ होऊन योग्य करिअरमध्ये बहरली असती.

तर मग मी काय केलं? मेगनला जिथल्यातिथे काढून टाकण्याऐवजी मला तसं का करावसं वाटलं ते तिला सांगितलं; मग मी तिला सांगितलं की आणखी तीन महिने माझी शक्ती तिला देईन, पण जर का तोपर्यंत माझ्या गुंतवणुकीला फळ येताना दिसलं नाही तर मात्र तिला इथून जावं लागेल.

आज मेगन एका प्रतिष्ठित बिझिनेस स्कूलची पदवीधर होण्याच्या उंबरठ्यावर उभी आहे. अजूनही चांगुलपणा आणि सर्जनशीलता तिच्यातून उतू जाते आहे, पण आता ती शांत, विचारी आणि तपशिलाला एकदम चिकटून राहणारी झाली आहे. दरवेळी जेव्हा ती लोकांना 'मी तिची चूकगुरू आहे' असं सांगते तेव्हा गर्वाने मला गरगरल्यासारखं होतं. अधिक चांगलं वरिष्ठ कसं बनावं, हे तिने मला शिकवलं.

उद्योगाचे घरी

ज्या व्यक्ती स्वयंरोजगार करतात त्यांच्यासाठी १०-१०-१० विशेष मूल्यवान ठरू शकते. जेव्हा तुमच्याकडे अगदी थोडे किंवा शून्य सहकारी असतात (बरोबर कल्पनास्फोट करण्यासाठी) तेव्हा कल्पना सुचण्यासाठी हा एक चांगला मार्ग असतो आणि सांख्यिकी पाहिली तर ही बाब क्षुल्लक वाटत नाही. वीसपेक्षा कमी कर्मचारी असलेल्या यूएसमधील कंपन्यांची संख्या २.१ कोटीच्या घरात आहे आणि अगदी आकडेवारी उपलब्ध होणं कठीण असलं तरी पाचपेक्षा कमी कर्मचारी असलेल्या बहुधा १.५ कोटी कंपन्या आहेत आणि आजच्या या आर्थिक उलथापालथीच्या घडीलासुद्धा दररोज २५०० व्यक्ती स्वयंरोजगाराच्या दिशेने जातात असा अंदाज आहे. बेकारी वाढेल तसा हा दरही वाढेल अशी अपेक्षा आपण करू शकतो.

सुदैवाने अमेरिकन सरकार लहान उद्योगांच्या मालकांना काही सेवा कमी खर्चात पुरवते आणि उद्योजकांचे गट साऱ्या देशभर अस्तित्वात आहेत, पण १०-१०-१०सुद्धा लोकांना त्यांच्या कंपन्या उभारायला अन् वाढवायला मदत करू शकते. अवघड निवडी तपासण्यासाठी ती एक झटकन आणि सहजसाध्य प्रक्रिया उपलब्ध करून देते. ज्या आपल्या 'मनाच्या कौलावर' विसंबण्याची कित्येक उद्योजकांची वृत्ती असते. तो कौल तपासून पाहण्याची एक प्रक्रिया ती उपलब्ध करून देते.

एक शिक्षिका म्हणून जोआनने कारकिर्दीला सुरुवात केली आणि प्राथमिक शाळेची सल्लागार समुपदेशक म्हणून आश्चर्यकारकपणे अत्यंत समाधान देणाऱ्या काळानंतर समाजसेवेची पदवी घेण्यासाठी स्वतःच पुन्हा शाळेत जायची तिने तयारी केली. काही वर्षांनंतर मोठ्या बहिणीकडून मिळालेल्या कर्जाच्या बळावर तिने स्वयं उद्योजकांच्या जगात झेप घ्यायचं ठरवलं. 'कुटुंब उपचारक' अशी पाटी तिने लावली आणि तिचे अगदी सुरुवातीचे ग्राहक आले ते मैत्रिणी, पूर्वीचे सहकारी, तिच्या जुन्या विद्यार्थ्यांची कुटुंबे यांच्याकडून, पण लवकरच जोआनच्या लक्षात आलं की तिचा स्वतःचा आरोग्यविमा, कर्जाचा हप्ता आणि इतर घरखर्चाची तोंडमिळवणी यासाठी तिला अधिक स्थिर उत्पन्नाच्या स्रोताची गरज होती. स्थानिक डॉक्टर्स आणि विमा एजंट यांच्याकडून आपल्याकडे रुग्ण पाठवले जातील या आशेनं त्यांच्या भेटी घेण्याच्या प्रयत्नात तिने काही आठवडे घालवले. काहींनी पाठवले, पण तिला गरज होती तेवढे नाही.

दमल्या भागल्याक्षणी तिने जवळची मैत्रीण आणि तिच्या जुन्या शाळेची मुख्याध्यापिका मेरी लुईसला फोन केला. 'माझ्या स्वतःच्या पायावर उभं राहणं सोपं नसणार हे मला माहीत होतं पण...' ती तिचे कष्ट सांगू लागली. 'मी पहिलं वर्षभर

देखील तगून राहू शकणार नाही.'

'विनचा एक धंदा चालण्याअगोदर त्याने त्याआधी तीन सुरू केले होते.' मेरी लुईस आपल्या नवऱ्याचे उदाहरण देत म्हणाली, 'त्याने इ-बेच्या स्टोअरफ्रंट ड्रॉप शिप साइटवरून प्रथमच नफा कमावला होता. म्हणजे इ-बेच्या प्लॅटफॉर्मवर तुमचं जणू दुकान उघडायचं व ग्राहकाने खरेदी केलेल्या वस्तू त्याच्या घरी पोहोचवायच्या. तुला वेगवेगळं काहीतरी करून बघत राहायला हवं – म्हणजे मला म्हणायचंय की जोआन तू प्रयत्न करत राहा. इंटरनेटवरून काहीतरी करून बघ. तिथे भविष्य आहे.'

जोआन अडली, आपलं एक लहानसं संकेतस्थळ असावं असा ती विचार करत होती. तिचं अंतर्मन म्हणत होतं की फक्त स्वत:चं नाव आणि संपर्कासाठीची माहिती देण्यापुरताच खर्च करावा. 'माझ्याकडे काही जास्तीचे फार पैसे नव्हते.' जोआन मला तिचा सुरुवातीचा विचार सांगत होती आणि मी मनाशी म्हणायचे, समुपदेशक कशाला कोण ऑनलाइन शोधेल?'

पण मेरी लुईसच्या शेऱ्यामुळे जोआनला आपली गृहीते १०-१०-१०च्या माध्यमातून पुन्हा एकदा तपासून पाहण्यास प्रवृत्त केले. ती तिच्या वैयक्तिक आयुष्यात १०-१०-१० वारंवार वापरत होतीच. तिने ठरवले की तिचा प्रश्न आर्थिक होता. तिला जाणून घ्यायचं होतं, 'स्वत: ऑनलाइन मार्केटिंग करण्यासाठी मी किती पैसा घालावा?'

व्यवस्थित विचारांती १०-१०-१० करण्यासाठी धंद्याची पहिली गरज होती ती पक्की, निश्चित माहिती, आकडेवारी मिळवण्याची.

त्याला फार वेळ लागला नाही. थोडासा ऑनलाइन शोध घेतल्यावर तिला दिसलं की, सर्व शाखांचे उपचारक स्वत:चे ऑनलाइन मार्केटिंग करत होते. केवळ त्यांच्या प्रशिक्षणाची आणि पद्धतीची माहिती देऊन नव्हेतर रुग्णांच्या ब्लॉग एंट्रीज, व्हिडिओ क्लिप्स, छायाचित्रे आणि पॉडकास्ट्स यांसह आणि जेव्हा जोआनने मेसेज बोर्ड्स आणि फोरम्स बघितले तेव्हा तिला समजले की संभाव्य ग्राहक उपचारक निवडण्याच्या प्रक्रियेत अशा संकेतस्थळांचा उपयोग करत होते त्यांची अपेक्षा ठेवत होते.

'मी जोखमीच्या अजिबात वाटेला न जाणारी आहे.' जोआनने मला हे सांगितले. त्याला फार दिवस झाले नाहीत. 'पण आज जर माझा एकपात्री प्रयोग चालू आहे, तर मला जोखमीची सवय करून घ्यायला हवी. त्याचे व्यवस्थापन करण्याची सवय लावून घ्यायला हवी. १०-१०-१०ने मला दाखवलं की पैसे खर्च न करणं हे धंद्यासाठी अधिक धोक्याचं आहे.' शेवटी जोआनने तिचे संकेतस्थळ डिझाईन करण्यासाठी ५००० डॉलर्स खर्च केले. शिवाय ते आपलं आपण कसं

व्यवस्थित हाताळायचं तेही प्रशिक्षण घेतलं. या सगळ्या साहसामध्ये जोआनला खूपच मजा आली आणि धंद्याला बरकत आली; इतकी की आता दोन वर्षांनी ती संकेत स्थळावरून आलेल्या ग्राहकांसाठी स्वत: पैसे खर्च करून एक बातमीपत्र पाठवून तिची डिजिटल उपस्थिती वाढवण्याच्या विचारात आहे.

तर हे रुग्ण सध्यातरी जोआनचा नवा व्यवसाय तरत ठेवण्यासाठी पुरेसे आहेत, पण तिची वेब उपस्थिती कमी करण्याचा तिचा काही विचार नाही. उद्योजक असण्याने तिला आत्तापर्यंत जर काही शिकवले असेल, तर ते म्हणजे आपले कवच न उतरवणे.

तुमचा व्यवसाय उपलब्ध त्या हर साधनानिशी पुढं रेटत राहण्याची तुम्हाला गरज असते. केवळ आज नाही तर येणाऱ्या महिन्यांत आणि वर्षांत.

नेहमी नाही 'दिल से'

या पुस्तकासाठी संशोधन करायला मी सुरुवात केल्यावर एका मैत्रिणीने मला ई-मेल पाठवली. 'मी सहज तुझी कल्पना गूगल केली.' तिने लिहिले, 'आणि तुला इतके 'जीवन मार्गदर्शक' (लाइफ कोचेस) १०-१०-१०चा उपयोग करतात हे माहीत असेल असं मी गृहीत धरते.'

खरं म्हणजे मला याची मुळीच कल्पना नव्हती. तोपर्यंत मला भेटलेला प्रत्येक १०-१०-१० वापरकर्ता ही माझ्यासारखीच व्यक्ती होती. ही प्रक्रिया वैयक्तिकरीत्या राबवणारी किंवा अगदी क्वचित एखाद्या मित्राबरोबर किंवा सहचराबरोबर.

पण त्या वेळेपासून मला समजलं की, मदत करण्याच्या बऱ्याच व्यवसायांमध्ये शिक्षक, परिचारिका, उपचारक आणि मानसशास्त्रज्ञ यांची १०-१०-१० ही साधनसामग्रीचा एक भाग बनून गेली आहे. उदाहरणार्थ, मॅसेच्युसेट्समधील ऑन जोल्स ही कुटुंब समुपदेशक ज्या पालकांना मुलं मोठी झाल्यावर स्वतंत्रपणे जगताना पाहण्याची इच्छा असते त्यांच्यासाठी १०-१०-१० वापरते आणि हो! हाईडी आठवते? तिने ऑनलाइन डेटिंग करण्याचं धैर्य एकवटण्यासाठी १०-१०-१०चा वापर केला होता? ती तिच्या वर्गातही १०-१०-१० वापरते. तिच्या मोठ्या वर्गातील विद्यार्थ्यांना ती त्यांच्या त्यांच्या आयुष्यातील एक महत्त्वपूर्ण निर्णय निवडायला सांगते आणि १०-१०-१०द्वारे सिंहावलोकन करून त्या निर्णयाचं विश्लेषण करते. परिणामांचा पद्धतशीर विचार जर केला असता तर त्यांनी काय वेगळं केलं असतं, ते त्यांच्यासमोर ठेवते.

'मुलं शिकताना कधी तुम्हाला *बघायला* मिळत नाहीत.' हाईडीने तिचा अनुभव मला सांगितला. 'पण ते पेपर्स सर्वांत उत्तम होते, मला वर्षभर मिळालेल्या

लिखाणात अगदी उठून दिसणारे होते. जवळ-जवळ प्रत्येक मुलाचे आणि ही अतिशय वांड मुलं होती. डोळे या प्रक्रियेतून उघडले होते. त्यांच्या कृतींचे परिणाम त्यांना दिसले आणि काही केसेसमध्ये आपण चूक केली, हे त्यांच्या लक्षात आलं.

किंबर्ली स्मिथ मार्टिनेझ, सॅन अँटोनियोमधील एक मानसोपचारतज्ज्ञ जिने नुकतीच आपली खाजगी प्रॅक्टिस सुरू केली. ती तिच्या पूर्वीच्या अल्पवयीन मुलांबद्दलच्या न्यायालयीन प्रक्रियेतील सल्लागार म्हणून करत असलेल्या कामामध्ये १०-१०-१० वारंवार वापरत असे. किमच्या पंखाखाली आलेली टीनएजर मुलं अगदी आणीबाणीच्या भोवऱ्यात सापडलेली असायची आणि त्यातली बहुतेकजण समाजातून कायमची हद्पार होण्याच्या अगदी काठावर आलेली असायची. त्यांच्या निवडींचे संभाव्य परिणाम सुटे करून दाखवताना किम १०-१०-१० प्रक्रिया घ्यायची आणि त्याला एक रूप द्यायची. तिच्या प्रत्येक युवा ग्राहकाबरोबर बसून ती एक ३ x २ चौकट आखायची. प्रत्येक रकान्याला '१० मिनिटे', '१० दिवस', '१० महिने' अशी नावं द्यायची व प्रत्येक ओळीला 'बाजूने व 'विरुद्ध' अशी नावं लिहायची. मग ती आणि तिचे अशील हे परिणाम लिहीत लिहीत, प्राप्त झगड्यातून मार्ग काढायचे.

मी किमशी बोलले, त्या दिवशी किमने ती प्रक्रिया नुकतीच एका गर्भवती टीनएजरबरोबर केली होती. आपल्या नाराज पण स्थिर कुटुंबाबरोबर राहावं की, आपल्यावर प्रेम करणाऱ्या पण तऱ्हेवाईक, अमली पदार्थ घेणाऱ्या प्रियकराबरोबर राहावं, याचा निर्णय घ्यायचा ती प्रयत्न करत होती. १०-१०-१० वापरून त्या तरुण मुलीने आपल्या परिवारात राहणं पसंत केलं, बाळाचा जन्म झाल्यावर ती परत शाळेत जाऊ शकेल, असं वातावरण तिला फक्त घरच देऊ शकत होतं. हा यामागे तिने विचार केला होता की, तिच्या प्रियकराच्या सहवासाला मुकणार होती, पण शेवटी तिने स्वावलंबी, स्वतंत्र होण्याच्या शक्यतेला झुकतं माप दिलं.

'अगदी वास्तववादी दृष्टिकोनातून सांगायचं, तर या मुलीचं पुढे काय होणार आहे मला माहीत नाही.' किम म्हणाली, 'आणि तिने हेही आवर्जून सांगितलं की, तिच्या अशिलांपैकी बहुतेकांच्या घरातील कुणी ना कुणी दगावलेलं, तरी असतं किंवा गजाआड तरी असतं.' माझी मुले अजिबात पुढचा विचार करत नाहीत, पण १०-१०-१० त्यांना अशा गोष्टींचं दर्शन घडवते, भविष्यातील ते स्वत: जे त्यांना सहसा दिसत नाहीत. ती म्हणाली, 'सारखं दिल से, दिल से, दिल से असं नसतं.'

भडकलेले बारा बहाद्दर

माझं वय किमच्या अशिलांपेक्षा फार जास्त नव्हतं. तेव्हा कामावर असताना

मी घेतलेला एक निर्णय हा माझं सोळा वर्षं जपलेलं रहस्य ठरणार होता. शेवटी १०-१०-१०च्या मदतीनेच मी माझ्या वैयक्तिक इतिहासातील त्या यातनामय प्रकरणाला समजू शकले व त्याच्याशी समेट करू शकले.

वर्ष होतं १९८५. मी सव्वीस वर्षांची होते आणि बोस्टनमधील असोसिएटेड प्रेसमध्ये रात्रपाळीच्या पर्यवेक्षकाचं काम करत होते.

काय हा विनोद! सव्वीस वर्षांत कुणी बॉस होत नाही म्हणून नाही. कौटुंबिक कंपन्यांमध्ये आणि नवीन सुरुवात केलेल्या ध्येयांमध्ये नेहमीच असं घडतं, पण तिथे कर्मचारी म्हणजे वाकड्यात शिरलेले जुने कामगार संघटनेचे सदस्य असतात, ज्यांचं बराच काळापासून व्यवस्थापनाशी बिनसलेलंच असतं. तिथे 'त्या भक्कम कारणांमुळे' असं घडत नाही.

मला बघून त्या कर्मचाऱ्यांना किती आनंद झाला असेल याची तुम्हाला कल्पना आलीच असेल. माझ्या गाठीशी वृत्तपत्रातील कामाचा फक्त चार वर्षांचा अनुभव होता आणि खास 'सुझी स्पेशल' अशी कामाची अतिउत्साही वृत्ती होती. त्यामुळे तर नक्कीच त्यांच्या डोक्यात खून चढत असणार.

त्यांच्या आव-तावामुळे मलाही त्यांच्याबद्दल काही प्रेम वाटत नव्हते. ते त्यांचा राग उच्च व्यवस्थापनावर काढू शकत नव्हते, म्हणून त्यांच्यातले काही जण तो राग माझ्यावर काढायचे. त्यांनी मला माहिती दिली की, ज्यांना आपल्या आईच्या जन्माच्या आयरिश काउंटीचं नाव सांगता येत नाही. त्या कुणावरही त्यांचा विश्वास नव्हता. मला त्यांनी ही माहितीसुद्धा पुरवली की, कॉलेज फक्त श्रीमंत पोरींसाठी असतं आणि त्यातल्यात्यात माझं कॉलेज तर मूर्ख, श्रीमंत, उनाड पोरींसाठी होतं. रोज सकाळी चार वाजता ते जेवणाच्या सुट्टीसाठी जायचे आणि त्यातले काही जण तासाभराने तर्र होऊन यायचे. माझ्या मैत्रिणींना मी माझ्या कामगारांबद्दल खोटंच सांगायचे की ते अडकलेले बारा बहाद्दर आहेत म्हणून. (प्रत्यक्षात कुठल्याही रात्री त्यांच्यातले पाचपेक्षा जास्त लोक कधीच नसायचे.)

आता, ही थोडीफार मस्करी – 'मिस हार्वर्ड' म्हणून हाक मारणं किंवा त्यांनी फ्यूज उडवल्यावर मला एकटीला अचानक काळोखात बसायला लागणं – याचं मला काही वाटलं नसतं, पण मला अगदी अगदी सहन व्हायचं नाही, ते म्हणजे ज्या पद्धतीने त्यांच्यातले काही जण माझ्या टेबलापासून १० फुटांवरच्या स्वच्छतागृहात जाऊन 'सुख' मिळवण्याचं नाटक करताना – ते नाटक करत होते असं मी तरी निदान स्वतःला सांगत होते – माझ्या नावाने ओरडायचे ते.

माझं रात्रीचं पर्यवेक्षण साधारण वर्षभर चालणार होतं. त्या काळात मी कधीही माझ्या वरिष्ठांकडे जे घडलं त्याची तक्रार केली नाही. माझ्या आईवडिलांजवळ, एकाही मैत्रिणीजवळ, एकाही सहकाऱ्याजवळ किंवा माझ्या तेव्हाच्या नवऱ्याजवळ

मी याची वाच्यता केली नाही. याबद्दल मी प्रथम जर कुणापाशी काही बोलले असेल तर ते जॅकपाशी. मी तेव्हा बेचाळीस वर्षांची होते.

'ते मूर्ख अजून जिवंत आहेत का?' ही त्याची त्यावर प्रतिक्रिया, 'जाऊन ठारच मारतो एकेकाला.'

आणि मग अधिक गंभीरपणे त्याने विचारले, 'तू ते थांबवलं का नाहीस?'

मी त्याला १०-१०-१०चा पूर्वलक्ष्यी उपयोग करत माझ्या त्या वेळच्या विचारातून फिरवून आणले.

पहिल्यांदा मी त्याच काळाच्या संदर्भाची आठवण करून दिली. १९८५ साली 'लैंगिक शोषण' ही संकल्पना कुठे कुठे ऐकायला येऊ लागली होती, पण तिने अजून जीव धरला नव्हता. पुष्कळशा बायका कामाच्या या क्षेत्रात आपला पाय रोवू पाहत होत्या आणि त्या कामाच्या ठिकाणच्या दुष्टात्म्याच्या वातावरणाबद्दल तक्रार करायच्या. त्यांना एकतर 'कुरकुरे'पणाचा शिक्का बसे, कामावरून काढून टाकलं जाई किंवा मग प्रत्यक्ष 'ॲक्शन'पासून दूर-दूर अंधाऱ्या कोपऱ्यात ढकललं जाई. पुढे जाण्यासाठी तुम्हाला शेजारच्या बाप्याइतकाच घट्टपणा सिद्ध करून द्यावा लागे, किंबहुना त्याच्यापेक्षा जास्तच. ही परिस्थिती बरोबर होती असं मी म्हणत नाही. आज माझ्या मुलींनी तशा परिस्थितीत काम केलेलं मला आवडणार नाही, पण ही त्या वेळची वस्तुस्थिती होती आणि माझ्या पिढीतल्या इतक्या बायकांसारखं माझ्या लढाया मीच निवडायच्या होत्या.

१० मिनिटांमध्ये त्या भडकलेल्या बारा बहाद्दरांच्या कृत्यांची मी तक्रार केली असती तर माझ्या हातात काहीच पडलं नसतं, उलट तोटाच झाला असता. ते युनियन मेंबर असल्यामुळे तक्रार आणि सुनावणीची लांबलचक प्रक्रिया पूर्ण केल्याशिवाय त्यांना कामावरून काढता आलं नसतं. म्हणजे पूर्वीपेक्षाही माझा जास्त तिरस्कार करणाऱ्या लोकांच्या टोळक्याचं व्यवस्थापन करण्याचा प्रसंग माझ्यावर ओढवला असता. माझ्या बॉसला मी माझी रात्रीची पाळी बदलून मागू शकत होते, पण 'का' ते मी सांगितलं नसतं, तर मी रात्रीच्या वेळांबद्दल रडारड करते आहे किंवा व्यवस्थापक म्हणून मी कमी पडते आहे, असं चित्र दिसलं असतं.

१० महिन्यांमध्ये मी जर तोंड बंद ठेवलं असतं, तर मी विजयाने दिवसपाळीत दाखल झाले असते हे मला माहीत होतं. त्या काळात रात्रपाळी केलेली असल्याखेरीज तुम्ही वृत्त पत्रकारितेमध्ये प्रगती करू शकत नव्हता. ते व्हावंच लागत असे. मी जर त्यातून तावून सुलाखून बाहेर पडले, तर त्या हरामखोरांना मी मला हरवू दिले नाही हे समाधानही मिळालं असतंच की.

मी जर तक्रार केली असती तर १० वर्षांनीसुद्धा मी त्या उद्योग क्षेत्रात 'जिला साधा विनोदसुद्धा समजत नाही अशी मुलगी', अशीच ओळखले गेले असते,

कारण खरं काय घडलं हे त्या भडकलेल्या बारा बहाद्दरांनी नाकारण्याची शक्यता होती. मी जर तक्रार केली नसती, तर या खेळाचे पुरुषी नियम पाळून मी त्यांच्यातूनच वरती आलेली ठरले असते.

तर माझा निर्णय काही अगदीच चुकीचा नव्हता, हे माझ्या करिअरच्या पुढच्या आलेखातून सिद्ध झाले, पण मी माझ्या गप्प राहण्याचीही किंमत ही मोजलीच, कारण त्यानंतरचं वर्षभर, अगदी दिवसपाळीत काम करतानासुद्धा कार्यालयात सतत मला अवघडल्यासारखे होत असे. त्याचं कारण मला कळत नव्हतं. भडकलेल्या बारा बहाद्दरांशी त्याचा संबंध मी जाणीवपूर्वक लावत नव्हते. शेवटी मी बिझिनेस स्कूलमध्ये जाण्यासाठी ती नोकरी सोडली, पण जेव्हा कधीही वर्गात बॉस असण्याचा विषय निघत असे तेव्हा-तेव्हा माझा आत्मविश्वास डळमळलेला मला कळत असे. मला काय माहीत होतं? मी खरं म्हणजे कुणाचंही व्यवस्थापन केलेलं नव्हतं, माझ्या कर्मचाऱ्यांनीच मला पायदळी तुडवलं होतं.

आता मला ते किती उदासवाणं वाटतं. १०-१०-१० केल्याने मला हे कळून आलं की, त्या भडकलेल्या बारा बहाद्दरांना सहन केल्याने मी जर कच खाल्ली असती किंवा दंगा केला असता, तर कळलं असतं त्यापेक्षा पुरुष, व्यवस्थापन आणि मी स्वत: यांच्याबद्दलचं ज्ञान मला झालं. बॉबसन कॉलेजच्या महिला नेतृत्व केंद्रामध्ये व्याख्यानं देतानाही आज मी या अनुभवाचं उदाहरण देते. गेल्या तीस वर्षांत बायकांच्या कामाबद्दलची परिस्थिती पुष्कळ बदलली आहे आणि मला ज्याचा सामना करावा लागला, त्यातले काही माझ्या बहुतेकशा विद्यार्थिनींच्या वाट्याला येणार नाहीत. पण त्या अशा कोणत्यातरी दुनियेत सापडू शकतात, जिथे त्यांच्या स्वत्वाच्या भावनेवर खोलवर आणि दीर्घ काळ टिकणारा परिणाम होऊ शकतो. मी माझ्या विद्यार्थिनींना सांगते की निर्णय घेऊ नका, जोवर तुम्ही तो निर्णय स्वत:ला आणि इतरांना समजावून सांगू शकत नाही.

आणि हां, मी माझ्या पहिल्या नोकरीतील गच्छंतीचं उदाहरण देत नाही, दुसऱ्या गच्छंतीचं देते.

'तू हे स्वत:वर ओढवून घेतले आहेस.'

मी प्रथम जॅकला भेटायला विमानाने न्यूयॉर्कला गेले, तो २००१ सालातील ऑक्टोबर महिना होता. जनरल इलेक्ट्रिकचा अध्यक्ष आणि मुख्य कार्यकारी अधिकारी म्हणून वीस यशस्वी वर्षांनंतर तो नुकताच निवृत्त झाला होता आणि त्याच्या तुफान लोकप्रिय आत्मचरित्राच्या प्रसिद्धीच्या दौऱ्यामध्ये होता. एचबीआरसाठी त्याची मुलाखत घेण्याची कामगिरी माझ्याकडे होती.

जॅक त्याच्या 'करिष्म्या'बद्दल आणि पूर्वग्रहाबद्दल प्रसिद्ध होता. त्याच्या भेटीची वेळ ठरवण्यासाठी केलेल्या फोनवर तो माझ्या विद्वत्तापूर्ण मासिकाला किती कमी लेखतो, हे त्याने मुळीच लपवून ठेवले नव्हते. ('ती गोष्ट मी कधीही वाचली नाही.' हे त्याचे नेमके शब्द, मला वाटतं.) त्यामुळे मी त्याच्या कार्यालयात पोहोचले, तीच मुळी अगदी दडपणाखाली, काळजीपूर्वक काढलेल्या प्रश्नांची थप्पी घेऊन.

त्या दिवशी, प्रेमात पडायला आम्हाला नेमका किती वेळ लागला; मला ते नक्की सांगता यायचं नाही. ते का घडलं हेसुद्धा मला सांगता यायचं नाही. मी जॅकला नेतृत्वाबद्दल एक प्रश्न विचारला, त्याने काही कल्पना सांगितल्या, त्या त्याच्या आत्मचरित्रातल्याच होत्या, हे मला लगेचच ओळखता आलं. मग मी त्याला व्यूहात्मक धोरणांबद्दल विचारलं. त्याचं उत्तरही तसंच होतं. माझ्या तिसऱ्या प्रश्नावर त्याने डोळे फिरवले. जणू तो मला पुरता कंटाळला होता. 'तो टेपरेकॉर्डर बंद कर.' त्याने फर्मावले. मी तत्परतेने आज्ञापालन केल्यावर त्याने विचारले, 'तुला कुणी मित्र आहे का?' मी गांगरले. मी त्याला सांगितले की मी बोस्टनमधल्या एका डॉक्टरबरोबर डेटिंग करत होते. म्हणजे खरोखरच मी त्याला अधूनमधून भेटत होते, 'सोडून दे त्याला, तो अगदी कंटाळवाणा आहे.' त्याने जाहीर केले; वर पुढे म्हणाला, 'आणि तसाही तो तुझ्यासाठी योग्य नाहीच.' मग माझं लग्न का मोडलं याबद्दल जॅकने मला विचारलं. त्याचा प्रश्न थेट होता आणि त्याला प्रतिसाद म्हणून माझं उत्तरही तसंच आलं, 'माझा माजी नवरा तुम्हाला सांगेल की मी कधीच त्याच्यावर प्रेम करत नव्हते.' मी कबूल करून टाकलं. 'पण सोळा वर्षं मी तसं नाटक केलं आणि तोही नाटक करत राहिला. शेवटी आम्ही हे नाटक थांबवण्याचा निर्णय घेतला.' जॅकने थेट माझ्या डोळ्याला डोळे भिडवले आणि जणू मी काय म्हणते आहे ते नेमकं समजल्यासारखी मान हलवली आणि मग आमचं बोलणं लग्न नावाच्या भीतिदायक प्रकाराकडे आणि प्रेम या गूढगहन विषयाकडे वळलं. त्या दोन्ही विषयांचा फेरफटका मारून आले, यावर माझाच विश्वास बसत नव्हता.

अर्ध्या तासाने आमची 'मुलाखत' जवळिकीच्या अगदी कातर कड्यावर येऊन ठेपली. आम्ही दोघंही थोडे बावरलो होतो, मग टेपरेकॉर्डर पुन्हा सुरू झाला आणि शेवटचा तासभर आम्ही दोघांनी मिळून मर्जर्स आणि हस्तांतरण, शेअर बाजारातले तांत्रिक बदल, मानवी संसाधनाची भूमिका आणि सिक्स सिग्मा नावाने ओळखल्या जाणाऱ्या गुणवत्ता नियंत्रण कार्यक्रम यांबद्दल गप्पा मारल्या.

त्याच्या कार्यालयाच्या दारात मला निरोप देताना जॅक म्हणाला, 'मला वाटलं होतं तशी तू मुळीच नाहीस.' आणि मी उत्तर दिलं, 'तूसुद्धा.'

पुढचे काही आठवडे जॅक आणि मी वारंवार फोनवर बोललो. वरकरणी

लेखाच्या प्रगतीबद्दल, पण त्याशिवाय बाकी सगळ्याबद्दलही; राजकारण, चित्रपट, माझी मुलं, त्याची मुलं, धर्म, बेसबॉल आणि मी गोल्फ खेळत नाही ही दारुण गोष्ट. जणू आम्हाला खूप साऱ्या गोष्टी जोडून घ्यायच्या होत्या.

एक महिन्याभराने, *एचबीआरच्या* 'संपादकाचे पत्र' या पानासाठी जॅकबरोबर माझे छायाचित्र काढून घेण्यासाठी न्यूयॉर्कचा प्रवास केला. त्याला पुन्हा भेटायचं या कल्पनेने मला इतका अवर्णनीय आनंद झाला होता की, मी अक्षरश: थरथर कापत होते आणि मी जेव्हा त्याच्या कार्यालयात प्रवेश केला तेव्हा एकदम हात पसरून आनंदाने तो माझ्याकडे झेपावला, मग अत्यंत अवघडून आम्ही हस्तांदोलन केलं.

त्या दुपारी आम्ही जेवायला गेलो. आमच्या भावना प्रकट केल्या आणि प्राप्त परिस्थितीत आमच्या दोघांच्यात काही घडू शकत नाही असं एकमताने ठरवून टाकलं.

पण काही आठवड्यांनंतर ते घडलं.

तर आम्ही एका लफड्यासाठी पुरेपूर मालमसाला पुरवला होता. प्रसिद्ध, विवाहित मुख्य कार्यकारी अधिकारी, वयाने त्याच्यापेक्षा बरीच लहान, हार्वर्डशी संबंधित – तिथेही काही हयगय नाही – पण त्यांना मजा येत असली, तरी आम्हाला येत नव्हती. जॅक आणि त्याची पत्नी यांच्यात घटस्फोटाच्या चर्चा झाल्या होत्या आणि ते दोघे दोन स्वतंत्र खंडांवर राहत होते, ही गोष्ट अगदी खरी असली तरी त्यांचं नातं कायदेशीररीत्या संपण्याअगोदर आमचं नातं सुरू झालं होतं. या सत्याला उगाच साखरेत घोळवण्यात काही अर्थ नव्हता. त्यामुळे आणि त्याने जी सनसनी पैदा केली त्यामुळे अगदी दु:खाने आणि नाइलाजाने आम्ही जॅकच्या पत्नीच्या खाजगीपणात व्यत्यय आणायला परवानगी दिली.

एचबीआरमध्ये मी जी भयानक खळबळ माजवली होती त्यामुळेही मी प्रचंड अस्वस्थ होते. दरम्यान मी जॅकच्या घेतलेल्या मुलाखतीला कधीच दिवसाचा प्रकाश दिसला नाही. मात्र माझ्या कर्मचाऱ्यांपैकी काही जण काय घडलं आणि मी किती वाईट वागले याबद्दल सगळीकडे सांगत फिरत होते. त्यांना मी गेलेलीच हवी होते. त्यांच्यापैकी एकाने रागाने मला सुनावले, 'जेव्हा तू स्वत:चं वैयक्तिक आयुष्य कामाच्या जबाबदारीच्या पुढे ठेवलंस तेव्हा तू हे स्वत:वर ओढवून घेतलंस.'

त्याचं अर्थातच बरोबर होतं. जॅकबरोबर जीवन घालवण्याच्या माझ्या निर्णयाने *एचबीआरमध्ये* इतकी खळबळ माजली की मला सोडणं भाग होतं.

मग मी सोडलं का नाही? मी जेव्हा ती नोकरी लगेच सोडायला हवी होती आणि तसं न करता मी तिथे चिकटून राहिले. त्या चार महिन्यांकडे मागे वळून पाहिलं तर वाटतं, घटना इतक्या वेगाने घडत होत्या की मी जो शांतपणे बसून

एकाग्र मनाने विचार करणं अत्यंत जरुरीचं होतं नेमकं तेच करायला मला वेळच मिळत नव्हता. होय, माझ्या जीवनात १०-१०-१० होतं, तसंच माझ्या घराबाहेर तळ ठोकून बसलेले टीव्ही ट्रक्स होते. वार्ताहर माझ्या आईवडिलांना फोन करत होते आणि माझ्या माजी नवऱ्याच्या आधीच्या पराभवाची कथा सांगत होते. मी मार्क्सला घेऊन स्ट्रेप टेस्ट करायला डॉक्टरांकडे गेले, तिथे एक वार्ताहर माझ्यामागे आला. चहू दिशांनी सल्ले येत होते – जॅक, वकील, सहकारी, कुटुंब, मैत्रिणी, महाविद्यालयातले वर्गमित्र, अगदी रस्त्यावरची तिऱ्हाईत माणसंदेखील. एकदा सुपरमार्केटमध्ये एक धर्मगुरू माझ्याजवळ आला आणि तो माझ्यासाठी प्रार्थना करतो असं त्याने मला सांगितलं. या सगळ्या गोंधळात सामान्य जीवन जगण्याच्या प्रयत्नात माझ्या स्थानिक जिममध्ये ट्रेडमिलवर धावता-धावता मी टीव्हीवरच्या चर्चेतलं एक 'तज्ज्ञांचं' पथक, माझी द्विधा मी कशी हाताळावी यावर बोलताना ऐकत होते आणि माझा आतला आवाज होता जो एक क्षण ओरडायचा, 'आत्ताच्या आत्ता नोकरी सोड.' आणि पुढच्याच क्षणी म्हणायचा, 'दटून उभी राहा आणि लढ.' या सगळ्या गदारोळात आणि गोंधळात १०-१०-१० चुकलं नाही. मी चुकले.

शेवटी माझ्या बॉसने मला बोलवून माझी हकालपट्टी केली. तिचे शब्द होते, 'तू पुन्हा कधीही काम करणार नाहीस.'

ती श्री. स्किबेली यांच्याशी बोलत असणार.

आता मी या गोष्टीवर विनोद करू शकते, पण खरी गोष्ट ही की मी माझ्या कुटुंबाचं जीवन उलटंपालटं करून टाकलं होतं आणि जॅकच्या कुटुंबाला प्रसिद्धीच्या अशा झोतात आणलं होतं, ज्याला ते नेहमी टाळत आले. मी ज्यांना एकदा मित्र समजत होते, अशा सहकाऱ्यांना मी दुखावलं होतं. एका प्रतिष्ठित मासिकातून मी धूळ उडवली होती. माझी हकालपट्टी हे मलाच न कळणारं एक दुर्धर संकट झालं होतं आणि ही माझीच चूक होती.

कामामध्ये १०-१०-१० ची ताकद

असं पुन्हा घडायला हवं असं काही नाही.

पुष्कळवेळा – जास्तीतजास्त वेळा कामाचे निर्णय हे स्वतंत्रपणे घेतले जातात. मूल्ये, प्राधान्य, गरजा, भीती यांच्या लोलकातून बघून एकेका भागाचं विश्लेषण करून व्यवस्थित विचार करून घेतले जातात. त्या अर्थाने आपल्या वैयक्तिक नातेसंबंधात ज्या प्रश्नांचा आपण सामना करतो, त्यापेक्षा कामावरचे प्रश्न काही वेगळे नसतात. आपल्या प्रत्येक निवडीचे परिणाम असतात, आत्ता आणि भविष्यात. या परिणामांना आपल्याला धीराने तोंड द्यावं लागतं आणि मगच

ठरवता येतं की, आपल्याला अशा प्रकारचं आयुष्य जगायचं आहे.

केम कॉडच्या लहानशा 'सुविधा' दुकानापासून सुरुवात करून मी हे शिकले की तुम्हाला अत्यंत गोंधळाच्या आणि संघर्षाच्या क्षणांपर्यंत नेण्याची क्षमता कामात असते, पण मला याचाही शोध लागला आहे की, जाणीवपूर्वक केलेलं काम तुम्हाला अर्थ, हेतू आणि आनंदाच्या एका वेगळ्याच परिणामाने भरून टाकू शकतं, भरून टाकतं. आज माझ्या कारकिर्दीचा मोठा भाग हा कामाचा शोध आणि माणसं त्यांची ऊर्जा, प्रतिभा, आशा आणि उत्कटता यांच्यानिशी त्या कामाला कसं कवटाळतात या संदर्भात जास्त करून आहे.

कारण कामात प्रतिष्ठा असते.

ती राखायला १०-१०-१० तुम्हाला मदत करते.

तुम्ही इथून तिथपर्यंत पोहोचू शकता

करिअरच्या आखणीसाठी १०-१०-१०

स्पर्धात्मक व्यूहरचना, जागतिक बाजारपेठा, वित्तीय धोरण, अशा दणदणीत बिझिनेस विषयांवर प्रश्न येतील, अशी जॉकची आणि माझी अपेक्षा होती. आम्ही आमच्या साप्ताहिक स्तंभासाठी प्रश्न पाठवण्याचे लोकांना आवाहन केले होते.

काही प्रमाणात तसे प्रश्न आलेही.

पण आम्हाला जास्त ऐकायला मिळाले, ते करिअरसंबंधीच्या द्विधेबद्दल – तेही प्रचंड प्रमाणात, खरोखरच! आजतागायत आम्हाला येणाऱ्या पत्रव्यवहारांपैकी बराचसा भाग हा योग्य काम मिळवणे आणि एकदा ते मिळाल्यानंतर त्यात आघाडी राखणे या दमवणाऱ्या विषयावरचा असतो.

आमच्याकडे येणाऱ्या बऱ्याचशा करिअर जिज्ञासेचं समाधान करण्याचा जॉक आणि मी प्रयत्न करतो, पण आम्ही ज्या गोष्टीने स्तिमित होत होतो की, यातला प्रत्येक प्रश्न आणि त्याचं मूल्य (अवलंबन) हे प्रत्येक माणसागणिक निराळं होतं. 'संगीतात करिअर घडवण्याचं माझं स्वप्न आहे, पण मग मला घर, गाडी, मुलांचं शिक्षण हे कधीच परवडणार नाही अशी मला भीती वाटते.' अगदी ठरावीक पद्धतीची ई-मेल. 'मी निवड कशी करू?' अशी काळजी कुणी पत्र लेखिका आमच्या जवळ व्यक्त करते, कारण व्यावसायिक यशाची तिची तीव्र इच्छा ही, तिने आपली ताणाची पातळी खाली आणावी, या घरच्यांच्या मागणीमुळे कोळपून जात होती. 'माझे माझ्या कामावर प्रेम आहे, हे घरातल्या एकाही माणसाला समजत कसं नाही?' तिने विचारलं. 'मला प्रवास करायचा आहे. उशिरा थांबून काम करायचं आहे. माझ्यावर ताण येत नाही. मला खूप समाधान वाटतं.'

रस्ता – बाहेरचा आणि पुढचा

करिअरची द्विधा जेव्हा भावनिक आणि पारखणारी होते, जशी ती नेहमीच असते. १०-१०-१० प्रक्रियेची शिस्त आणि जोर हे तुम्हा बाहेरचा आणि पुढचा रस्ता सापडवणं कठीण करत असतं, त्यातून वाट काढायला मदत करते. जेव्हा तुम्ही पर्याय जोखता, अज्ञानाचा शोध घेता, तुमची मूल्यं आणि ध्येयं यांच्याशी त्याची तुलना करता तेव्हा ती तुमची मार्गदर्शक असते आणि तितकंच महत्त्वाचं म्हणजे या प्रक्रियेची पारदर्शकता, ज्यामुळे तुम्ही तुमचा निर्णय स्वत:ला आणि इतर संबंधित 'घटकां'ना व्यवस्थित समजावून सांगू शकता.

कॅरोल ॲन या रिअल इस्टेट एजंटने व एका आईने फ्लोरिडातील संमेलनावेळी माझी भेट घेतली. ती उंच, पिंगट केसांची, टवटवीत पिवळ्या रंगाचे कपडे घातलेली आणि बहिर्मुख स्वच्छंद व्यक्तिमत्त्वाची – एके काळी ज्यांना 'ग्रेट ब्रोड' म्हणत असत अशा प्रकारची स्त्री होती. तिचा एकुलता एक मुलगा नुकताच कॉलेजसाठी बाहेर गेला होता आणि आता अखेर एकदा, कॅरोल ॲनने हास्यमुद्रेने मला सांगितले की रोज कामावरून धावत घर गाठण्याऐवजी मैत्रिणींबरोबर जरा गंमत-मौज करायची तिने तयारी केली होती.

पण कॅरोल ॲनच्या कंपनीच्या मनात काही वेगळंच होतं. गेली वीस वर्षं ती ज्या ताम्पामध्ये राहत होती आणि काम करत होती. ते ताम्पा शहर सोडून तिने त्यांच्या ह्यूस्टनमधल्या मुख्यालयातील कॉर्पोरेट प्रशिक्षणाचे नेतृत्व करावे, अशी त्यांची इच्छा होती. या नवीन संधीमधील पद, प्रतिष्ठा आणि घसघशीत पैशांमुळे ती रोमांचित झाली होती. संभाव्य एकटेपणामुळे रोमांचित होत नव्हती.

कॅरोल ॲनच्या विनंतीवरून आम्ही मिळून १०-१०-१० करायला सुरुवात केली.

१० मिनिटांच्या कालचौकटीत आणि त्यानंतरच्या काही आठवड्यांमध्येसुद्धा कॅरोल ॲन तिच्या बढतीमुळे खूश असणार होती, हे तिला माहीत होतं. काहीतरी साध्य केल्याची भावना, तसंच तिच्या मुलाच्या शिक्षणाचं कर्ज फेडल्याचा मोठा आनंद तिला होता. ह्यूस्टनच्या स्वस्त जागांमध्ये तिला एखादं घरही घेता आलं असतं. 'भाव करायला मला फार आवडतं.' मनापासून हसत तिने मला सांगितले.

१० महिन्यांचं चित्र अधिक संमिश्र होतं. 'माझी नोकरी उत्तम असेल, पण माझं सामाजिक जीवन मृतवत असेल. मी टेक्सासमध्ये कुणालाही ओळखत नाही.' कॅरोल ॲन म्हणाली, '१० महिन्यांत शांत, गप्प रात्री मला खायला येतील.'

आणि १० वर्षांचं काय? उत्तर देण्याआधी कॅरोल ॲन जरा थांबली. 'माझं बँक खातं चांगलं फुगलं असेल. चांगलीशी पेन्शन योजना असेल. आयुष्यात पैशासाठी

इतकं झगडल्यावर तुम्हाला सांगते, मला ते खरंच आवडेल.' तिने एक मोठा उसासा टाकला, तिच्या चेहऱ्यावर विचारांच्या आठ्या पडल्या. 'पण या दरम्यान मी माझ्या सगळ्या मैत्रिणी हरवून बसेन.'

'तुझ्या काही मैत्रिणी हरवतील.' मी आणखी कशाहीपेक्षा एक सहज खडा टाकला, 'जेव्हा तुम्ही गाव बदलता तेव्हा असे होतंच, पण तुझ्यासारखं व्यक्तिमत्त्व असल्यावर मला अगदी खात्री आहे की, तुला भरपूर नवीन मैत्रिणी मिळतील.'

'कदाचित.' तिने मान्य केलं. 'छे, हो आणि कदाचित मला एखादा पुरुषसुद्धा भेटेल.' ती पुन्हा हसली.

मग कॅरोल ऑनने मला धक्का दिला. 'तुम्हाला सांगू का? वर्तमानपत्रातून सुपरमार्केटची सवलतीची कूपन्स येतात ना, ती गोळा करत बसायचं नाहीये मला.' तिने जाहीर केलं, 'मला छान, आरामशीर निवृत्ती हवी आहे आणि मलाही नवी नोकरी हवी आहे. मजा येईल. कंपनीत इतकी चांगली विक्रेती मी नाहीच मुळी. कुणालाही विचारा.'

या निर्णयाबद्दल मी तिचे अभिनंदन करणार, त्याच्या आतच ती परत फिरली, 'पण मी मैत्रिणींना सोडून कशी जाणार? नाही जाऊ शकत.' ती म्हणाली.

मी कॅरोलला विचारलं की मैत्रिणींना सोडून जाणं ही कदाचित समस्या नसून तिची योजना तिला सांगणं ही होती का? कदाचित तिला अशी भीती वाटत असेल की तिची घोषणा म्हणजे असंही वाटू शकेल की, 'ऐका हो ऐका, लोकहो, तुमच्यापेक्षा मला पैशाचं महत्त्व जास्त आहे.'

'तुला असं वाटतं की मैत्रिणी कायमच्या तुझ्यावर रागवतील?' मी आणखी जरा चेपत विचारलं, 'तू आर्थिक सुरक्षिततेला देत असलेले महत्त्व त्यांच्यातल्या काही जणी समजून घेतील कदाचित.'

कॅरोल ऑनच्या चेहऱ्यावर हास्य पसरू लागलं. 'मला कळतंय तुम्ही कुठं चाललाय ते.' ती म्हणाली, 'वर्षभरात मी त्यांना सांगितलं तो दिवससुद्धा मी विसरून जाईन.' कॅरोल ऑनने माझा हात पकडला. 'भीतीभोवती मी माझं आयुष्य उभारू शकत नाही. घेतेच मी ती बढती.' ती उद्गारली. 'मला ती हवी होती, मला माहीत होतं.'

खात्री करून घेण्यासाठी १०-१०-१० तिच्या जोडीला होती.

जुन्या जीवनातील आनंद व नवीन आयुष्यातील आशा यांच्यातील संघर्षातून कॅरोल ऑनची द्विधा मन:स्थिती उद्भवली होती, पण आणखी तीन सर्वसामान्य मुद्दे आहेत ज्यामुळे करिअरसंबंधी पेच निर्माण होतो आणि त्यांची वर्गवारी करायची झाली तर ती साधारण अशी राहील, 'मी चुकीच्या नोकरीत आहे की काय अशी मला काळजी वाटते.', 'माझं करिअर ठप्प झालंय असं मला वाटतं.' आणि 'काम

आणि वैयक्तिक जीवन यांच्यात समतोल साधण्याच्या प्रयत्नात वेड लागेल मला.'

मला आशा वाटते की या प्रत्येक 'आगपेटी'कडे नीट पाहून, त्यांच्याबद्दल तुम्ही कोणते मार्ग चोखाळू शकता ते सुचवून, तुमचं पुढचं करिअर १०-१०-१० हे अधिक अभ्यासपूर्ण आणि हेतुपूर्ण होईल आणि तुमच्यासाठी योग्य ठरेल असा कायमस्वरूपी उपाय ती सुचवेल.

माझ्या जीवनाचं मी काय करू?

मी जेव्हा महाविद्यालयात भाषण द्यायला जाते तेव्हा मी पत्रकार व्हायचं कसं ठरवलं, याबद्दल मला हमखास विचारलं जातं.

'मी ते *ठरवलं* – का हे मला नक्की सांगता येणार नाही.' सहसा मी सांगते, 'मला माहीत होतं – मला नेहमीच माहीत होतं की माझ्या जीवनाचं दुसरं काही करूच शकत नाही.'

पुराव्यादाखल, मी सांगून टाकते की मी चौथीत असताना हाताने सजवलेल्या वहीत रोजनिशी लिहायला सुरुवात केली होती. त्याच्या मुखपृष्ठावर शब्द होते, 'माझ्या भविष्यासाठी, सराव म्हणून मी रोज रात्री यात लिहिणार आहे.' (होय, 'लिहिणार आहे' काय हा आगाऊपणा!) १०वीत असेपर्यंत अमेरिकेच्या प्रत्येक शहरातून प्रसिद्ध होणाऱ्या वृत्तपत्रांची नावं मी सांगू शकत होते आणि महाविद्यालयाच्या पहिल्या-वहिल्या वर्षात ओरियाना फालासी या इटालियन युद्ध वार्ताहराचं पोस्टर माझ्या बिछान्याच्या वर लावलं होतं. ती माझी आदर्श होती. तिच्यासारखं – तीच – होणं यासाठी मी तळमळत होते.

ठीक, त्या ध्येयापासून मी मैलभर लांब राहिले, पण तरीही लहानपणी माझ्या दैनंदिनीच्या पानात लिहिलेलं माझं जीवन आचरत, मला जे व्हायचं होतं तेच मी झाले आहे.

पण खरं म्हणजे, मी यामुळे नियम नाही तर अपवाद ठरते.

करिअर घडणीबद्दल लिहिताना मी बऱ्याच लोकांना पाहिलं आहे. त्यांना योग्य वाटणारा पेशा सापडेपर्यंत त्यांनी बराच प्रवास केलेला असतो. ते कामाची एक दिशा पकडून बघतात. मग आजूबाजूच्या प्रदेशात आणि त्यानंतर आडवे आणि तिडवे जातात आणि मग एकदाचे बऱ्याशा जागी जाऊन पोहोचतात.

दुर्दैवाने या प्रक्रियेला एक दशक किंवा जास्तही लागू शकते. परिणामी अशी काहीतरी 'व्याजपूर्ण' परिस्थिती निर्माण होते की, 'मोठं झाल्यावर काय व्हावसं वाटतं' ते कळेपर्यंत तुम्ही प्रत्यक्ष मोठेच झालेले असता. स्त्रियांच्या बाबतीत तर ही प्रक्रिया अधिकच लांबू शकते, कारण मुलं झाल्यामुळे लवचिकता आणण्यासाठी

चार पावले मागे जावे लागते आणि त्यांच्या करिअरमध्ये बऱ्याच पायऱ्या आणि बऱ्याच सुरुवाती असतात.

असं म्हणताना, तुमच्या करिअरच्या प्रगतीचा वेग वाढवता येऊ शकतो. तुम्हाला हव्या त्या अक्षांश-रेखांशावर उशिरा नव्हे तर लवकर पोहोचता येतं, तरीही होणाऱ्या परिणामांना या पूर्ण मार्गावर एक हेतुपूर्वकता असते.

१०-१०-१० तुमची मार्गदर्शक ठरू शकते. ही प्रक्रिया सुलभ होण्यासाठी, तुमच्या नोकरीबाबतच्या चार प्रश्नांचा विचार करावा असं मी सुचवेन. त्या उत्तरांमधून, अर्थपूर्ण करिअर निर्णय घेण्यासाठी आवश्यक असलेली 'माहिती' घुसळून वर यावी.

माझ्या नोकरीत मला 'माझ्या माणसां'बरोबर काम करता येऊ शकते का? – ज्यांच्या जीवनविषयक जाणिवा माझ्यासारख्याच आहेत – की मला बधिर व्हावे लागते, ढोंग करावे लागते किंवा दिवस निभावण्यासाठी काही एक सोंग वठवावे लागते? या प्रश्नातील कळीचा शब्द आहे 'जाणिवा'– मूल्ये, वर्तणूक आणि व्यक्तिमत्त्व गुण ज्यामुळे तुम्हाला 'माझिया जातीचे मज भेटे कोणी' अशी भावना निर्माण होते. तुमच्या आणि तुमच्या सहकाऱ्यांच्या जाणिवा जर एकसारख्या असतील, तर तुम्ही एकाच गतीने काम करू शकता, अवघड विषयांवर एकमेकांशी एक सारख्याच हिरिरीने (किंवा त्याच्या अभावाने) वाद घालू शकता आणि बैठकींमध्ये एकाच प्रकारचे विनोद एकमेकांना सांगता. एकसारख्या जाणिवा असलेले सगळे लोक अगदी एकसारखे असतात असं माझं म्हणणं नाही, पण ते एकमेकांना बऱ्यापैकी आवडतात, त्यांचं आपसात बरंच जुळतं.

एका बाईकडून ऐकलेल्या फुलबाज्या मी कधीच विसरणार नाही – तिचं टोपणनाव होतं 'सनी' – मी आमच्या कुटुंबाच्यामार्फत काही वर्षांपूर्वी तिला भेटले होते. 'मी जेव्हा महाविद्यालयातून पदवी घेऊन बाहेर पडले तेव्हा मला एवढंच समजत होतं की, आपल्याला अशी नोकरी हवी आहे जिथे आपण उंच टाचांचे सँडल्स घालून आणि हातात ब्रीफकेस घेऊन जाऊ शकतो.' तिने मला सांगितले, 'माझ्यासारख्या गावंढळ मुलीला ते मिळवणे म्हणजे काहीतरी फार मोठे मिळवणे असं वाटायचे.' यापलीकडे फारसा विचार न करता सनीने वकील-साहाय्यक (पॅरालीगल) म्हणून नोकरी पत्करली.

दोन वर्षांनी ती तिथून बाहेर पडली. 'तो छळ होता.' ती आठवण सांगते. 'मला ज्याचं हसू यायचं, त्यात कुणालाच हसण्यासारखं काही वाटायचं नाही. काही गोष्टी हाताबाहेर जाऊ लागल्या, तर एकसारखा वाद घालणं हेही कुणाला ठीक वाटत नसे. एवढंच काय, मला ज्या प्रकारचं संगीत आवडायचं त्यातसुद्धा कुणाला रस नव्हता.'

'ती काही वाईट जागा होती असं मी म्हणत नाहीये.' तिने समारोप केला, 'पण ती 'माझी' जागा नाही, हे मात्र माझ्या लक्षात आलं.'

सनीची पुढची नोकरी केटरिंग व्यवसायात होती. तिथे तिला सूट घालायला मिळत नव्हता, पण वर्षभराने जेव्हा तेही काम तिला कंटाळवाणे वाटू लागले तेव्हा तिने ती नोकरी सोडून दिली. नंतर बिलं भागवण्यासाठी, संग्रहालये उभारून देणाऱ्या एका फर्ममध्ये प्रकल्प अधिकारी म्हणून ती नोकरीला लागली. लगेचच तिला कळून चुकलं की, तिला काहीतरी सापडलं आहे. त्या कामात अंतर्भूत असलेली प्रतिभा आणि बंधुभावाची जाणीव तिला विलक्षण आवडली आणि प्रथमच उशिरापर्यंत थांबणे, काही नवीन गोष्टी सुचवणे, ग्राहकांबरोबर सुसंवाद साधणे या गोष्टी अगदी नैसर्गिकरित्या, सहजस्फूर्त होऊ लागल्या. एका पाठोपाठ बढत्या येत होत्या आणि आज त्याच्याशी संबंधित मत्स्यालय व्यवस्थापनाच्या क्षेत्रात तिला यश मिळालं आहे. कामावर जाताना ती आता टी शर्ट्स, शॉर्ट्स आणि ढगळे कपडे घालते. ब्रीफकेस तर आता तिच्याकडे नाहीच. सर्वांत महत्त्वाचे ती सांगते ते हे की, 'मी ज्या माणसांबरोबर काम करते ती अतिशय आवडतात मला. महत्त्वाच्या गोष्टींवर आमचं एकमत होतं – म्हणजे जगाकडे आम्ही एकाच दृष्टीने पाहतो.'

खरं सांगायचं तर जिथे काम करणाऱ्या माणसांची मूल्यं तुमच्यासारखी नसतील किंवा तुम्ही जसे आहात तसे त्यांना आवडत नसाल, तर ती कुठलीही नोकरी किंवा व्यवसाय तुमच्यासाठी योग्य ठरू शकत नाही. 'तुम्ही तुमच्या जीवनाचा बराचसा भाग कामावर घालवत असता – '१०-१०-१० करिअर द्विधा'मध्ये हा मुद्दा विशेष लक्षात घ्यायला हवा. जर तुम्हाला तुमच्या आवडीचं करिअर करायचं असेल तर तुमचे सहकारी तुम्हाला आवडलेच पाहिजेत आणि त्यांच्याबरोबर वावरताना तुम्हाला आत्मविश्वास वाटला पाहिजे.

माझ्या बुद्धीला ताण देऊन काही कौशल्ये विकसित करून आणि माझ्या 'आरामा'च्या अवस्थेतून मला सडसडून बाहेर काढून, माझं काम मला अधिक हुशार बनवतं का?

ज्या ठिकाणी तुम्हीच सर्वांत हुशार गणले जाल, तिथं काम करण्याचा मोह होणार हे नि:संशय, पण काळाच्या ओघात अशी तुष्टता ही करिअरला मारक ठरते. समाधान मिळण्यासाठी तुमची सतत वाढ होत असायला हवी.

मेख इथेच आहे, लोक काही विशिष्ट व्यवसायांकडे आकर्षित होतात आणि तिथेच चिकटून बसतात, याचं कारण केवळ त्यांना ते चांगले जमतात एवढंच. भाषा शिकलेले लोक प्रकाशन व्यवसायात जातात, गणित शिकलेली मंडळी दलाल स्ट्रीटला जातात. माझी स्वत:ची बहीण एलिन, जी माध्यमिक आणि

महाविद्यालयात विज्ञानात विशेष प्रवीण होती, ती पदवी घेतल्यानंतर ओघानेच वैद्यकीय संशोधक झाली.

पण कल आणि उत्कट आवड यांचे पारडे नेहमीच सारखे नसते. तेरा वर्षांपूर्वी जेव्हा माझी बहीण चाळीस वर्षांची होती, तेव्हा तिने स्वत: जवळ आणि मैत्रिणींजवळ (आणि अर्थातच आमच्या आईवडिलांजवळ) मान्य केलं की तिला आता सूक्ष्मदर्शकातून कशाहीकडे बघण्याची अजिबात इच्छा नव्हती. तिने विज्ञान सोडून दिलं आणि ती एका योग्य अशा उपजीविकेच्या शोधास लागली. छायाचित्रणाच्या रूपाने तिला ती सापडली.

करिअर बदलणे यात सुरुवातीला बराच त्रास झाला. आपलं ज्ञान विस्तारावं म्हणून एलिनने सुरुवातीला अनुभवी छायाचित्रकारांच्या हाताखाली उमेदवारी केली आणि प्रकाशयोजना आणि तंत्र यांवरच्या उन्हाळी कार्यशाळांना हजेरी लावण्यासाठी आटापिटा केला. तिने फ्लायर्स (माहितीपत्रक-पताका) तयार केल्या आणि ती शेजारीपाजारी पाठवली आणि बोस्टनच्या उत्तर किनाऱ्यावरच्या संपूर्ण रहिवाशांमध्ये तिच्या सेवेची प्रसिद्धी करण्याकरता परिश्रमपूर्वक नवे-नवे मार्ग शोधून काढले.

यातल्या प्रत्येक क्षणाचा पुरेपूर आनंद तिने उपभोगला.

तुम्हाला सांगण्यास मला फार आनंद होतो की, एलिनचा व्यवसाय जोरात चालला आहे आणि एलिनही. तात्पर्य हे, की जर तुमचं करिअर १०-१०-१० नवी दिशा दाखवत असेल तर 'माझ्याकडे आवश्यक कौशल्य आहेत का?' एवढंच विचारू नका, तर विचारा 'नवी कौशल्यं आत्मसात करण्यातलं आव्हान स्वीकारायला मला मजा येईल का?'

माझी नोकरी माझ्यासाठी नवी दारे उघडते का? हा कितीही विरोधाभास वाटला तरी हे पक्कं लक्षात घ्या की जर तुमच्या नोकरीतून दुसऱ्या कुठल्यातरी नोकरीची दारं उघडत असतील तर तुमची नोकरी बरोबर आहे, कारण असं की 'अंतिम' हे करिअरच्या व्याख्येतच बसत नाही. इतर संधींकडे जाणाऱ्या संधी त्यात असतात.

बॅबसन महाविद्यालयात शिकवत असताना नोकऱ्यांच्या दोन प्रस्तावांपैकी एकाची निवड करण्यासाठी १०-१०-१०चा उपयोग करणारे काही मोठे विद्यार्थी माझ्याकडे येतात. एक विद्यार्थिनी, कार्स्टिन माझ्या लक्षात राहिली आहे. ती बैठकीला येताना दोन्ही प्रस्तावांमधल्या चांगल्या आणि वाईट गोष्टींची काळजीपूर्वक यादी करून घेऊन पूर्ण तयारीनिशी आली होती आणि तिचा चेहरा संपूर्ण गोंधळलेला होता. 'मला काही सुधरत नाहीये.' ती पुढे म्हणाली, 'यातली एक नोकरी पहिल्या एक-दोन वर्षांसाठी माझ्यासाठी छानच ठरेल. नुकतीच सुरू झालेली लहानशी कंपनी आहे, काम छान आहे, लोक उत्तम आहेत, पण ती कंपनी टिकणार नाही

अशीही शक्यता आहे. दुसऱ्या कंपनीचं नाव मोठं आहे. १० वर्षाच्या कालचौकटीत याला बराच अर्थ आहे. इतका गोंधळ झालाय की काय करावं हेच मला समजत नाही.'

मी तिला आठवण करून दिली की प्रत्येक १०-१०-१० उत्तर हे ती प्रक्रिया करणाऱ्या व्यक्तीच्या मूल्यांवर अवलंबून असतं, पण त्याचा काही फारसा उपयोग झाल्यासारखं वाटलं नाही. 'अं, फार मोठी पदं किंवा प्रतिष्ठा यांचं मला काही विशेष वाटत नाही.' ती शेवटी म्हणाली, 'अधिकारापेक्षा मी जबाबदारी घेईन.' शेवटी असं निघालं की कास्टिॅनला स्वप्न होतं ते अशा रिझ्युमेचं की ज्यात लहान-सहान उद्योगांमधली अनेक कारकिर्दी असतील. तिथे खराखुरा परिणाम घडवून आणला असेल आणि कदाचित थोडा मालकी हक्कही मिळाला असेल. 'कुठली संधी तुझ्यासाठी दारं उघडते?' मी विचारलं, पण आम्हा दोघींनाही उत्तर आधीच कळलेलं होतं. कास्टिॅनने लवकरच त्या नवीन कंपनीचा पहिला प्रस्ताव स्वीकारला.

एकाच कंपनीत अख्खी कारकीर्द घालवण्याचे दिवस आता भराभर मागे पडत चालले आहेत. त्यामुळे तुम्ही जेव्हा १०-१०-१०ने करिअर निवडण्याचा विचार करता, तेव्हा तुमची प्रत्येक नोकरी ही तुम्हाला आणखी एखाद्या नोकरीची संधी तरी देईल याची खात्री करा. *माझी नोकरी मला काही अर्थ मिळवून देते का?* (अर्थ म्हणजे पैसा या अर्थी नव्हे, अर्थ या अर्थी?) प्रत्येक सुट्टीत माझी मुलं जेव्हा घरी येतात आणि आम्ही पुढच्या सत्रासाठी विषय निवडायला बसतो, तेव्हा हमखास आमचं संभाषण 'माझ्या जीवनाचं मी काय करू?'वर येऊन थांबते आणि दर सुट्टीत मला मुलांना आठवण करून द्यावी लागते की, आपल्याला न आवडणारं काहीतरी करून कुणीही भव्यदिव्य करिअर घडवू शकलेला नाही.

'जे तुम्हाला आवडतं ते करा,' मी मुलांना सांगते, 'बाकी सगळं मागोमाग येईल.'

'हो गं!' ते मला झटकून टाकतात, 'पण सध्या जैवतंत्रज्ञानाची हवा जोरात आहे ना?'

आहे ना!' मी त्यांना सांगायचा प्रयत्न करते, 'पण ती जैवतंत्रज्ञान आवडणाऱ्या लोकांसाठी!'

असं पाहा, परफेक्ट नोकरी आणि परफेक्ट करिअर हे तेव्हाच परफेक्ट असतात जेव्हा त्यात तुम्ही सुखी असता. कामासंदर्भातलं काहीतरी – मोठी विक्री करण्यातला थरार, तुमच्या सहकाऱ्यांबरोबर दिलेल्या वेळाच्या आत एखादं काम पूर्ण करणं, एखाद्या नवशिक्याला शिकवणं किंवा ग्राहकाला मदत करणं यातलं मानसिक बक्षीस – काहीही तुम्हाला भुरळ घालू शकतं. ते महत्त्वाचं वाटतं, ते

आत्मिक समाधान मिळवून देतं.

मायामी हेराल्डमधल्या वार्ताहराच्या नोकरीतल्या माझ्या स्वत:च्या करिअर मधल्या पहिल्या पायरीची मला आठवण होते.

ओरियाना फालासी बनू इच्छिणाऱ्या कुणासाठीही, १९८०मध्ये वार्ताकन करण्यासाठी मायामीपेक्षा चांगली दुसरी जागा नव्हती. १९८०-८२मध्ये वांशिक हेतूंनी केलेल्या हिंसेचा आरोप असणाऱ्या दोन गोऱ्या पोलिसांना ज्यूरींनी सोडून दिल्यामुळे ओव्हरटाऊन आणि लिबर्टी सिटी परिसरातल्या रहिवाशांनी विरोधी निदर्शने केली आणि सारं शहर दंगलींनी लपेटलं गेलं. जाळपोळ आणि लुटालूट इतकी भयानक होती की, राष्ट्रीय सुरक्षेला बोलवावं लागलं आणि संचारबंदी जारी करावी लागली. मग १९८३ मध्ये मायामीला फिडेल कॅस्ट्रोने तुरुंगातून नुकत्याच सोडून दिलेल्या अट्टल गुन्हेगारांचा वेढा पडला. दरम्यान कोकेनची वाहतूक करणाऱ्यांची कोपऱ्या कोपऱ्यावर युद्धं व्हायची आणि भरदिवसा गोळीबार व्हायचे.

शहरात अगदी युद्ध पेटलं नव्हतं, पण जवळपास त्याच्याजवळची स्थिती होती.

हो! आणि एक पोरगी वार्ताहर असणं! तेव्हा मला आठवतं एका कामगिरीच्यावेळी मी बुलेटप्रूफ जाकीट घातलं होतं आणि तारुण्याच्या त्या हिरवेपणात मला त्याचाही गर्व वाटला होता. पेरिनमधल्या एका कोकेनवर प्रक्रिया करणाऱ्या कारखान्याच्या दिशेनं एसडब्ल्यूए चमूबरोबर आम्ही सरकत असताना एका नवख्या पोलिसाने मला बंदूक दिली आणि म्हणाला, 'तुला कदाचित याची गरज पडू शकेल.' आणखी एकदा सकाळी माझ्या शांत कोकोनट ग्रूव्ह परिसरात सरकारी रणगाडे आल्याच्या आवाजाने मला जाग आलेली आठवते आणि त्या वेळी माझ्या मनात 'बापरे!' नसून 'हुर्रे' आलेलं आठवतं. लिहिण्यासारखं इतकं होतं, अर्थात त्यातलं सगळंच थरारक नव्हतं. मायामीचे दीर्घ काळ रहिवासी असणाऱ्यांसाठी मायामीतला हा अंत:स्फोट भीतिप्रद आणि दु:खप्रद होता आणि दंगलीच्या जागी राहणाऱ्या रहिवाशांसाठी तर तो मृत्यूचा सापळाच ठरत होता, पण मला त्यांची गोष्ट ऐकायचीही अतीव इच्छा होती. मला त्या त्यांच्या हृदयद्रावक तपशिलांसह सांगायच्या होत्या. माझ्या नोकरीने मला दिलेली ती महान भेट आणि संधी होती.

आता तीस वर्ष होऊन गेली, पण मायामीने मला सोडलं नाही. करिअरमध्ये कसं वाटायला हवं ते त्या अनुभवाने मला शिकवलं आणि वेळेवर, मला हेही शिकवलं की, तुमच्या पर्यायातले 'आनंद गुण' वगळून तुम्ही कुठल्याही करिअर सुविधेचे १०-१०-१० करू शकत नाही, करू नये.

तुमचं नाक क्षितिजरेषेच्या वर ठेवा

माझा एक मित्र आहे, तो विमान उडवायचे धडे घेतो आणि जेव्हा जेव्हा मी त्याच्या मजेच्या कल्पनेबद्दल भीती प्रकट करते तेव्हा तेव्हा तो ती हसून झटकून टाकतो, 'विमान उडवणं अगदी सोपं आहे सुझी.' तो म्हणतो. 'फक्त तुमच्या विमानाचं नाक क्षितिजरेषेच्या वरती ठेवायचं.'

करिअरचंही असंच असतं. तरंगत राहण्यासाठी फक्त तुम्हाला तुमची दृष्टी पुरेशी वर ठेवायला हवी एवढंच.

आणि जेव्हा तुमचं नाक खाली जाऊ लागतं, तेव्हा झटपट तुम्ही त्याच्याकडे लक्ष दिलं पाहिजे, तुमची बढती हुकते. बोनस अगदीच पुचाट निघतो. तुमचा बॉस तुम्हाला महत्त्वाच्या बैठकींना बोलवायचं थांबवतो. अशा वेळी कुठेतरी काहीतरी चुकत असतं.

काहीतरी थांबलेलं असतं.

तुम्ही जर १०-१०-१० वापरत असाल, तर तुम्ही पुढली गोष्ट करता ती म्हणजे 'थांबावं की जावं' किंवा तशाच प्रकारच्या द्विधेसाठी तुम्ही ही प्रक्रिया वापरत असणार.

परंतु हे करताना तक्रार, संदेह आणि भीती अशा त्या क्षणीच्या भावनांमध्ये सापडणे अगदी सहजशक्य आहे. शेवटी तुम्हाला माहीत नाही असं काहीतरी करण्यात बाकीचे सगळे गुंतलेले आहेत. या संशयाने मनात घर करणं यासारखं अस्वस्थ करणारं दुसरं काही नसतं. या भावनांवर मात करण्यासाठी पुन्हा एकदा काही हेतुपूर्वकतेची गरज असते. थांबणं, पाऊलभर मागे येणं, कुठलाही निर्णय घेण्याअगोदर काही काम करायचं आहे, असा करार स्वतःच्याच मनाशी करणं याची गरज असते.

आता तुमच्या अवरुद्धपणाचं मूळ शोधणं वरकरणी सोपं वाटतं, पण मला दिसलंय की खूपसे लोकं दोष ढकलतात तो अर्थव्यवस्थेवर, वाईट बॉसवर, कारस्थानं करणाऱ्या सहकाऱ्यांवर किंवा त्याच्या आवाक्याबाहेरच्या अनंत कारणांवर. आवाक्याबाहेरचे प्रसंग खरोखरच कारणीभूत असतीलसुद्धा, पण अर्थपूर्ण १०-१०-१० करण्यापूर्वी तुमच्या वर्तणुकीत काही सुधारण्याजोगं आहे का हेही एकदा तुम्हाला ठरवावं लागतं.

कठोर सत्य हे की आपण जेव्हा उत्तम काम करत असतो तेव्हा क्वचितच आपलं करिअर कुंठित होतं आणि अपेक्षेइतकी कामगिरी एवढाच माझ्या म्हणण्याचा अर्थ नाही. माझ्या म्हणण्याचा अर्थ त्याच्यावरचा आहे. हे बरं असो की वाईट, या स्पर्धेच्या युगात 'अपेक्षेपेक्षा जास्त' कामगिरी हीच आपल्या बॉसची गरज, इच्छा

आणि अपेक्षा असते, तर कामाच्या ठिकाणी तुमचं नाक खाली जाऊ लागलं की तुमच्या परिणामांबद्दल, योगदानाबद्दल तुम्ही स्वत:शी किंवा तुमच्या एखाद्या विश्वासू सहकाऱ्याशी प्रामाणिकपणे संवाद केला पाहिजे. खरोखर कसे आहेत तुमच्या कामाचे निकाल वा परिणाम?

दुर्दैवाने वेळ टळून जाईतो आपल्याला याचे उत्तर क्वचितच सापडलेलं असतं आणि याचं एक निर्विवाद कारण आहे. पुष्कळशा व्यवस्थापकांना, त्यांचे कर्मचारी नक्की खरंच कुठे आहेत, हे सांगायचं धैर्य किंवा त्यासाठी लागणारा वेळ – किंवा दोन्ही – नसतं.

मला आरोप मान्य आहे.

मी ज्याला काढून टाकलं असा डेव्ह हा पहिला माणूस होता. मी येण्यापूर्वी बरीच वर्ष त्याने आमच्या कंपनीत काम केलेलं होतं, आणि त्याची बॉस म्हणून मला बढती मिळाल्यानंतर माझ्या अधिकाराशी त्याला कधीच जुळवून घेता आलं नाही. त्याच्या कामगिरीबद्दल बोलायचं तर 'पुरेसा'पासून सुरुवात होऊन ती 'वाईट'पर्यंत घसरली. तो राजकारणी, लबाड आणि अनुशासक होता. त्याने इथून दुसरीकडे जावे या निष्कर्षापर्यंत शेवटी मी आले.

मागे वळून बघताना वाटतं, तिथं बसून ही बातमी डेव्हने कशी स्वीकारावी अशी माझी अपेक्षा होती? काय होणार आहे याची त्याला मुळीच कल्पना नव्हती, कारण त्याचं काम कसं चाललं आहे हे मी त्याला कधी सांगितलंच नव्हतं.

डेव्हच्या हकालपट्टीनंतर महागोंधळ झाला. बैठकीत त्याने माझ्या अंगावर आरडाओरडा केला. पुन्हा त्याला कामावर घ्यावं म्हणून त्याच्या सहकाऱ्यांकरवी मोहीम उघडली आणि शेवटी घसघशीत रोख रक्कम मिळाली नाहीतर कंपनीवर दावा करण्याची धमकी दिली. (यथावकाश आम्ही सगळं निस्तरलं.)

तुमचं करिअर कुंठित झालं आहे असं वाटत असेल, तर तुमच्या या आधीच्या कामगिरीच्या *खऱ्याखुऱ्या* आढाव्याची तारीख आणि त्यातला आशय यांवर नेमकं बोट ठेवा. आपला बॉस आपल्याला काही म्हणत नाही म्हणजे सगळं ठीक चाललं आहे असं गृहीत धरू नका आणि लक्षात ठेवा तुमच्या कामगिरीबद्दल आवश्यक असा सडेतोड फीडबॅक मिळेपर्यंत 'राहावे की जावे' याबद्दल १०-१०-१० करू नका. त्या फीडबॅकनंतरच तुम्ही ठरवू शकता की तुमचं कुंठलेपण हे उलटवता वा परतवता येण्यासारखं आहे की सुटका हाच एक सुटकेचा मार्ग राहिला आहे?

समस्याग्रस्त कामगिरीबरोबर आणखी दोन कारणांमुळे आपली करिअर्स अवरुद्ध होऊ शकतात. आपल्या मनात चुकीची नेतृत्व कल्पना वसलेली असते किंवा अध्याहृत कीर्तीची बाधा आपल्याला झालेली असते.

हीरो से झीरो तक

प्रत्येकजण जेता होऊ शकत नाही, हे तुम्हाला सांगण्यासाठी माझी आवश्यकता नाही, पण एवढ्या काळात मला एक गोष्ट मला समजली आहे, ती म्हणजे बहुतेक सर्व कंपन्यांना प्रत्येकाने नेतृत्वगुण *'दाखवण्या'ची* इच्छा असते. याच कारणामुळे जर आपण कसलीही धुरा सांभाळू शकतो – कधीतरी का होईना – याची लक्षणं दाखवली नाहीत तर हळूहळू पण निश्चितपणे आपण बाजूला पडत जाणार व यथावकाश दाराबाहेर पडणार.

आणि जी व्यक्ती धुरा सांभाळू शकते ती दिसते तरी कशी? नेतृत्वाचं असं सार्वत्रिक रूप असं काही नाही. काही कंपन्यांना त्यांच्याकडचे नेते हे तंत्रज्ञानाने वरचढ हवे असतात. इतर काहींना त्यांच्याकडे जागतिक अनुभव हवा असतो. आणखी कुठल्या कंपन्यांना त्यांच्या नेत्यांकडे खणखणीत शैक्षणिक गुणवत्ता लागते, पण अक्षरश: सर्व कंपन्यांना माहीत असतं की सर्व परिणामकारक नेत्यांमध्ये एक गुण समान असतो – यश हे त्यांच्यापुरतं नसतं, ते सांघिक असतं हे त्यांना समजलेलं असतं. चांगला नेता असणं म्हणजे तुमच्यासाठी काम करणाऱ्या माणसांच्या तेजाच्या प्रतिबिंबानं झळाळून उठणे. चांगला नेता असणं म्हणजे आपला अहं! जोजवत बसण्यापेक्षा आपल्या लोकांची वाढ होताना बघण्यात जास्त मजा आहे असं मनापासून वाटणं.

तीन एक वर्षांपूर्वी जॅकला आणि मला आमच्या सदराला एक अगदी दु:खी मेल आली होती. लिहिणाऱ्या माणसाने खाली आपली सही 'हीरो से झीरो तक' अशी केली होती. एका वित्तीय संस्थेत 'क्वांट जॉक' असलेल्या या माणसाचं करिअर गेली सहा वर्ष चांगलं वर-वर चढत होतं. पगारही वेगाने वाढत होता.

पण मग काहीतरी विचित्र घडलं, असं आमच्या पत्रलेखकाने लिहिलं. आकडेमोड करण्याचा त्याला कंटाळा आला. त्याला नेता बनायचं होतं, त्यामुळे त्याने संस्थेमधला एक विभाग सांभाळण्याबद्दल विचारलं.

'तू गंमत करतो आहेस का?' हे त्याच्या बॉसचं उत्तर.

ते म्हणाले की, 'माझ्या सहकाऱ्यांनी सुचवलेल्या कल्पनांची मला पर्वा नसते किंवा त्यांचं काम चांगलं होण्यासाठी मी कशी मदत करू शकतो याचा मी विचार करत नाही.' त्याने पुढे लिहिलं होतं, 'त्यांनी मला सांगितलं की, माझं काम उत्तम होतं आणि माझी इच्छा असेल तर ते कायमचं माझ्याकडे राहील, पण मी वर मात्र चढू शकणार नाही, कधीच.'

'हीरो से झीरो तक'ने त्याच्या गोष्टीचा पुढीलभाग काही आम्हाला लिहून कळवला नाही, पण मी पैजेने सांगते की तो अजूनही कुठेतरी क्वांट जॉक म्हणूनच

काम करतो आहे. जर त्याची मनोवृत्ती आमूलाग्र बदलली नसेल तर!

पुन्हा एकदा प्रत्येक जण नेता बनू शकत नाही किंवा प्रत्येकाची तशी इच्छा असते असंही नाही पण जर तुम्ही करिअर – कुंठलेपणाच्या १०-१०-१०च्यामागे असाल तर लोक तुम्हाला काय समजतात हे स्वत:ला विचारणंही मोलाचं ठरेल. तुम्ही धुरा पेलू शकता असं जर तुमच्या कंपनीला वाटत नसेल, तर कंपनीतला तुमचा प्रवास अ-धुरा राहण्याची शक्यता आहे.

मूळ कीर्ती हो जाईना

आणि करिअर ठप्प होतं. याचं कारण आपली कीर्ती, आपण मिळवलेली असो वा नसो, आपल्याला झटकून टाकता येत नाही. काही वर्षांपूर्वी आपण एखाद्या कामगिरीत घोडचूक केलेली असू शकते किंवा एखाद्या अयशस्वी प्रकल्पात किंवा उत्पादनात तुम्ही सहभागी होता किंवा तुम्ही अशा व्यवस्थापकाच्या हाताखाली काम करत होता, ज्याने काही संशयाच्या धुक्यात कंपनी सोडली. अशा प्रयोगांमध्ये पूर्वीच्या कामाचा किंवा संगतीचा डाग आपल्यावर लागलेला असतो.

पण कधीकधी आपल्या अध्याहत कीर्तीचा संबंध जरा कमी ठाशीव गोष्टींशी असतो – मर्यादित अपेक्षा.

ट्रकचालक आणि उपाहारगृह व्यवस्थापिकेची मुलगी 'ज्योडी'ची तिच्या घरातली महाविद्यालयात जाणारी पहिली मुलगी आणि अजूनही राज्याच्या विद्यापीठाच्या पदवीदानाचा दिवस हा तिला तिच्या जीवनातील सर्वोच्च अभिमानाचा दिवस वाटतो. अकाउंटिंगमधील पदवी आणि ३.५ जीपीए (क्रेडिट पॉइंट्स) असल्यामुळे लगेचच तिला ओहायोमधल्या यंत्रांच्या कारखान्यात हिशोबनीस म्हणून नोकरी लागली.

पाच वर्ष ज्योडीनं तिची जबाबदारी निर्दोषपणे निभावली आणि तिच्या व्यवस्थापकांच्या मते कामात उत्साह, ज्ञान आणि नवनवीन उपाय आणले. तिच्या सहकाऱ्यांनाही ती आवडत होती; प्रामाणिकपणा आणि मेहनत प्रिय असणारी संघातील एक भिडू म्हणून तिच्याकडे पाहिलं जात होतं.

त्यामुळे तिच्या विभागात ज्या लहानशा बढतीसाठी ज्योडीने अर्ज केला होता. ती न मिळाल्यावर ती फारच बेचैन झाली. तिच्या बॉसला तिने त्याचं कारण विचारलं. 'मी हे काम करू शकते हे मला माहीत आहे.' तिने आग्रहाने सांगितले.

'मलासुद्धा ते माहीत आहे.' बॉसने सहमती दर्शवली. 'पण ही जागा एमबीएसाठीची आहे.'

धीर न सोडता ज्योडी अधिकच निश्चयाने कामाला लागली आणि बाजूबाजूने

तिने एमबीएची पदवी मिळवली. अठरा महिन्यांनी पदवी हातात घेऊन तिने पुन्हा एकदा बढतीसाठी अर्ज केला आणि पुन्हा एकदा तो नाकारला गेला. ती भयंकर निराश झाली.

'मला हे कळत नाहीये.' तिने तिच्या व्यवस्थापकांना सवाल केला. 'तुम्हाला हवी ती शैक्षणिक पात्रता माझ्याकडे आहे.'

तिच्या बॉसकडे काहीही चांगलंसं उत्तर नव्हतं. निदान तिला पटेलसं तरी नव्हतं, पण मी ज्योडीसारख्या बऱ्याच 'केसेस' पाहिल्या असल्याने मला समजलं की ज्योडी ही तिच्या अध्याहृत कीर्तीची बळी होती, तिच्या कंपनीच्या मनात ती नेहमी हिशोबनीसच राहणार होती, एमबीए असो किंवा नसो.

थोड्याच काळात ज्योडीने आपली उच्च पदवी दुसऱ्या एका कंपनीत सत्कारणी लावली. तिथे तिच्या शैक्षणिक पात्रतेकडे, कौशल्यांकडे नव्या दृष्टीनं पाहिलं जात होतं.

तेव्हा तुमच्या करिअर दुनियेचा १०-१०-१०मधून शोध घेताना तुम्हाला असा साक्षात्कार झाला की तुमचं करिअर ठप्प झालंय, कारण तुम्ही बदलला आहात पण तुमची कीर्ती बदललेली नाही, तर ही सुखान्त गोष्ट आठवायची.

काम आणि आयुष्य : एक भ्रम

करिअर दुःखाचं अंतिम मूळ आणि मला वाटतं सर्वांत मोठं भावनिक कारण – म्हणजे काम आणि वैयक्तिक आयुष्य यांचा समतोल. लिन स्कॉट जेकसनला आठवा. जेव्हा तिचं स्वतःच्या व्यवसायाचं स्वप्न फलद्रूप होण्याची चिन्हं दिसू लागली, तेव्हाच तिच्या आईवडिलांनी तिच्याकडून अधिक लक्ष देण्याची मागणी केली किंवा जॅकी मायर्सला आठवा, ती देशविदेश फिरणारी कॉर्पोरेट व्यवस्थापक जिला तिच्या लहान मुलीच्या विरहामुळे १०-१०-१० करायची स्फूर्ती आली. १०-१०-१०ने या दोघींनाही त्यांच्या पर्यायाचे तीन कालचौकटींमध्ये परिणाम दाखवले आणि त्यांच्या खोलवरच्या गरजा आणि इच्छा पूर्ण करतील असे उपाय शोधायला मदत केली.

आणि विशेष म्हणजे या गरजा आणि इच्छा फारच वेगवेगळ्या होत्या. काम आणि वैयक्तिक आयुष्य यांच्या समतोलात लिनला जास्त काम हवं होतं, तर जॅकीला कमी.

माझं म्हणणं असं की तुमच्या मूल्यांच्या सापेक्ष महत्त्वाबद्दल जोपर्यंत तुमच्या मनात अत्यंत स्पष्टता नसेल तोपर्यंत तुम्ही काम-आयुष्य समतोलाबद्दल १०-१०-१० करू शकत नाही, कारण हा समतोल हा भ्रामक आहे. जेव्हा तुमचं

काम आणि तुमचा वैयक्तिक वेळ यांच्यात संघर्ष उभा राहतो, तेव्हा तुम्हाला कुठेतरी देवाणघेवाण, सौदा हा करावाच लागतो, म्हणून मला 'काम-आयुष्य निवड' हा शब्दप्रयोग जास्त आवडतो. व्यावसायिक यश आणि संपत्ती यांचं मोल तुमच्या लेखी जास्त असेल तर तुम्ही ही *निवड करता* की इतर...! तुम्ही तुमच्या कामाला देत असलेला वेळ हा तुम्ही इतर कुठल्याही कामाला देत असलेल्या वेळेपेक्षा जास्त असेल. मुलं मोठी होत असताना सर्व काळ त्यांच्यासाठी उपलब्ध राहणे त्याला जर तुम्ही सर्वोच्च प्राधान्य देत असाल, तर उघडच आहे की 'सीईओ' व्हायचं नाही हे तुम्ही *निवडलेलं* असतं. कॉर्पोरेट शिडी चढताना विनाव्यत्यय उपलब्धता आणि अविचल बांधिलकीची गरज असते. आणि पूर्ण वेळ आई होण्यासाठीही नेमकी याच गोष्टींची आवश्यकता असते.

तुम्हाला सगळं काही, सर्व काळ मिळू शकत नाही.

पण तुम्हाला जर असं वाटत असेल हे सगळ्यांना कळण्याइतकं आणि पटण्याइतकं उघड आहे, तर तुम्हाला आश्चर्याचा धक्का बसू शकतो.

पुन्हा आणि पुन्हा पुन्हा मी कित्येक बायकांना भेटले आहे ज्या १०-१०-१०शी झटापट करत राहतात. त्यांना वाटते की त्यात काहीतरी चमत्कार आहे, ज्यामुळे लठ्ठ पगाराची नोकरी, गुणी मुलं, सुखी संसार, मजेच्या सुट्ट्या आणि सुडौल बांधा यांनी परिपूर्ण असं 'परफेक्ट' जीवन त्यांना मिळणार आहे.

न चुकता मी त्यांना सांगते की काहीतरी जाऊ दे. यातली दोन उद्दिष्टं कमी करा किंवा वास्तववादी व्हा. तीन उद्दिष्टं कमी करा. मी माझं स्वत:चं उदाहरण त्यांना देते. जेव्हा *एचबीआरमध्ये* करिअर घडवणे या गोष्टीला माझं सर्वोच्च प्राधान्य होतं तेव्हा शाळेतले नाट्यप्रवेश, आईस स्केटिंगची प्रात्यक्षिकं आणि कित्येकदा संध्याकाळचा गृहपाठ हे मला चुकवावं लागत होतं. संध्याकाळचं जेवण म्हणजे खूपदा हॉट डॉग्ज आणि सफरचंदाच्या फोडी असायचं आणि माझा बांधा तर नक्कीच सुडौल नव्हता.

मी उघड्या डोळ्यांनी जी मूल्यं निवडली होती त्यानुसार मी जगत होते आणि त्यामुळे परिणामांची जबाबदारीही मीच घ्यायला हवी होती.

हां, आता माझी कंपनी तितकीशी 'कुटुंब प्रधान' नसल्याचा दोष मी त्यांना देऊ शकत होते, पण मला हे समजत होतं की धंदा हा माझं आयुष्य सुखानं करण्यासाठी नसून नफा मिळवण्यासाठी असतो. मुलांना वाढवण्यातला अर्धा वाटा पुरुषांनी न उचलल्याबद्दल मी समाजाला दोष देऊ शकले असते, पण जी व्यवस्था गेली हजारो वर्षं जुनी आहे आणि स्त्रिया मुलांना जन्म देतात या वास्तवावर बेतलेली आहे तिच्यावर चिडचिड करण्यात काय अर्थ आहे?

मला वाटतं मी वास्तववादी होते, अजूनही आहे, त्यामुळेच जेव्हा

काम-आयुष्य 'समतोला'शी संबंधित द्विधेची वेळ येते तेव्हा माझे कळकळीचं सांगणं असतं की, केवळ तुमच्या मूल्यांबद्दल कठोरपणे विचार करू नका तर त्यांची चक्क क्रमवारी लावा, तरच तुम्ही ज्या 'सौद्या'नुसार जगायचं ठरवलेलं असतं, तो १०-१०-१०मध्ये प्रतिबिंबित होईल.

आम्ही डिस्नीलँडला जाणार...

फार कठोर वाटायला नको! मला हे आजही चांगले माहीत आहे की ज्या दहा-पंधरा वर्षांत तुम्ही घरी आणि कामावर जे जे काही तुम्ही असणं शक्य आहे ते ते सगळं असण्याचा प्रयत्न करता – ते म्हणजे कष्टांची एक न संपणारी मालिकाच असते. मला माहीत आहे की असे दिवस आणि आठवडे जातात जेव्हा तुम्हाला वाटतं की तुमच्या निवडी या कुणालाच – खास करून तुम्हाला – पूर्ण सुखी करत नाहीयेत.

मला हेसुद्धा चांगलं ठाऊक आहे की नोकरदार आयांचं रोज आतल्याआत स्वगत भाषण चालू असतं, 'याच्याऐवजी ते', 'याच्यापेक्षा ते' अशा निवडी अखंड, रोज चालू असतात. १०-१०-१०ची मदत होतेच, पण त्याच्या साहाय्यानंतरही खूपशा काम-आयुष्य निवडींच्या म्हणून काही कळा असतातच. मला हे अगदी खरं खरं सांगून टाकावसं वाटतं. १०-१०-१० हे माझ्या माहितीतलं पालकत्वाचं सर्वांत उत्तम मदतीचं उपकरण आहे. त्याची शक्ती आणि परिणामकारकता मला किती वेळा दिसली त्याला गणतीच नाही, पण ते तुमचे काम-आयुष्य-झगडे नष्ट करणार नाही; त्यांना समजून घ्यायला, त्यांचं व्यवस्थापन करायला आणि त्यांच्याशी तह करायला ते तुम्हाला मदत करेल.

वेस्ट कोस्ट किरकोळ विक्रीच्या दुकानातील कर्मचारी असलेल्या बार्बराचे लग्न तिच्या विशीत झालं, पण ती आणि मेंदूविकारतज्ज्ञ असलेला तिचा नवरा दोघांचीही करिअर्स वाढत गेली व त्यात मुलं असण्याची सवय किंवा आवड त्यांना झालीच नाही, पण बार्बराच्या पंचेचाळिसाव्या वाढदिवसानंतर लगेचच – तिच्या शब्दात सांगायचं तर – बाळ होण्याचे डोहाळे लागले. 'आमच्या आयुष्यातून खूप मोठं काहीतरी हरपतंय अशी अचानक जॉनला आणि मला जाणीव झाली. आम्ही एकमेकांना होतोच, पण आता कुटुंब असण्याची ओढ लागली. एकदम आम्हाला जाग आल्यासारखं झालं.'

दिवस राहण्याच्या अयशस्वी प्रयत्नात एक वर्ष गेल्यानंतर चीनमधून एक बाळ दत्तक घ्यायचं या जोडप्याने ठरवलं. त्यांच्या भावना संमिश्र वगैरे नव्हत्या. 'बाळ हे बाळ असतं आणि प्रत्येक बाळ हा आशीर्वादच असतो.' असं बार्बराने मला

सांगितलं, पण त्या प्रक्रियेने त्यांचं बाळाचं स्वप्न एक वर्ष आणखी पुढे ढकललं. शेवटी एकदा ते जोडपं त्यांच्या नव्या मुलीला 'ऑमी'ला घ्यायला बीजिंगला पोहोचलं.

अमेरिकेला परत येताना मात्र विमानातच बार्बराला मळमळू लागलं. कुटुंब घरी आल्यानंतरही हे मळमळणं तीन आठवडे चाललं. ते डोहाळे होते आणि सात महिन्यानंतर आणखी एका मुलीचा जन्म झाला. जोडप्यानं तिचं नाव जेसी ठेवलं. दुसराही पाळणा ऑमीच्या खोलीत हलवला.

पुढची वर्षं म्हणजे तारेवरची कसरत होती. जॉन आणि बार्बरा दोघेही दुहेरी पालकत्व आणि करिअर करीत होते आणि एकाच वर्षात दोन बाळांच्या आगमनाचा धक्का होताच. होय, त्यांना मुलींचं कौतुक होतं. होय, ते सुखात होते, पण ते सदोदित दमलेले असायचे. घराजवळ काम करण्यासाठी जॉनने रुग्णालये बदलली आणि आणीबाणीच्या वॉर्डचं जरा ठरलेल्या वेळचं काम घेतलं. बेबी सिटर्सना वागवण्याची कला बार्बरा शिकली आणि मुलींबरोबर सकाळी वेळ घालवता यावा म्हणून कागदपत्रांचं काम करण्यासाठी ती दर शनिवारी संध्याकाळी कार्यालयात जाऊ लागली.

शेवटी जेव्हा मुली पाच आणि सहा वर्षांच्या झाल्या तेव्हा मात्र 'बदल' म्हणून 'सर्वसामान्य' वाटलं पाहिजे असं जॉन आणि बार्बराने ठरवलं. डिस्नीलँडच्या सुट्टीची त्यांना गरज होती.

नेहमी एक उत्कृष्ट कर्मचारी असलेल्या बार्बराने तिच्या आठवड्याच्या सुट्टीची कल्पना तिच्या साहेब लोकांना सहा महिने अगोदर दिली. दरम्यान सहलीच्या प्रत्येक मिनिटाचं नियोजन करत ती आणि जॉन रोज संध्याकाळी मुलींना घेऊन संगणकासमोर बसू लागले. टिंकरबेल बरोबरचा नाश्ता, सिंड्रेलासोबत जेवण, स्पेस माऊंटनच्या राइड्स असा भरगच्च कार्यक्रम होता. अध्येमध्ये 'इटस अ स्मॉल वर्ल्ड' होतंच.

आणि मग जायच्या एक आठवडा आधी बार्बराच्या बॉसने – तीही तिच्याच वयाची बाई होती – एक त्रोटक ईमेल पाठवली. मुख्य कार्यकारी अधिकारी भेटीसाठी येत आहेत, बार्बराची सुट्टी जरा पुढे जाईल.

धक्का आणि संतापाच्या लाटांना आवर घालत बार्बरा उठून काही दरवाजे पलीकडे असलेल्या तिच्या बॉसच्या कार्यालयात गेली. 'मी सहल रद्द करूच शकत नाही.' शांत राहण्याचा प्रयत्न करत ती म्हणाली, 'मी मुलींना वचन दिलंय.'

तिच्या बॉसने थंडपणे तिच्याकडे पाहिलं, 'तुला असं वाटतं का, की मी आत्ता जिथे आहे तिथवर त्याग न करता पोहोचले?' तिने विचारलं, 'तुला असं वाटतं का की फक्त तुला लहान मुलं आहेत म्हणून तुला सगळं माफ? आणि हो,

पुरुषांनाही लहान मुलं असतात.'

त्या अधिकारीणीने तिच्या ब्लॅकबेरीत एकदा पाहिलं आणि पुन्हा बार्बराकडे लक्ष वळवलं. 'माझी मुलं आता एकोणीस आणि चोवीस वर्षांची आहेत.' ती म्हणाली. 'ते निरोगी, आनंदी आहेत आणि त्यांच्या आयुष्यभर मी दर आठवड्याला पन्नास तास काम केलंय.'

त्या संध्याकाळी घरी आल्यावर बार्बराने ही समस्या १०-१०-१० पुढे ठेवली. प्रथम तिने तिच्या मूल्यांचा आढावा घेतला. तिचे कामावर केवळ प्रेम होतं एवढंच नव्हे तर त्यांच्या कुटुंबात तीच जास्त मिळवती होती, पण तिच्या आयुष्यात मातृत्व इतक्या उशिरा आलं होतं, ती स्वत:शी म्हणाली की त्यातला एकही क्षण तिला गृहीत धरायचा नव्हता. इतर कशाहीपेक्षा तिच्या मुलींनी तिला एक व्यक्ती म्हणून ओळखावं. त्यांच्या आयुष्यात झपकन येऊन जाणारं वादळ म्हणून नव्हे अशी तिची इच्छा होती. तिलाही त्यांना जाणून घ्यायची इच्छा होती. फक्त त्या अडचणीत असताना, जेव्हा ती तिथे असलीच पाहिजे अशा वेळांपेक्षा अधिक मोकळेपणाने, काहीही नियोजन नसतानाच्या मुक्त क्षणांमध्ये.

१० मिनिटांमध्ये, कोणताही निर्णय घेतला तरी आणीबाणीची परिस्थिती समोर ठेवलेलीच होती. नाराज बॉस किंवा नाराज मुली.

१० महिन्यांच्या चित्रात अधिक बारकावे होते. बार्बराला जाणवत होते की तिची बॉस तिच्या कडक भूमिकेपासून थोडी मागे येणार. 'त्या रागवारागवीखाली तिला मनोमन माहीत होतं की मी माझं देणं दिलेलं आहे.' बार्बराने मला सांगितलं. 'बँकेत माझीही काही जमा होतीच. याआधी मी कितीदातरी सुट्ट्या रद्द केल्या होत्या. खरं म्हणजे माझ्याकडे इतकी जमा साठलेली होती की मी सरळ जाऊन तिच्याशी 'त्याग' या विषयावर वाद घालू शकले असते. तिला एकही प्रसंग दाखवता आला नसता.'

दुसऱ्या बाजूला, बार्बराने विचार केला १० महिन्यांनंतर 'नाही जायचं' या निर्णयाचे पडसाद घरात घुमत राहिले असते. आईचं काम आग्रहापेक्षा पुढे आहे आणि आई जे कबूल करते त्यावर विश्वास ठेवायचा नाही, असं त्या दोघी समजत राहिल्या असत्या.

बार्बराने हिशोब केला, ती आणि जॉन १० वर्षांनी बासष्ट वर्षांचे झाले असते, निवृत्तीला तीन वर्ष बाकी राहिली असती आणि मुली टीनएजर्स झालेल्या असत्या. तिने स्वत:ला विचारलं त्या वेळी करिअरची आणखी एक पायरी वर चढून ते संपवणं यापेक्षा मुलींमधला विश्वास आणि जवळीक हीच महत्त्वाची ठरली नसती का?

ठरल्याप्रमाणे कुटुंब डिस्नीलँडला रवाना झालं.

आठवड्यानंतर बार्बरा कामावर रुजू झाली तेव्हा बॉसची ई-मेल आलेली होती की सीईओबरोबरची बैठक फार चांगली झाली आणि काही धोरणात्मक पुढाकारांवर त्यांच्याबरोबर काम करण्याचे काही मार्गही त्यात सुचवले होते.

'खरं सांगते तिची मेल पाहिल्यावर माझा ठोका चुकला होता. मला वाटलं झालं! संपलं!' बार्बरा सांगत होती, 'पण मला आठवतं की मी निर्णय कसा घेतला होता – डोळे उघडे ठेवून – १०-१०-१०मुळे माझी अपराधी भावना पुसली गेली.'

तिने तिच्या बॉसच्या विनंतीची दखल घेतली व ती पुन्हा कामाला लागली.

ऑलिव्हियाचा गोंधळ

काही रात्रींपूर्वी, मी लेख लिहिता लिहिता वर पाहिलं तर सोफिया एका सुरेख तरुणीबरोबर माझ्या टेबलासमोर उभी. माझ्या चेहऱ्यावर गोंधळ दिसत असणार, कारण सोफियाला हसू कोसळलं, 'आई, काय हे? ही ऑलिव्हिया!' ती ओरडली.

अरे खरेच की! जरा डोळे बारीक करून पाहिल्यावर आमच्या शेजारची, माझ्या कौतुकाची आणि अलीकडे बऱ्याच वर्षांत न दिसलेली ती छोटीशी मुलगी मला दिसली. आता ती मुख्य विषयाच्या शोधात असलेली एक कॉलेजकन्यका होती. तिच्या मनातल्या गोंधळाबद्दल सोफियाशी एक संध्याकाळभर गप्पा मारून झाल्यावर माझा सल्ला घ्यावा असं त्या दोघींनी ठरवलं होतं.

'ओह, मिसेस वेल्श. मला अगदी वेड लागण्याची पाळी आली आहे.' ऑलिव्हियाने सुरुवात केली. 'मला खूप छान करिअर करायचंय. खूप काहीतरी महत्त्वाचं आणि थरारक – छापटाईप नको. काय करावं मला समजत नाहीये.'

'छापटाईप नको' हे मला फारच आवडलं, पण ऑलिव्हियाच्या गोंधळातलं मला जे सर्वांत भिडलं ते हे नव्हतं. ते होतं एक जाणीव की हा तिच्या करिअर द्विधेचा पहिला अनुभव होता. मला ठाऊक होतं की तीही जर आम्हा बाकीच्यांसारखी असेल तर अशा आणखी पुष्कळ द्विधा येणार आहेत.

मी तिला तसं सांगितलं.

'नाही, नाही.' तिने लगेच विरोध नोंदवला. 'मला तुमच्यासारखं व्हायचं आहे.'

तिने दाखवलेला विश्वास माझ्या काळजाला भिडला, पण खरी गोष्ट ही की मी मोठी होण्याच्या बरंच आधी मोठं झाल्यावर मला काय व्हायचं आहे, हे मला माहीत असलं तरीही, शेवटी जेव्हा मी मोठी झाले तेव्हा करिअरबद्दल गोंधळाचे आणि अगदी निराशेचेही क्षण आलेच. मी मायामी सोडलं तेव्हा माझं मन कात्रीत सापडलं होतं. एका बाजूने माझं प्रिय काम सोडण्याचं दुःख आणि दुसऱ्या बाजूने

बोस्टनमध्ये मी जे साध्य करू शकेन असं मला वाटत होतं, त्या करिअरबद्दलचा उत्साह. माझ्या सहकाऱ्यांचा निरोप घेत मी ड्राइव्हवेमध्ये उभी होते. उत्तरेकडच्या प्रवासातील माझ्या ऐहिक गरजांच्या वस्तूंनी माझी गाडी भरली होती. मला आठवतं मी एक शेवटचा खोल श्वास घेऊन मंद समशीतोष्ण हवा छातीत भरून घेतली. तेव्हा मला वाटत होतं की जेव्हा मला त्याची सर्वांत जास्त गरज होती तेव्हा ओरियाना फालासीचे धैर्य मी का दाखवू शकले नाही. मी सीमा ओलांडून जॉर्जिया राज्यात प्रवेश केला तरी माझ्या डोळ्यांना खळ नव्हता.

तुझे करिअर कुठलेही असो – मी ऑलिव्हियाला खात्री दिली – करिअर द्विधा येतीलच.

आणि त्या तू सोडवशील, त्या कुठून येतात हे समजून घेऊन आणि स्वत:ला समजून घेऊन.

तुमच्या मुलाला चांगले वळण लावा

पालकत्वात तुमच्या साथीला १०-१०-१०

मार्क्स पाच वर्षांचा असताना एक दिवस काही संदर्भ नसताना एकदम घोषणा करत आला. 'आई, मी मोठा झालो ना की मी कुठे राहतो ते तुला सांगणारच नाही.' त्याच्या शब्दात दुष्टाव्याचा लवलेशही नव्हता. आपल्या वैयक्तिक स्वातंत्र्याच्या घोषणेने खुललेला त्याचा चेहरा आणि त्याचं निरागस हसू मला अजून आठवतंय, पण माझ्या हृदयात कळ आलीच. मार्क्सच्या छोट्याशा जीवनातल्या प्रत्येक दिवशी त्याच्या पात्रात मी भरभरून प्रेम ओतत होते आणि आज मला अत्यंत अनपेक्षित रीतीने समजलं होतं की याची परतफेड म्हणून जन्मभर त्याच्याकडूनही प्रेम मिळेलच असं नाही.

'छे!' माझे विचार मला आठवतात. 'हे आईपण म्हणजे भलतंच अवघड होत चाललंय.'

खरंच 'छे!'

वीस वर्षं या हुद्द्यावर काम केल्यावर मी म्हणेन की पालकत्व हे जगातील सर्वांत गुंतागुंतीचं काम आहे. ते तुम्हाला कःपदार्थ ठरवू शकतं, चिडीला आणू शकतं की या कृपाप्रसादासाठी आपण कोणतं पुण्य केलं होतं, हे तुम्हाला कळेनासं होतं.

पालकपणा सोपा असेलच असं मला सांगवत नाही, पण त्याला अधिक स्पष्टता, सातत्य आणि शांती आणून १०-१०-१० हे अधिक सोपं करू शकते. अपराधी भावना आणि संदेह तुमची सुटका करू शकते आणि मुलाचा पालकावर आणि उलट असा उभयपक्षी विश्वास निर्माण करू शकते. सारांश, पालकत्व म्हणजे अर्धवट वाटणारं किंवा उतू जाणारं असं वाटण्याचे दिवस कमी होतात आणि 'मला हवा तसा पालक मी आहे आणि त्याचा उपयोग होतो आहे.' असं वाटण्याचे क्षण वाढतात.

आणि सर्वांत महत्त्वाचे म्हणजे १०-१०-१० हे कौटुंबिक जीवनाला पुष्कळच जास्त मजेचं, आनंदाचं करते. खरं सांगू का? मला एकदा खूपच मस्त हसू आलं होतं, त्याचं श्रेय मी १०-१०-१०ला देईन. तेव्हा मार्क्सचं छोटंसं पात्र सोळा वर्षांचं झालं होतं. एका दुपारी पोहण्याच्या सरावानंतर आम्ही दोघं चालत चालत घरी येत होतो तेव्हा एकदम काही संदर्भ नसताना त्याने माझ्याकडे वळून मला मिठी मारली, 'सांगू का आई,' तो म्हणाला, 'माझं लग्न झालं ना, की तू ये माझ्या घरी राहायला आणि माझ्या मुलांना वाढव. छान होईल ते.'

मॉमी इन द मिडल

हवाईतून परत आल्याबरोबर हुला स्कर्टचा प्रसंग मनात ताजा असताना मी पालकत्वाचे निर्णय १०-१०-१० ने घ्यायला सुरुवात केली आणि अजूनही मी ते थांबवलेलं नाही, पण माझे अगदी सुरुवातीचे निर्णय माझे अजूनही आवडते आहेत. मी एकल पालक झाल्यानंतर थोड्याच दिवसांनी मी मुलांना कबूल केलं की, मी लवकर घरी येऊन स्वयंपाक करीन आणि त्याहीपेक्षा महत्त्वाचं म्हणजे मग सगळे बसून आपण टीव्हीवरचा आपला आवडता कार्यक्रम *माल्कम इन द मिडल* बघू. मुलांना तो कार्यक्रम फार आवडायचा, कारण त्यात माल्कमच्या गोंधळबाज कुटुंबाने कितीही अडथळे आणले तरी शेवटी माल्कमला जे हवं ते मिळायचं. मला तो आवडायचा, कारण त्यात कधी कधी माल्कमच्या आईच्या रागाने सातवा मजला गाठलेला असायचा आणि तिच्या मुलांना तोही फार गोड वाटायचा.

पण कार्यालयात त्या दिवशी संध्याकाळी मी आवराआवर करत असताना माझी बॉस आली. 'वाईट बातमी – कार्टरच्या बातमीचं आत्ताच हाती आलंय' ती म्हणाली, 'तुला थोडा वेळ थांबावं लागेल.'

मी त्रासले, 'किती वेळ?'

'काही तास.' ती क्षमायाचनेच्या स्वरात म्हणाले, 'सॉरी पण हा आणीबाणीचा प्रसंग आहे.'

आता, माझ्या आयुष्यातल्या त्या घडीला आई म्हणून माझी मूल्यं अतिशय स्पष्ट होती. व्यक्तिमत्त्वाचे चांगले गुण म्हणजे सहृदयता, प्रामाणिकपणा आणि विश्वासार्हता - हे मुलांना शिकवणं ही माझी मुख्य जबाबदारी आहे असा माझा ठाम विश्वास होता. मला असंही वाटायचं की पालक जर आनंदी, अर्थपूर्ण जीवन जगत असले तर मुलांचा फायदा होतो आणि त्यामुळेच पूर्णवेळ काम करण्याची मला गरज वाटत होती. परस्परांबद्दल आदर हे पालक म्हणून माझं अंतिम मूल्य होतं. काही आयांना कौतुक करून घेणं किंवा ऐकायला लावणं असं आवडतं. परस्परांशी

संवाद करू शकेल असं कुटुंब मला घडवायचं होतं.

१० मिनिटांत, मी कार्यालयात थांबले असते, तर हा संवाद झालाच असता. कुरकुर, रडारड, 'तू कबूल केलं होतंस आई', 'दरवेळी कामच आधी का म्हणून?' वगैरे, वगैरे. उलटपक्षी, काम करत थांबले असते तर माझ्या बॉसच्या गरजेच्या वेळी माझं असणं बॉसने लक्षात ठेवलं असतं आणि सकारात्मक प्रतिसादाची शाश्वती निर्माण झाली असती.

१० महिन्यांत, अं! तेवढ्या काळात माझ्या वार्षिक 'कामगिरी गुणांकना'ची वेळ आली असती आणि तेव्हा, मोक्याच्या वेळी मी दिलेली साथ माझ्या बॉसने लक्षात ठेवली असती हे नक्की. घरी, मुलं आणि मी *माल्कमची* पुढची कथा बघत बसलो असतो. माझ्या एरवीच्या वर्तणुकीने माझा एखादा 'विश्वासघात' मुलांच्या मनावरून पुसला गेला असता. सांगितल्यावेळी हजर असण्याचं आणि राग सातव्या मजल्यावर क्वचितच जाण्याचं माझं रेकॉर्ड होतंच.

१० वर्षांत माझा निर्णय किरकोळ मुद्दा ठरला असता. कामावर थांबणं किंवा घरी जाणं – एका लहानशा संध्याकाळच्या एका लहानशा निवडीने, मोठ्या चित्रात कुठल्याच पक्षी फार फरक पडला नसता.

माझी द्विधा एकदम सामान्य होऊन गेली. माझ्या व्यावसायिक जीवनातलं दृष्टिपथातलं भविष्य हे मुलांच्या गरजांपेक्षा वरचढ ठरलं आणि कदाचित त्यांच्या अखंड समाधानाभोवती जग फिरत नाही अशी जाणीव करून देणारंही ठरलं असतं. माझ्या दृष्टीने हाही काही फारसा वाईट धडा नव्हता. मी परत जाऊन बॉसला सांगितलं की मी थांबते आहे. 'शतशः धन्यवाद, सुझी', हे तिचं कृतज्ञ उत्तर होतं.

मग मी ही बातमी सांगायला घरी फोन केला. स्फोट अपेक्षित होताच, पण तो पाच मिनिटांत संपला. मी बेबीसिटरला फोन स्पीकरवर करायला सांगितला आणि मुलांना माझ्या १०-१०-१० निर्णयातून फिरवून आणलं आणि तो स्फोट संपलाच. क्षणभर शांतता पसरली आणि मग 'हंऽऽ', 'ठीक आहे' चे सामुदायिक आवाज आले. सोफियाने तर दुसऱ्या दिवशी सकाळी, माझ्या बुडलेल्या भागात काय काय झालं ते सांगायचंही कबूल केलं.

व्यूहरचना

या प्रसंगानंतर लवकरच मी कामकाजी आया असलेल्या माझ्या सहकाऱ्यांना १०-१०-१०बद्दल सांगायला सुरुवात केली आणि त्या त्याच्या पहिल्यावहिल्या उपभोक्त्या ठरल्या. अभ्यासेतर विज्ञान कार्यक्रम सोडून देण्याची आपल्या मुलाची विनंती मान्य करावी का? हे ठरवण्यासाठी एकीने तिचा उपयोग केला, दुसरीने

तिचा उपयोग करून लेकीबरोबरचा 'उन्हाळ्याच्या सुट्टीत काय करायचं', याबद्दलचा वाद मिटवला. या सगळ्या आयांनी आणि त्यांच्यासारख्या इतर बायांकडून मला सांगितलं गेलं की, १०-१०-१० मुळे पालकत्वातले बोचरे काटेरी निर्णय साधेसोपे आणि अधिक कुशलतेने होतात.

काळाबरोबर माझ्या हेही लक्षात आलं की पालकत्वाचे व्यूहात्मक हत्यार म्हणून १०-१०-१० ला ताबडतोब मिळणारी पसंती ही मनाच्या ऊर्मीला थोपवण्याच्या आणि विश्वासार्ह असण्याच्या क्षमतेशी जोडलेली आहे. पालकत्वातील काही निर्णयांमध्ये तुम्हाला विचार करायला अवसर मिळतो, पण कित्येकांमध्ये मिळत नाही. पार्टीला गाडी नेऊ का? आज जॉनीच्या घरी राहायला जाऊ का? मित्राबरोबर मॉलमध्ये जायला शंभर रुपये देतेस का? असल्या प्रश्नांची उत्तरे द्यायला आठवडाभर वेळ देऊन किंवा तुम्ही शांतपणे विचार करून प्रश्नाचं उत्तर देऊ शकाल, अशा परिस्थितीत मुलं हे प्रश्न तुम्हाला विचारत नाहीत. हे प्रश्न बाहेर पडता पडता, मित्रांना किंवा मैत्रिणींना समोर साक्षीला ठेवून टाकले जातात आणि नेहमी तुमचं लक्ष दुसऱ्या कशात तरी गुंतलेलं असताना मुलं घाई-घाई करून अगदी महत्त्वाचा जिथे काही निवाडा करायला हवा असा निर्णय घ्यायला सांगत असतात. उदाहरणार्थ मी जेव्हा फोनवर असेन किंवा मला उशीर झालेला असेल किंवा मी कारमध्ये पाऊल टाकत असेन तेव्हा कसलीतरी परवानगी मागायच्या कलेत माझी मुलं अगदी तरबेज झाली आहेत.

सुदैवाने तुम्ही हांऽ हूंऽ करता आणि शेवटी शरण जाता, तेवढ्याच वेळात तुम्ही १०-१०-१० करू शकता आणि तुम्ही अटी, तटी, इशारे, समज वगैरे देऊन तुमचा मनाचा कौल सांगता, तेवढाच वेळ तुम्ही तुमच्या निर्णयाचा कार्यकारणभाव देण्यासाठी पुरतो. नताली आठवते, आपल्या काकांच्या अंत्यविधीला जावं का हे ठरवण्याचा प्रयत्न करणारी? एक मुलगा तिला फुटबॉलसाठी पोहोचवायला गळ घालत होता, दुसऱ्याची दंतवैद्याची वेळ घेतलेली होती आणि या 'यातायाती'ला शरण जाण्याकडे तिचं मन वारंवार झुकत होतं, पण दोन मिनिटांच्या आत ती ठोस निर्णय घेऊ शकली. तिला जर आपल्या मुलांना जबाबदारी आणि आदर ही मूल्यं शिकवायची असतील, तर त्यांचा धडा तिने आपल्या वागणुकीतून घालून दिला पाहिजे. ती अंत्यविधीसाठी गेली.

श्रेय आणि कार्यालयीन समस्यांप्रमाणेच पालकत्वातही आपल्या मेंदूच्या आपोआप, नैसर्गिक प्राधान्यावर १०-१०-१० मात करते आणि पालकत्वाच्या बरोबरीने येणाऱ्या तणावपूर्ण प्रसंगातील साचेबद्ध विचार छेदण्याचे काम करते. पॉलाच्या बाबतीतही हेच घडलं, तिचा मुलगा तिच्यामागे शाळा बदलायचा लकडा लावत होता. १०-१०-१०च्या कार्यपद्धतीमुळे अगदी अनपेक्षित ठिकाणाहून –

गणिताच्या कडक शिक्षकांकडून – आलेल्या सल्ल्यासाठी तिचं मन खुलं राहिलं. शेवटी, तिला न आवडणाऱ्या व्यक्तीचं म्हणणं ऐकायला लावून १०-१०-१०ने पॉलला हूपरच्या खऱ्या लढ्याच्या मुळाशी जायला मदत केली.

'ती' अपराधी भावना

पण १०-१०-१० आणखी एका कारणासाठी पालकत्वाचे निर्णय बदलून टाकते; महन्‌मंगल मातृत्वाभोवती असलेल्या सांस्कृतिक अवडंबरावर – मतमतांतरे आणि सल्ले यांच्या गदारोळातून केवळ आपल्या मनात संदेह आणि जीवनात अपराधी भावना निर्माण करण्याच्या खात्रीलायक मार्गावर – तो एक उतारा आहे.

हो, मी तोच शब्द वापरला – अपराधी भावना.

तुम्ही पालक असलात आणि तुमच्याकडे १०-१०-१०सारखं सातत्यपूर्ण कार्य-तत्त्व नसतं, तर अपराधी भावना तुमची साथ सोडणार नाही.

ही काही किरकोळ गोष्ट नाही, कारण आज (अमेरिकन) समाज मुलांना वाढवायची योग्य पद्धत कुठली? यावरच्या अखंड चर्चेत बुडून गेला आहे आणि युद्धाचं मूळ कारण म्हणजे आयांनी घरात राहावं की काम करावं की दोन्हीतलं थोडं थोडं करावं? या तथाकथित आई लढाईने पुस्तक आणि लेखांचा जणू एक नवा गृहउद्योगच उदयाला आला आहे, पण त्यांचा खरा सुकाळ आहे तो भरपूर संख्येच्या मॉमी ब्लॉग्जवर. महाजालातला हा एक अत्यंत लोकप्रिय गट आहे. मी जे काही निरीक्षण केलं आहे. त्यावरून काही ब्लॉग्ज अगदी तटस्थ असतात. पालकत्वाबद्दल मित्रत्वाचे सल्ले एकमेकींना देण्यासाठी असलेला सायबर कॅफे अड्डा! पण बाकीचे मात्र अतोनात पूर्वग्रहाचे असतात. इलेक्ट्रॉनिक चौकच जणू, जिथे बायका एकमेकींच्या काम आणि आयुष्य निवडींवरून एकमेकींच्या उखाळ्यापाखाळ्या काढत असतात.

पण याचा अनुभव घ्यायला ऑनलाइन जाण्याचीही आवश्यकता नाही. एक कॉकटेल पार्टी तर मी कधीच विसरणार नाही. जेव्हा मी सांगत असलेला माझ्या नोकरीतला काहीतरी किस्सा ऐकून एक पूर्ण वेळ गृहिणी – आता तिचं नाव समजा लिलियन – इतकी वैतागली की, तिने एका फटकाऱ्यासरशी मला मध्येच तोडलं. 'तुम्हा नोकरीवाल्या आयांना जे वाटतं ना, आपण म्हणजे फार मोठे महत्त्वाचे, ते मला अगदी भारून टाकतं.'

'मला नाही वाटत तसं!' आपोआपच मी तो परतवला.

लिलियन चिडून गुरगुरली, 'होय, वाटेलंच तुम्हाला तसं.' ती म्हणाली, 'तुम्हाला वाटतं की माझ्यासारख्या घरी बसणाऱ्या आयांना तुमच्यासारखं बाहेर

पडून बाहेरच्या जगात काही करून दाखवावं अशी धमकच नाही.'

मी पुन्हा विरोध केला, पण लिलियनने मला इशाच्यासरशी बाजूला सरकवलं. 'तुम्ही तुमच्यासारख्या कामकाजी आया असलेल्या मैत्रिणींबरोबर कार्यालयांमध्ये जाता, आम्हाला हसता आणि म्हणता, 'या करतात तरी काय दिवसभर?' ती ठासून म्हणाली, 'तुम्हाला वाटतं आम्ही म्हणजे अगदी फालतू, नाही का?'

यावर माझी प्रतिक्रिया म्हणजे पुन्हा एकदा नकार. शेवटी काही झालं तरी कॉकटेल पार्टी चालू होती, पण लिलियन माझ्या मागेच लागली होती. कामकाजी आया असलेल्या माझ्या मैत्रिणी आणि मी घरी बसणाऱ्या आयांबद्दल कधीमधी चुकचुकलो होतो. या आया कशा काय बालसंगोपन आणि इतर घरकाम याला पूर्ण वेळ तोंड देतात, हे माझ्या काही सहकाऱ्यांच्या कल्पनेच्या पलीकडचं होतं. त्यांना मरणाचा कंटाळा कसा काय येत नाही? त्यांच्या लक्षात येत नाही का, की पुढच्या वीस वर्षांमध्येच त्यांना रिकाम्या घरात रोज झोपेतून जागं करावं लागणार आहे. तेव्हा त्यांना कळेल की त्यांच्या मुलांना अर्थपूर्ण, उज्ज्वल भविष्य आहे, पण त्यांना नाही?

'घरी राहणाऱ्या आया, नोकरी करणाऱ्या आयांना *बुचकळ्यात* टाकतात.' मी शेवटी म्हटलं.

'तुम्ही बुचकळ्यात पडता.' ती उत्तरली. 'ते तुमची अपराधी भावना तुम्हाला काय सांगत असते, ते न ऐकल्यामुळे.'

त्या अपराधी भावनेचा उच्चार क्षणभर आमच्यामध्ये तरंगत राहिला. मग मी बचावाचा एक शेवटचा प्रयत्न केला. 'माझ्या बहिणी मुलांबरोबर घरी राहतात.' मी म्हटलं, 'आणि आम्हाला नोकरी केल्याबद्दल जितक्या वेळा अपराधी वाटतं ना, तितक्याच वेळा त्यांना नोकरी न केल्याबद्दल अपराधी वाटतं.'

'मला शंका वाटते.' कोरडेपणाने लिलियन उत्तरली.

आता गुरगुरायची पाळी माझी होती. मला वाटतं, आमच्यामध्ये मध्यम मार्ग, तडजोडीची भूमी नव्हतीच. आम्ही बाजूला आलो आणि या संभाषणावरच लिलियनचं मत मला माहीत नाही, पण मी माझं सांगू शकते की त्यामुळे माझी अवस्था आजच्या कुठल्या आईसारखी झाली, बचावात्मक आणि जराही आनंदी नसणारी.

विश्वासातील ब्लॅक बेल्ट

अशा भावना काढून टाकण्याच्या तुमच्या अथक प्रयत्नांमध्ये १०-१०-१० प्रक्रिया तुमची अतिशय कार्यक्षम भागीदार ठरते.

'माल्कम इन द मिडल' १०-१०-१० नंतर एखाद-दोन वर्षांचा कामाचा रेटा चालूच होता, पण एका बढतीच्या शक्यतेची चाहूल लागली होती. त्या कारणास्तव माझी संस्थेप्रति असलेली बांधिलकी प्रदर्षित करण्याची एकही संधी मी सोडू नये असं माझ्या बॉसचं सांगणं होतं. घरच्या आघाडीवर फारसा परिणाम होऊ न देता मी तसं करतही होते, पण मग एक मोठं घबाड – कंपनीच्या एका मोठ्या कार्यक्रमाची जबाबदारी – माझ्याकडे आली.

फक्त... तो कार्यक्रम बरोबर त्याच दिवशी आणि त्याच वेळी होता. ज्या दिवशी आणि ज्या वेळी रोस्को – त्या वेळी बारा वर्षांचा – त्याच्या लहान गटाच्या ब्लॅक बेल्टच्या परीक्षेसाठी जाणार होता. ही परीक्षा म्हणजे अगदी महत्त्वपूर्ण प्रकरण होतं आणि युची-न्यू कराटेच्या न्यू हॅम्पशायरमधील मुख्यालयात सेन्सेई परीक्षकांच्या पॅनेलसमोर ही परीक्षा होणार होती. रोस्कोच्या आजवरच्या आयुष्यातील ती सर्वांत महत्त्वाची घटना होती हे निश्चित. मला हे माहीत आहे, कारण जेव्हा जेव्हा रोस्को मला त्याच्याबद्दल सांगायचा तेव्हा माझे गाल लालबुंद व्हायचे आणि आवाज दाटून यायचा.

१० मिनिटांमध्ये मला कळत होतं की सुटकेचा काही मार्गच नाही. त्या कार्यक्रमाची जबाबदारी घेणं, हा व्यावसायिकदृष्ट्या मला प्रचंड लाभ होता आणि रोस्कोला प्रचंड हानी होती. तो दुखावला गेला असता आणि गोंधळून गेला असता. त्याने कराटेत ओतलेल्या मेहनतीचं आणि शिस्तीचं मला कौतुक वाटतं हे मीच त्याला इतकी वर्ष सांगत नव्हते का? त्या एकट्याचीच आई त्या प्रेक्षकांत का बरं नसावी?

१० महिन्यांमध्ये, मी पाहिलं की साधारण तेच शून्य उरत होतं. हां, मी त्या कार्यक्रमाच्या गैरहजेरीची भरपाई करण्यासाठी नेहमीपेक्षा अधिक काम केलं असतं किंवा रोस्कोच्या प्रत्येक कराटे वर्गाला उपस्थित राहून आणि तत्त्वांबद्दलचं माझं कौतुक उगाळत राहून मी सारखी रोस्कोची मर्जी संपादन करण्याचा प्रयत्न करत राहिले असते, पण मी स्वतःला फसवू शकत नव्हते; काहीही निवडलं असतं तरी परिणामांचं कवित्व मागे राहतच होतं.

पण १० वर्षांनंतरच्या चित्राने मात्र मन बरंच स्वच्छ झालं. मला माहीत होतं की दूरच्या भविष्यात माझं करिअर जिथे पोहोचायला हवं तिथे पोहोचणारच आहे. माझ्या एका हजेरीने किंवा गैरहजेरीने त्या पातळीत फारसा फरक पडला नसता, पण त्या मार्गावरच्या इतर वळणा-वळणांनी पडला असता, पण रोस्कोला ब्लॅक बेल्ट मात्र एकदाच मिळणार होता. १० वर्षांनी तो कॉलेजला दूर गेला असता. तोपर्यंतचा आमचा वेळ मौल्यवान किंवा भकास ठरला असता आणि सत्याच्या या मोक्याच्या क्षणी मी त्याचा हात सोडून दिला असता, तर दुसऱ्या पर्यायाची शक्यता मला जास्त वाटत होती. 'त्याच्यासाठी मी आहे', यावर त्याने नंतर कधीही

विश्वास ठेवला नसता कदाचित.

त्या शनिवारी-रविवारी रोस्कोला एका मागून एक काता अचूकतेने करताना पाहून, आपण योग्य जागी आहोत याच्याबद्दल माझ्या मनात क्षणभरही संदेह राहिला नाही.

तांत्रिकदृष्ट्या बोलायचं तर माझ्या आधीच्या माल्कम १०-१०-१० निर्णयापासून मी कोलांटी उडी घेतलेली होती. माझी मूल्यं बदललेली नव्हती. परिणामांसंबंधी माझे आडाखे बदललेले होते आणि त्या ज्ञानाला अनुसरून माझ्या वागण्याआड काही आलं नाही. ना उर्मी, ना अपराधी भावना, ना काळजी, ना महन्मंगल मातृत्वाने करावे व करू नये याचे सांस्कृतिक ठोकताळे.

घडवणे- 'बि'घडवणे

काही वर्षांपूर्वी विकास मानसशास्त्रज्ञ ज्युडिथ रिच हॅरिस यांचे 'द नर्चर अॅझम्पशन : *क्वाय चिल्ड्रन टर्न आउट द वे दे डू'* (पालनपोषणाचे गृहीत : मुलं जशी निघतात तशी ती का निघतात) हे वाचून अगदी मोहित झाले होते. या पुस्तकाचा प्रक्षोभक सिद्धांत वाचून कुणीही पालक थबकला असता, कारण तो मांडतो की मुलं ही मुळात त्यांची आनुवंशिक गुणसूत्रे आणि सोबती गटाची मूल्ये यांनी तयार होतात. हॅरिसचा निष्कर्ष असा की मुलं जे काही वागतात त्याबद्दल पालकांना निंदायला नको वा वंदायलाही नको.

सगळ्यांना पटलं असतं तर! आपल्याला केवढा मोठा सुस्कारा ऐकू येईल ना! पण त्याऐवजी आपली लोकप्रिय संस्कृती ही मात्र साफ वेगळाच संदेश देते, 'परफेक्ट पालक परफेक्ट मुलं' घडवतात. वेंधळ्या पालकांची मुलं त्यांच्यासारखीच निघतात आणि असं असल्या कारणाने आयांनी घराबाहेर पडून काम करावं की नाही यावर परिसंवाद घडवण्याबरोबर, यशस्वी वारसदार बनवण्यासाठी मुलांना वाढवताना पालकांनी काय काम करावं याबद्दलच्या सल्ल्यांचा पुरता भडिमार चाललेला असतो. हिवाळ्यात सॉकरसाठी तुमच्या मुलांची नावं घाला आणि उन्हाळ्यात बेसबॉलसाठी. तीन वर्षांचे होईपर्यंत त्यांचे पियानोचे धडे सुरू होतील याकडे लक्ष द्या. त्यांना अद्ययावत लॅपटॉप घेऊन द्या. दहावीपासून चांगले क्लास लावा आणि हो चिनी भाषा शिकवायलाही विसरू नका.

टीव्हीवर डॉ. फिल आणि डॉ. लॉरा (यांच्याशिवाय बाकीचे लहानसहान तारे तर सोडूनच द्या) रोजच्या रोज पालकांना झापत असतात. पुस्तकांच्या दुकानात मुलांना योग्य प्रकारे कसे वाढवावे या विषयावरच्या पुस्तकांनी मांडण्या भरलेल्या असतात आणि ब्रिटनी स्पिअर्सच्या मातृत्वाच्या कौशल्याला वाहिलेले मासिकांचे विभाग वाचा किंवा चुकत असलेल्या पालकत्वाबद्दलचे रिअॅलिटी शोज बघा. मी

क्वचित कधीतरी संध्याकाळी *वाईफ स्वॅप* मालिका पाहत बसेन. भडकू नावाच्या या शोमध्ये 'तसलं' काही नसतं. खरंतर तो नीतिमत्तेमधील धोक्याचा इशारा आहे. त्यात दोन कुटुंबांतल्या आयांची अदलाबदल करतात आणि मग टोकाची भिन्न पण पोटतिडकीची मूल्यं परस्परांसमोर उभी राहिल्यावरचं द्वंद्व आपल्याला पाहायला मिळतं.

अशी ('अति मानवा'च्या चालीवर) 'अति मुलं' घडवण्याच्या रेट्याची बाधा 'आपण चारित्र्याला उच्च मूल्यं मानतो,' असा दावा करणाऱ्या आयांनासुद्धा होऊ शकते. मी कबूलच करून टाकते! कितीतरी वर्षं मी सांगत फिरत होते की माझी मुलं जोपर्यंत 'चांगली माणसं' आहेत, तोवर त्यांच्या परीक्षेतले गुण किंवा इतर गुणवत्तेबद्दल, पहिल्या क्रमांकाबद्दल मी फिकीर करत नाही, पण रोस्को जेव्हा माध्यमिक शाळांच्या कुस्तीच्या अजिंक्यपदाच्या स्पर्धेत खेळत होता तेव्हा तुम्ही मला पाहायला पाहिजे होतं. त्याच्या विजयासाठी मी इतका काही आरडाओरडा करून त्याला उत्तेजन देत होते की प्रत्येक सामना संपल्यावर जॉकला मला स्मेलिंग सॉल्ट हुंगवून शुद्धीवर आणावं लागत होतं आणि शेवटी जेव्हा रोस्को सहाव्या फेरीत हरला तेव्हा, तर मला थोडा वेळ झोपून राहावं लागलं होतं.

नंतर माझं हे असलं वागणं माझ्या मानसशास्त्रज्ञ मिशेनने मला हळूहळू समजावून दिलं. 'हल्लीच्या आया मुलांच्या प्रगतिपुस्तकावरून आपसात स्पर्धा करतात.' तो म्हणाला, 'परफेक्ट मुलं घडवण्याच्या समाजातला आजचा अट्टहास पाहिला, तर असं न होणं अगदी अशक्य नाही.'

मग त्याने मला आग्रहाने रोस्कोला फोन करून त्याची क्षमा मागायला सांगितलं. त्याने महाविद्यालयात जेव्हा कुस्तीला रामराम करायचं ठरवलं, तेव्हा माझी जी काही शोकाची वागणूक होती त्याबद्दल मी असं 'रॅशनल' वागायला नक्कीच सुरुवात करणार आहे... एकदा.

टेबलावरची जागा

मुलांना वाढवणे हा विषय पुरेसा भीतिदायक नव्हता म्हणून की काय, या मिश्रणाला आणखी एक फोडणी असते. पालकत्वाचं 'आज्ञा-आणि-नियंत्रण' रूप ज्यात बाबांना सगळं कळतं आणि बाकीचे गप्प बसतात, हे केव्हाच नष्ट झालेलं असतं. चौदा-पंधरा वर्षांचे झालो की आपण मोठे झालो असं आजच्या मुलांना वाटू लागतं आणि त्यामुळे निर्णय घ्यायच्या बैठकीच्या टेबलावर आपल्याला जागा मिळाली पाहिजे अशी त्यांची अपेक्षा असते.

या गृहीताचं मूळ कशात आहे? आधीच्या पिढ्यांमधल्या मुलांपेक्षा या आधुनिक पिढीच्या मुलांना जगाबद्दल, जीवनाबद्दल खूप लहान वयात पुष्कळ काही माहिती

असतं. या सत्यात तर ते नक्कीच आहे आणि का माहीत नसावं? तुम्ही टीव्ही बंद करू शकाल किंवा तुमच्या घरातल्या महाजालावर (इंटरनेटवर) बंदी आणू शकाल, पण तुम्ही जर कुठल्या तरी पंथाच्या छावणीत राहत असाल, तर बाकी माध्यमांचे सर्व प्रकार तुम्ही थांबवू म्हटलात तर शक्य नाही. माझं घर शुद्ध ठेवायचा प्रयत्न मी पुष्कळ वर्ष कसोशीने केला. आता मला सांगायलाही कसंतरी वाटतंय मी 'द *सिम्पसन्स*'वरसुद्धा क्षणार्ध बंदी घातली होती, कारण मला ते फारच विध्वंसक वाटायचं, पण १९९८ मध्ये माझं भूत उतरलं. तेव्हा सोफियाने – तेव्हा वय वर्षे नऊ – वर्तमानपत्रातल्या मोनिका लेविन्स्कीच्या छायाचित्रावर एक नजर फेकली आणि कुणाही आईला आवडणार नाही इतपत बेफिकिरीने मतप्रदर्शन केले, 'त्यात काय एवढं? तो काही खरा सेक्स नव्हताच.'

मला काही एखादा जुनाट आजीबाईसारखं 'हल्लीच्या मुलांच्या' हरवलेल्या तारुण्याच्या नावाने गळे काढायचे नाहीत. हल्लीच्या मुलांना आपण मोठे झालो आहोत असं वाटण्याचं एक पटण्याजोगं अगदी समर्पक कारण मला दिसतं. त्यांच्या आदर्शांपैकी कितीतरी जण प्रौढांसारखे वागत असतात. आपण अशा अर्थव्यवस्थेत राहतो जिथे मेरी केट आणि ॲशली ओस्लोनसारख्या टीव्हीवरच्या विनोदी तारका, त्यांचं माध्यमिक शिक्षण संपायच्या आत कोट्यवधी डॉलर्सचे उद्योग चालवत होत्या. मिली सायरस, किशोरांची दिलकी धडकन आणि लिल बॉव वॉव, टीनएज रॅपर ही आज संगीत उद्योगांचा मोठा हिस्सा आहेत. या तरुणांवर जर कुणा प्रौढाची देखरेख असेलच, तर ती सहसा नजरेआड ठेवली जाते.

पण वास्तव दुनियेत बहुतेक प्रौढ हे रंगमंचावर येतात आणि बहुतेकदा रंगमंचावरचा हा प्रवेश कधी नव्हे एवढा गुंतागुंतीचा असल्याने, १०-१०-१०चा संदर्भ अधिकच वाढला आहे. जाणीवपूर्वक निवडलेल्या तुमच्या स्वतःच्या पालकत्वाच्या मूल्यांवर आधारित निर्णय घ्यायला मदत करून तज्ज्ञांची टिप्पणी, ओरडा इतर पालक आणि खुद्द तुमची मुलं यांचा गलबला कमी करते. आपल्या मुलांच्या अत्यावश्यक स्वातंत्र्याला कमी न लेखता त्यांना निर्णयप्रक्रियेत सामावून घेण्यासाठी ती एक ढाचा आणि समान भाषा देते. एकंदरीत काय १०-१०-१० ही पालकांच्या गरजेप्रमाणे आणि मुलांना हवेसे निर्णय करते; ठाम, सातत्यपूर्ण आणि पारदर्शी.

दुष्ट मुली

मिनेआपोलिसमधला एकल पिता असलेला रिक – अक्षरशः एका क्रूर धक्क्याने खडबडून जागा झाला की, त्याची पंधरा वर्षांची मुलगी त्याच्यापासून दूर चालली होती; एक दुःखमय पालक समस्या त्याच्यासमोर उभी ठाकली होती.

टिना शाळेच्या सॉकर संघात होती. अभ्यासातही चांगली होती, पण रिकच्या मते, 'क्लिक युद्ध' हा तिचा छंद होता. रोज रात्री ती तासन्तास संगणकावर असायची. इन्स्टंट मेसेंजरवर काहीतरी उखाळ्यापाखाळ्या करत राहायची आणि तिथेच इतर मुलींबरोबर भांडण उकरून काढायची. रिकला या वागण्याचा अगदी तिटकारा यायचा, पण तो ते थांबवू शकत नव्हता, 'मी स्वतःला सांगायचो की सगळ्या टीनएज मुली टिनासारखं वागतात.' तो आठवण सांगतो. 'मला वाटायचं थांबेल हा दुष्टपणा.'

तो थांबला नाही आणि काही आठवड्यात ब्रिआना – टिनाच्या लक्ष्यांपैकी एक – तिच्या आईने रिकला फोन केला आणि त्याने काही तरी हालचाल केली पाहिजे म्हणून रागाने खडसावले. रिकला अगदी लाजिरवाणं झालं. टिनाचे ब्रिआनाबद्दलचे फेसबुक पोस्ट्स तिच्या आईने वाचून दाखवले म्हणूनच केवळ नव्हे, तर टिना ब्रिआनाला लक्ष्यं करत होती, कारण तिच्या बोलण्यात दोष होता, या सत्यामुळे.

'मी अशा एका मुलीला वाढवत होतो, जिचं चारित्र्य कुरूप होत चाललं होतं.' रिक मला म्हणाला.

कृती-आराखडा ठरवण्यासाठी तो १०-१०-१०कडे वळला. प्रथम त्याने त्याचे पर्याय काय आहेत ते पाहिले. टिनाचा संगणक काढून घेऊन तो तिला शिक्षा करू शकत होता किंवा तिच्या वागण्याच्या मुळाशी जाण्यासाठी तिला उपचारकाकडे पाठवू शकत होता, पण या दुसऱ्या पर्यायाला येणाऱ्या खर्चाची त्याला चिंता होती किंवा मग तो अधूनमधून येणाऱ्या टिनाच्या प्रस्तावाला – आईबरोबर राहू देण्याच्या प्रस्तावाला – होकार देऊ शकत होता; बऱ्याच धडपडीनंतर आत्ताच तिची मद्यपानाची सवय सुटत होती.

मग, रिकने त्याच्या मूल्यांचा पुन्हा एकदा आढावा घेतला. त्याच्या घटस्फोटामुळे झालेल्या भावनिक हानीचं त्याला वाईट वाटत होतं आणि त्याच घरात त्याची मुलं लहानाची मोठी व्हावीत अशी त्याची फार इच्छा होती. एकत्र राहिले असते तर त्यांना कुटुंब मिळालं असतं. वेगळे राहिले असते, तर त्यांच्या जवळ काहीच राहिलं नसतं. तसेच त्याच्या स्वतःच्या मध्य-पश्चिमी-माणुसकी आणि व्यावहारिक शहाणपण – कॉमन सेन्सचे संस्कार त्याच्या मुलांवर करण्याचीही त्याची फार इच्छा होती.

आपण एकटे हा निर्णय घेऊ शकत नाही, हे रिकला कळत होते. सर्वच टीन एजर्सप्रमाणे आपल्या आयुष्याच्या तपशिलांबाबत वडिलांपेक्षा जास्त नसलं तरी निदान आपलं त्यांच्याएवढं म्हणणं तरी म्हणणं आहे, असं तिला वाटत होतं. १०-१०-१० संभाषणासाठी त्याने टिनाबरोबर एक तास राखून ठेवला.

संभाषण त्याच्या दुप्पट वेळ चाललं. जेव्हा ते भलत्याच वळणावर जायला लागलं – तसं ते अनेकदा जाऊ लागलं – तेव्हा रिकने पुन्हा गाडी १०-१०-१०

च्या साच्याकडे वळवली. म्हणजे उदाहरणार्थ टिनामागचं काही काढायला लागली की रिक 'हे, आता आपण १० महिन्यांचं चित्र पाहू या' असं काहीतरी म्हणून तिला रुळावर आणायचा. शेवटी बापलेकीमध्ये तहाच्या अटी मान्य झाल्या. टिना रिकजवळच राहील. तिचा संगणकही तिच्या जवळच राहील. टिनाच्या ब्रिआना आणि इतर कमजोर मुलींबद्दलच्या आक्रमक भावनेवर उपाय शोधण्यासाठी तिने उपचार घेणं चांगलं होईल, असंही त्यांनी ठरवलं, पण तेही सुरू करण्याअगोदर त्यांनी एकमताने ठरवलं की टिना ब्रिआनाला एक क्षमा मागणारं पत्र लिहील आणि तिला जेवायला घरी बोलावेल.

'तीनही समय क्षेत्रांत सर्वोत्कृष्ट असं उत्तर आम्ही मिळून शोधून काढलं.' रिकने नुकतेच त्याचे विचार सांगितले. 'कारण माझं सगळं लक्ष होतं, ते टिनाची गाडी पुन्हा रुळावर यावी, म्हणजे आजूबाजूच्या लोकांना तिच्यापुढे हानी होणार नाही याकडे! तिच्या वागण्याचे पडसाद लगेचच्या काळात उमटणार हे मला माहीत होतं. तसंच समुपदेशनाचा परिणाम मध्यम आणि दीर्घ कालचौकटीत दिसेल हेही माहीत होतं.' टिनाने संभाषणात जे विचार मांडले त्यामुळे रिक चकितही झाला आणि आनंदितही झाला. उदाहरणार्थ, ब्रिआनाला क्षमायाचनेचं पत्र लिहावं ही तिचीच कल्पना होती, तसंच तिची आणखी एका प्रसिद्ध 'दुष्ट मुली'शी दीर्घ काळ असलेली मैत्री संपुष्टात आली पाहिजे हेही तिनेच सुचवले. 'जर टिना ही उत्तराप्रत जाण्याच्या प्रक्रियेत सहभागी नसती.' रिकने निष्कर्ष काढला, 'तर ती काही उत्तर, उपाय सुचवेल अशी मुळीच शक्यता नव्हती.'

कर्तव्यापलीकडे

रिकचं टिनासंदर्भातलं दुखणं हे होतं शेवट फारच अवघड आणि कस पाहणारं, परीक्षा घेणारं होतं, पण त्याच्या मर्मस्थानी होतं ते साधारण पालकपण. आपली मुलं लक्ष्मणरेषेच्या बाहेर पाऊल टाकतात. आपण पुन्हा त्यांना आत ओढून घेतो. पुन्हा ते बाहेर जातात, आपण जरा कडकपणे त्यांना आत आणतो. मुलं वाढवणं म्हणजे पुष्कळदा 'दुसऱ्यांसाठी झटा', या सुवर्णनियमाचे पालन असतं. ते परीक्षा घेतात. आपण दुरुस्ती करतो.

परंतु दुर्दैवाने पालकत्व हे सर्वसामान्यपणाच्या फार-फार पलीकडे जातं. खरोखरच या रस्त्यावर प्रत्येक पालकाला खरोखरच्या मोठ्या आणीबाणीला सामोरं जावं लागतं – एका नव्हे.... दोन, तीन अल्पवयीन गर्भारपणं, दारू पिऊन गाडी चालवल्याबद्दल अटक. भूक आणि वजनासंबंधातली विकृती – ॲनोरेक्सिया....

डेट्रॉइटच्या उपनगरात राहणाऱ्या तीन मुलांची आई असलेल्या ॲनासाठी ती

आणीबाणी होती – अमली द्रव्यं.

ॲनाच्या मुलाने – बॉबीने – तेराव्या वर्षी मारिजुआना ओढायला सुरुवात केली. सतरा वर्षांचा होईपर्यंत तो शाळेतून बाहेर फेकला गेला आणि अमली द्रव्य घेणाऱ्या इतर मुलांबरोबर गावात एका पार्टी हाउसमध्ये राहायला लागला होता. ते घट्ट बांधलेलं कुटुंब यांमुळे पार हादरून गेलं. ॲनाच्या मुलीचं – अकरा वर्षांच्या काराचं – शाळेतल्या अभ्यासातलं लक्ष उडालं तसंच तिच्या आठ वर्षांच्या मुलानं – ब्रायननं – व्हिडिओ गेममध्ये विरंगुळा शोधला. हळूहळू बॉबीच्या परिस्थितीवरून आईवडिलांमध्ये रोज रात्री होणाऱ्या भांडणांपासून सुटका करून घेण्यासाठी दोन्ही मुलांनी आपल्या गाद्या-उशया तळघरात हलवल्या. मुलाला वाचवण्यासाठी काहीही करायची ॲनाची तयारी होती; गॅरीचं – वाहनांच्या कारखान्यात धातूकाम करणाऱ्या नवऱ्याचं – मत बॉबीला झटकून आपण मोकळं होण्याचं होतं.

पाच वर्षं, बॉबी अधूनमधून घरी येत होता. दरवेळी तो थोडे दिवस राहायचा आणि काहीतरी प्रचंड गोंधळ करून जायचा. तो पैसे चोरायचा, उगाचच ब्रायनला मारायचा. कुटुंबाचं रोजचं काम-धंदा-शाळा चालू होतं, पण बंद दाराच्याआड काहीच सर्वसामान्य राहिलं नव्हतं. बॉबी आणि गॅरी एकमेकांशी अवाक्षर बोलत नव्हते, पण त्यांचा एकमेकांबद्दलचा तिरस्कार अगदी जाणवत असे. कारा आणि ब्रायन जणू एका अदृश्य जगात जगत होते. बिचारे चोर पावलांनी ये-जा करत आणि तरीही दरवेळी ॲना बॉबीचं घरात स्वागत करायची, तो रस्त्यावरून घरात आला याबद्दल तिला हायसं वाटायचं.

परिस्थिती शेवटी अशा थराला येऊन पोहोचली की बॉबी तेवीस वर्षांचा झाला आणि गॅरीने ॲनाला सांगितले की त्यानंतर जर बॉबी घरात आला, तर तो घरातून निघून जाईल. ॲनाची पहिली प्रतिक्रिया भीतीची होती. ती स्वत:चं भरणपोषण कसं करेल? मुलांचं काय होईल? पण लवकरच त्याची जागा रागाने घेतली, का म्हणून तिचा नवरा तिला तो स्वत: आणि मुलगा यांच्यात एकाची निवड करायला सांगत होता?

या वादळात एक प्रश्न ॲनाला छळत होता. बॉबी मेला तर काय? तिच्या झोपायच्या खोलीत रचलेल्या पुस्तकांच्या गठ्ठ्याकडे तिने पाहिलं, वासनाधीन कुटुंब सदस्यांना कसं हाताळावं यावरच्या सल्ल्याने ती ओत:प्रोत भरली होती. एक पुस्तक तिला सल्ला देत होतं की, आता जर तिचा मुलगा घरी परत आला तर घरात घुसल्याबद्दल त्याला अटक करवावी. तर दुसरं म्हणे की अडचणीत सापडलेल्या मुलाकडे आईने कधीही पाठ फिरवू नये.

ॲनाला तिचा स्वत:चा आवाज ऐकण्याची गरज होती. एका रात्री आपल्या खोलीत एकटंच बसून तिने १०-१०-१० करायला घेतलं आणि तिला शोध लागला की तिच्यातून एक शक्तिशाली मूल्य उभं राहात होतं. इतके दिवस ती

त्याच्याकडे डोळेझाक करायचा प्रयत्न करत होती. त्या दुःखापासून तिला कारा आणि ब्रायनची सुटका करायलाच हवी होती. तिच्यासमोरचा एकमेव पर्याय म्हणजे त्यांना पुन्हा तिच्याजवळ आणणं, त्यांना भविष्याबद्दलची आशा देणं आणि अशी जाणीव निर्माण करणं की, त्यांच्या आईला फक्त तिच्या मोठ्या मुलाचीच नाहीतर त्यांचीही काळजी आहे. ती काराच्या सॉफ्टबॉलच्या सामन्याला गेल्याला किंवा ब्रायनच्या गृहपाठाची चौकशी केल्याला युगं झाली होती आणि 'तळघराचा आसरा सोडून तुमच्या नेहमीच्या खोलीत झोपायला या', असं तिनं त्यांना शेवटचं कधी सांगितलं ते तर तिला आठवतदेखील नव्हतं.

आता बॉबीला पुन्हा घरी येऊ द्यायचं की नाही या प्रश्नाला सामोरं जाताना तिने तिच्यासमोरचे पर्याय आणि त्यांचे परिणाम यांचा १० मिनिटांत, १० महिन्यांत आणि १० वर्षांत याचा विचार केला.

पहिल्या कालचौकटीत ॲनाने विचार केला की ती गॅरीला नक्कीच तसंच जाऊ देणार नाही. त्याच्या अनुपस्थितीमुळे कारा आणि ब्रायन पूर्णच बदलून गेले असते आणि पुढे जाण्यासाठी त्यांना ज्या 'कुटुंबा'ची नितांत गरज होती, ते पुन्हा उभं राहण्याची काही शक्यताच उरत नव्हती.

१० महिन्यांत तिने जर स्वतःला कारा आणि ब्रायनला अगदी वाटून घेतलं आणि बॉबीला दूर ठेवलं, तर कदाचित ती आणि गॅरीमध्ये पुन्हा नव्याने विश्वासाला सुरुवात होऊ शकली असती आणि दोघं मिळून ते असं वातावरण निर्माण करू शकले असते, ज्यात त्यांच्या कुटुंबाला पुन्हा एकदा स्वतःचा शोध घेता येऊ शकला असता.

१० वर्षांनंतरचं चित्र ॲनासाठी अधिक दुःखदायी होतं, पण ती त्याच्याकडे दुर्लक्ष करू शकत नव्हती. पुन्हा-पुन्हा तिने बॉबीला सोडवायचा प्रयत्न करूनही उपयोग होत नव्हता. तिला समजत होतं की शेवटी तो जगला किंवा मेला असता ते तिच्या करणीमुळे नव्हेतर त्याच्या स्वतःच्या करणीमुळे. ती त्याला आणि तिच्या कुटुंबाला देऊ शकत असलेली सर्वांत मोठी भेट म्हणजे – त्याला दार बंद करणे.

रात्री ॲनाने गॅरीला, त्याच्या मताप्रमाणे जाण्याचा निर्णय घेतल्याचं सांगितलं आणि बदल्यात कारा आणि ब्रायनला पुन्हा आपल्या पंखाखाली आणण्याच्या तिच्या स्वप्नात सहभागी व्हायला सांगितलं.

अलीकडेच मी ॲनाची खबरबात घेतली, तेव्हा तिने मला सांगितलं की मादक द्रव्यं जवळ बाळगल्याबद्दल बॉबीला काही काळ तुरुंगात काढावा लागला होता आणि सध्या तो न्यायालयाच्या आदेशानुसार पुनर्वसन केंद्रात उपचार घेत होता. तिथे महिन्यातून एकदा त्याला भेटण्याची तिला परवानगी होती आणि तरीही तिच्या कुटुंबाच्या भवितव्याबद्दल तिला आशा वाटत होती. बॉबी त्यांच्यात पुन्हा सहभागी होईल की नाही, हे माहीत नसतानाही काराच्या सुधारलेल्या अभ्यासाबद्दल आणि उन्हाळ्याच्या

सुट्टीत ब्रायनला घेऊन मासे पकडायला जायच्या गॅरीच्या बेताबद्दलही तिने सांगितले.

पण तिला सगळ्यात आनंद झाला होता तो नुकत्याच झालेल्या एका बदलामुळे. तिने सांगितलं की दोन्ही मुलं आता बाडबिस्तरा घेऊन वरच्या मजल्यावर आली होती.

'ममता की लंबी दास्तान'

ॲनाचा फोन ठेवल्यावर खरोखर मला 'वृक्षाचिये पाने हाले त्याची सत्ता' असं वाटून गेलं. ॲना नक्कीच प्रेमळ आई होती, पण तरी तिच्या मुलाचा प्रवास गोजिरवाण्या बालपणातून बहकलेल्या किशोरावस्थेत ते चालत्याबोलत्या दु:खापर्यंत झाला होता. हां, असे क्षण आले, असे भरपूर क्षण आले की आपल्या थोरल्या मुलाचा हात सोडून दिल्याबद्दलच्या अपराधी भावनेने ॲनाचं हृदय पिळवटून गेलं, पण तिच्या १०-१०-१० मागचे तर्कांचे विचार आठवून आणि त्यातील शहाणपणाची कास धरून ती आपल्या सर्व शंका-संदेहांना दूर सारत राहिली.

प्रत्येक आणीबाणीचा तपशील वेगळा असतो, मोठ्या संकटात सापडलेल्या किंवा दुसऱ्या काही कारणाने बिघडलेल्या सर्व पालकांना त्या आव्हानांमधून अनेक महिने, वर्ष पार होण्यासाठी एक निर्णय प्रक्रिया आवश्यक असते. तशी प्रक्रिया जी भीती, आशंका, ऊर्मी यांना पुरून उरेल....!

कॉनरच्या वागण्यात काहीतरी खटकतंय हे त्याच्या आईच्या, मॅगीच्या लक्षात आलं तेव्हा तो बारा वर्षांचा होता.

कॉनर खरंतर आनंदी आणि लाघवी होता. त्याला विज्ञानकथांची विलक्षण आवड होती आणि घरातल्या म्हाताऱ्या कुत्र्यावर तो प्रेमाचा वर्षाव करायचा, पण बस वेळेवर गाठण्यासाठी तो कासावीस व्हायचा आणि घरातली व्यवस्था जरा इकडची तिकडे झाली. उदा. त्याच्या खणातल्या मोज्यांचा क्रम बदलला तरी घर डोक्यावर घ्यायचा.

काही आठवडे मॅगी कॉनरला काळजीच्या विहिरीत खोल-खोल जाताना पाहत होती. शेवटी प्राण कंठाशी आल्यावर, तो शाळेत गेल्यावर त्याच्या दैनंदिनीत तिने उत्तरं शोधायला सुरुवात केली.

'मला काही वस्तूंना हात लावावाच लागतो.' एका पानावर सुरुवात होती.

मॅगीचा ठोका चुकला, 'मला कळलं की माझा रोग मी त्याला दिला आहे.' ती मला म्हणाली, 'आणि मला एवढंच वाटत राहिलं की 'असं कसं केलं मी? मुलाही मुलं होऊ शकतात असा विचार करण्याचं धारिष्ट्य तरी कसं केलं मी?' तो माझ्या आयुष्यातला सर्वांत दु:खाचा क्षण होता.'

मंत्रचळेपणा बरोबरची – ऑब्सेसिव्ह कंपनल्सिव्ह डिसऑर्डरबरोबरची मॅगीची

स्वत:ची लढाई ती महाविद्यालयात नव्याने दाखल झाली, तेव्हाच सुरू झाली. दोन वर्षांनी तिच्या नैराश्याचंही निदान झालं. एवढं असूनही महत्त्रयासाने, जाहिरातीच्या क्षेत्रात तिने आपली कारकीर्द घडवली हाती आणि आज विल्यम स्टायर्रॉन ज्याला 'ढळढळीत काळोख'– द डार्कनेस क्हिजिबल – म्हणतो त्याच्याशी तिची चाललेली रोजची लढाई कुणाच्या लक्षातही येत नाही, याला ती जीवनातील मोठा विजय समजते.

कॉनरचे निदान झाल्याबरोबर मॅगीची पहिली ऊर्मी होती ती नोकरी सोडण्याची. रोजचा दिवस हा यातायातीचं – लॉजिस्टिक्सचं – एक संकट होता. ती सकाळी धावतपळत कार्यालय गाठायची, मग धावत कॉनरला शाळेतून घेऊन डॉक्टरांची अपॉईंटमेंट गाठायची. परत त्याला शाळेत सोडायचं, मग कार्यालयात आणि मग पुन्हा पळत कॉनरला आणि तिच्या मोठ्या मुलीला घ्यायला बसवर हजर. रात्रीची जेवणं आणि गृहपाठ उरकल्यावर ती बिछान्यात कोसळायची. शरीराने शिणलेली, पण डोक्यात मात्र उद्याचा दिवस कसा निभावायचा याची चक्रं चालू.

'हा रक्तपात मला थांबवला पाहिजे.' एका रात्री मॅगीनं रॉयला, तिच्या नवऱ्याला सांगून टाकलं, 'मला सर्व वेळ कॉनरसोबत राहायला हवं.'

पण नोकरी सोडण्यात काही तथ्य आहे, असं रॉयला वाटत नव्हतं. त्याने सुचवलं की कदाचित अपराधी भावनेमुळे मॅगी प्रसंगाला जरा जास्तच प्रतिक्रिया देत असावी. त्याने मॅगीला १०-१०-१० करण्याची गळ घातली, तिने कामावरची द्विधा सोडवण्यासाठी ती पूर्वी वापरलेली होती आणि त्या प्रक्रियेत 'हक्काचा ऐकणारा', म्हणून सामील व्हायची तयारी दाखवली.

मॅगीने मान्य केलं पण पहिल्या १०च्या पुढे तिला जाताच येईना. ती इतकी भारून गेली होती की, नोकरी सोडणं हाच एकमेव पर्याय असल्यासारखं तिला वाटू लागलं.

पण, १० महिन्यांची कल्पना करण्यासाठी, रॉयनं तिला ढकललं. पुन्हा एकदा उत्तर अगदीच सरळ होतं. 'माझं मन मला सांगत होतं की नोकरी सोडणं हेच कॉनरसाठी उत्तम राहील. खास करून त्या समय चौकटीत.' मॅगी म्हणाली, 'मी सगळ्या उपाययोजनांमध्ये त्याच्याबरोबर असेन. मी सगळा वेळ त्याला देईन, सांभाळेन, मदत करेन.'

मॅगी मग १० वर्षांच्या चित्राकडे वळली. रॉय तिला जरा सबुरीने घ्यायला सांगत होता. आपल्या भावनांवर काबू ठेवायला सांगत होता. अनपेक्षितपणे या वेळी मॅगी काही दुसरा विचार करू लागली, तिने नोकरी व कुटुंब सोडण्याच्या परिणामांना ती घाबरत होती असं नाही, तर तिला ते भाकीत करता येत नव्हतं. 'मला कळतंच नव्हतं कॉनर १० वर्षांत कसा असेल किंवा खरं तर १० महिन्यांत तरी कसा असेल.' तिने मला सांगितले, '१०-१०-१०सारखा ढाचा हा तुम्हाला

जेवढा माहिती आहे, तेवढा चांगला ठरतो. मला हवी होती ती सगळी माहिती माझ्याजवळ नव्हती.'

पुढे जाण्यासाठी मॅगी आणि रॉयनं कॉनरच्या डॉक्टरांबरोबर एक भेट ठरवली आणि कॉनरची स्थिती कशी-कशी होत जाईल याबद्दलच्या प्रश्नांची एक लांबलचक यादी घेऊन ते हजर झाले. मॅगीची ओसीडी आणि नैराश्य यांच्यावरचं औषधाचं बरोब्बर 'कॉकटेल' मिळायला तिला काही दशकं लागली होती. मानस औषधनिर्माण शास्त्र अधिक अचूक झालं आहे हे तिला ठाऊक होतं, पण तिला तिच्या मुलासाठीच्या त्या लांबलचक प्रक्रियेची भीती वाटत होती.

पण डॉक्टरांनी त्यांच्या आशावादाने मॅगी आणि रॉयला चकित केले. १० महिन्यांमध्ये, आठवड्यातून दोनदा वर्तणूक उपचार आणि औषधयोजना यांमुळे कॉनर पुष्कळ सुधारेल असं ते म्हणाले, अर्थात त्याचा मंत्रचळेपणा कायमचा नष्ट कदाचित होणार नाही. दोन वर्षांत घरातली मंडळी आणि जवळचे मित्र सोडले, तर त्याची विकृती बहुधा जाणवणारही नाही. 'मॅगीला सर्व वेळ घरी थांबायचं असेल तर चांगलं आहे.' डॉक्टर म्हणाले, पण ते तेवढं महत्त्वाचं नव्हतं. फक्त तिला आणि तिच्या नवऱ्याला कॉनरबरोबर वेळोवेळी डॉक्टरांकडे येण्यासाठी वेळेची लवचिकता सांभाळता आली तर फारच चांगलं.

मला अपेक्षा होती की त्यांनी म्हणावं, 'हो मग, तुम्ही प्रत्येक मिनिटाला तुमच्या मुलाबरोबर असायला हवं.' मॅगीला आठवतं, 'त्याऐवजी मला जाणवलं की कॉनरची समस्या म्हणजे काहीतरी भयंकर आणीबाणी आहे, असं त्याला वाटू देण्याने हानी झाली असती. गरज होती ती दैनंदिन व्यवस्थापनाची, दमा किंवा मधुमेह किंवा दुसऱ्या कुठल्या जुन्या रोगासाठी असते तशीच.'

मॅगीचा निर्णय आता एक वर्ष जुना झाला आहे. एका मोठ्या शाळेत सातवीत शिकणाऱ्या कॉनरचे काही दिवस चांगले तर काही वाईट असतात. बरे दिवस बरेच असतात. पोहणं सुरू करण्याइतपत आणि बुद्धिबळाच्या क्लबचा सभासद होण्याइतपत त्याचा घराबाहेरचा आत्मविश्वास वाढला आहे. 'कॉनर विलक्षण आहे. तो कसा वेगळा आहे हे त्याला समजतं. त्याच्या जोडीने जगायला तो शिकतो आहे.' ती म्हणते, 'आम्ही सगळेच शिकतोय.'

धागे माणुसकीचे

किती योग्य विचार. पालकत्व म्हणजे रोज काहीतरी शिकत राहणे. आपल्या मुलांना वाढवणे आणि त्यांच्यावर अखंड प्रेम करत राहणे. या आव्हानांसमोर कधीच मान न टाकणे. होय, बालसंगोपनातून भावनिकदृष्ट्या अलिप्त होण्याचा

मोह होऊ शकतो, कारण पालक म्हणून आपण घेतलेल्या निर्णयांचे परिणाम दिसायला काही वर्षंसुद्धा लागू शकतात... आणि हो, असा सगळीकडून – तज्ज्ञांकडून होणाऱ्या सांस्कृतिक भडिमारामुळे पालकत्व हे संपूर्ण गोंधळवून टाकणारं वाटू लागतं. असं फारच वाटतं जेव्हा मुलं मध्ये पडतात आणि म्हणतात, 'माझे निर्णय घेण्याइतपत मला दुनिया कळते, थँक यू!'

हिवाळ्यातल्या एका संध्याकाळी, रोस्कोने – तेव्हा तो निवासी शाळेत दुसऱ्या वर्षात होता – पाहिले की समोरच्या खोलीत राहणारा पहिल्याच वर्षातला लाजाळू मुलगा जस्टिन काहीतरी विचित्र वागत होता. त्याच्याकडे बघून असं वाटत होतं की आता हा रडणार, आपण आज लवकर झोपणार असं तो सारखं म्हणत होता. जे दिसतंय त्याकडे दुर्लक्ष करावसं वाटत होते रोस्कोला. कुस्तीच्या सरावाने तो पार दमून गेला होता; शिवाय गृहपाठाचा ढीग होताच.

पण तरी... काहीतरी चुकत होतं खास.

'काही होतंय का तुला?' रोस्कोच्या तोंडून अभावितपणे शब्द आले, 'जे काही असेल ते; ये ना माझ्या खोलीत, चालेल? बोलूया.'

अनेक वर्षांनी, त्या रात्री काय घडलं ते जस्टिनने एका निबंधात लिहून शाळेसमोर तो वाचून दाखवला आणि मलाही पाठवला.

'मी रडू लागलो. मी रोस्कोला सगळं सांगितलं. मी जमवून ठेवलेल्या गोळ्यांबद्दल आणि माझ्या बेताबद्दल सांगितलं. तो नक्कीच अस्वस्थ झाला असणार, पण त्याने तसं काही दाखवलं नाही.' त्याने लिहिलं होतं, 'तो नवीन असताना त्याला कधीकधी रडू यायचं ते त्याने मला सांगितलं. त्याला कसं एकटं आणि कधी कधी बावळट वाटायचं तेही त्याने मला सांगितलं. मग रोस्कोने माझ्या डोक्यावर हात ठेवला आणि मला कुशीत घेतलं आणि मला आनंदी राहायला सांगितलं, कारण तो नेहमी माझ्या पाठीशी असणार होता. आमच्यातील मैत्रीची जाणीव प्रथमच मला झाली. रोस्कोला आणि मला जोडणारा धागा दिसला आणि मग सारेच धागे दिसले. मला इतरांशी जोडून ठेवणारे धागे.'

'मला कळलं की आणखी कुणालातरी काढून टाकल्याशिवाय हे सारे धागे मला तोडून टाकता येणार नाहीत. इतक्या साऱ्या माणुसकीच्या धाग्यांनी माझ्या एकटेपणाला पळवून लावलं.'

निर्णय कसे घ्यावेत हे कधीकधी आपली मुलं आपल्याला शिकवतात.

पण या कल्लोळाच्या, जंजाळाच्या जगात आपला प्रत्येक निर्णय हा माणुसकीच्या मुळाला घट्ट धरून ठेवणारा असेल, अशा रीतीने कसं जगायचं हे आपल्याला त्यांना जास्त करून शिकवावं लागतं.

या पवित्र कार्यात १०-१०-१० आपला साथीदार असतो.

प्रकरण आठ

टाक भार माझ्यावरी

मैत्री हरवली, मैत्री गवसली १०-१०-१०

सू जॅकबसन आणि मी प्रथम टेनिस कोर्टवर भेटलो. ती कॅम्प क्लीअर लेकची 'डायरेक्टर ऑफ रॅकेट स्पोर्ट्स' होती. त्या जागेचा एकूण आवाका पाहता, हे बिरुद विनोदी वाटावं इतकं अतिशयोक्त होतं आणि मी तिची 'साहाय्यक' असणार होते, पण आमच्यातली ही पदाची उतरंड, साधारणपणे पाच मिनिटे टिकली. आम्ही एकमेकींना फारच आवडलो आणि आमच्या मैत्रीला एक आठवडा व्हायच्या आतच आम्ही एकमेकींपासून अविभाज्य झालो. दिवसभर आम्ही एकमेकींच्या खोड्या काढत कॅम्पर्सची करमणूक करत असू. रात्री 'हियानीज'च्या सर्वांत तेलकट कांदा भज्यांच्या शोधात, 'सू'च्या मोडकळीस आलेल्या कन्व्हर्टिकलमधून, ब्लॉडी आणि लीन लोकिच ठणाणा आवाजात लावून तासन्तास भटकत असू.

अशाच एका भटकंतीत सू आणि मी, गावातल्या हायस्कूलमधल्या आडदांड पोरींच्या गाडीला मागून चुकून धडकलो. माफी मागण्यासाठी आम्ही लगेचच गाडीतून खाली उतरलो, पण त्या काही ऐकायलाच तयार नव्हत्या. त्या आमच्याभोवती गोळा झाल्या. 'तुमचा साला प्रॉब्लेम काय आहे?' दुष्टपणाने सूच्या तोंडासमोर वाकून या टोळक्याच्या म्होरकीने प्रश्न टाकला आणि मग ते १९७८ सालातलं केप कॉड असल्याने ते टोळकं जोराने हसत गाडीतून निघून गेले.

पण त्या प्रसंगातला विचित्र विनोद आम्ही कधी विसरू शकलो नाही. ते वाक्य म्हणजे आमच्या बोलण्याचं ध्रुपदच होऊन गेलं. 'तुमचा साला प्रॉब्लेम काय आहे?' मी महाविद्यालयाची पदविका घेऊन व्यासपीठावरून खाली उतरले, तेव्हा सू माझ्या कानात कुजबुजली. ती जेव्हा पदविका घेऊन खाली उतरली, तेव्हा माझ्याकडेही तिच्यासाठी हाच प्रश्न तयार होता.

महाविद्यालय संपल्यानंतर काही वर्षांनी अजूनही घट्ट मैत्रिणी असलेल्या आम्ही

दोघी बोस्टनमध्येच थडकलो. मी बोस्टनच्या असोसिएटेड प्रेसमध्ये आणि ती राज्यपालांच्या पत्नीची, किटी डुकाकिसची चीफ ऑफ स्टाफ म्हणून, आमच्या करिअर्संचं सारखेपण निव्वळ योगायोगाचं होतं. आणि एकाच व्यवसायातल्या दोन महत्त्वाकांक्षी तरुण स्त्रिया असल्याने; आमच्याकडे कधी नव्हे इतके विषय बोलायला होते, पण आमची मैत्री ही मुळात हसण्यासाठी होती. अगदी माझं लग्न झाल्यानंतर आणि मायकेलच्या रूपाने (तो बोस्टनमधल्या रुग्णालयातला निवासी डॉक्टर होता.) तिला खरा बॉयफ्रेंड भेटल्यानंतरही आमचा हा सिलसिला चालू होता. तेव्हासुद्धा पुष्कळ शनिवार-रविवारी आम्ही सटकायचो किंवा पटकन जाऊन केनमोर चौकातल्या हॉवर्ड जॉन्सन्सची कांदा भजी मटकावायचो.

मग १९८४ साली तिचा मला घरी फोन आला. 'मी यापुढे तुझी मैत्रीण राहू शकत नाही.' ती कुजबुजली आणि तिने फोन ठेवून दिला. ती मला पहिल्यांदा गंमत वाटली का? उत्तर 'नाही' असंच होतं. तिचा आवाज इतका वेगळा आणि अपरिचित होता की, माझ्या पोटात खड्डा पडला आणि मला पक्कं कळलं की ती अगदी गंभीरपणे बोलत होती.

मला इतरही मैत्रिणी होत्या आणि सू गेल्यावर तिची पोकळी भरण्यासाठी मी आणखीही काही मैत्रिणी जोडल्या, पण तिची आठवण यायची काही थांबली नाही. अगदी जॅक भेटल्यावर – जो आयुष्यातील माझा परममित्र बनला, त्यानंतरही नाही. जॅक सूला भेटू शकला नव्हता याचं मला वाईट वाटायचं आणि मी हे जॅकला बोलून दाखवलं की तो नेहमी म्हणायचा, 'ती गेली त्याला काहीतरी कारण असणार, फक्त तुला ते अजून माहीत नाही.'

अलवार गरज

सूचं माझ्या आयुष्यातलं अनाकलनीय निर्गमन हा फार जबरदस्त फटका होता. अगदी स्वच्छ सांगायचं, तर असा आघात की त्यानंतर कितीतरी वर्षं मी स्वत:ला बजावत राहिले की आता ती अगदी रांगत जरी आपल्याकडे आली तरी तिच्यावर विश्वास ठेवायचा नाही.

१०-१०-१० ने ते बदललं. काळाच्या ओघात त्याने मला माझं मत सूसाठी पुन्हा खुलं करायची शक्ती केली आणि मुळात आम्ही दोघी विभक्त का झालो? हे समजण्यासाठीही आम्हा दोघींना तयार केलं.

१०-१०-१० खरंच सर्व प्रकारच्या मैत्रींना मदत करू शकते. एका किंवा दोन्ही मित्रांना ती धडपडणाऱ्या नात्यांकडे बघण्याचा दृष्टिकोन देते आणि ती

पुनरुज्जीवित करण्याचा एक आराखडा बनवण्यासाठी एक ढाचा देते. ती मूल्ये स्पष्ट करू शकते. दोन्ही – जी सामाईक आहेत ती आणि ज्यामुळे मैत्री ताणली जाते आहे तीही. ती गृहीतकांवरचा पडदा दूर करू शकते आणि छुप्या अपेक्षा उघड्या करू शकते – ज्या व्यक्त झाल्या नाहीत, तर त्या मैत्रीला सड्यापर्यंत आणू शकतात आणीबाणीच्या प्रसंगात! ही मैत्री वाचवण्यासाठी काय करावं लागेल आणि ती गमावण्याची किंमत काय मोजावी लागेल, याचं स्वच्छ चित्र रेखाटायला मदत करते.

तुम्हाला कोणत्या प्रकारच्या मित्रांची गरज आहे आणि तुम्ही कोणत्या प्रकारचे मित्र होऊ इच्छिता हे ठरवायला १०-१०-१० तुम्हाला मदत करते.

कारण मैत्रीची अनेक रूपं असतात, नाही का? काही-काही लोक आपल्याला प्रिय होतात, कारण आपण इतक्या वेळा समोरासमोर येतो की, काहीतरी आत्मीयता जन्म घेते.

तान्या त्वापलिस गेली कित्येक वर्षं माझे केस कापते आहे. पार्श्वभूमी, आवडीनिवडी आणि जीवनशैली यांचा विचार केला, तर आमच्यात काहीच साम्य नाही, पण आमच्या खाजगी आयुष्यातले सारे क्षण आम्ही एकमेकींना सांगितले आहेत. पहिल्यावहिल्या डेटपासून घटस्फोटांपर्यंत सर्व. गेल्या वर्षी मी तान्याच्या प्रिय आजीच्या अंत्यविधीला हजर होते. गेलेल्या व्यक्तीला मी कधीच भेटले नव्हते, हे मी माझ्यामागे उभ्या असलेल्या व्यक्तीला सांगितले, तेव्हा त्याने म्हटलं, 'पण तिची नात माझी चांगली मैत्रीण आहे.'

आणि शिवाय आठवण-मित्र असतात, आपल्या भूतकाळातील एक महत्त्वाचा भाग आपण त्यांच्याबरोबर राहिलेलो असतो. पन्नास वर्षांपूर्वी माझा नवरा ज्या मुलांबरोबर चेंडू खेळत होता, त्यांच्या टोळक्यात तो अजून रमतो. ते राजकारणावर आणि अर्थकारणावर आणि खेळांवर बोलतात, पण त्यांच्या संभाषणात जुने दिवस डोकावत राहतात.

तुम्ही जर कधी 'ती आई ग्रुपमधली मैत्रीण आहे' किंवा 'तो कार्यालयातला मित्र आहे' असं म्हणाला असाल, तर शिक्केवाली मैत्री कशी वाटते ते तुम्हाला कळलं असेल आणि त्या किती महत्त्वाच्या असू शकतात. मुलं वाढवताना अगदी सुरुवातीच्या दिवसात या 'आई' कंपूचे सल्ले नसते, तर माझा निभाव कसा काय लागला असता कोणास ठाऊक. मारियाचा फोन मला अजून आठवतो, 'अगं, तो पिझ्झा मिक्सरमधून फिरवून काढ. जगेल तुझं बाळ त्याच्यावर.' आणि सोफियाच्या आडनिड्या वयातल्या लहरींनी माझी आशा संपत आली तेव्हा माझ्याबरोबरीने प्रार्थना करणाऱ्या किमला कशी विसरू?

पण सगळ्यात छान मैत्री म्हणजे अशी की ज्यात या सगळ्याचं मिश्रण आहे.

तुम्हाला अद्ययावत ठेवेल इतपत तुमचे रस्ते एकमेकांना छेदतात. तुमच्या पाठीशी भक्कम भूतकाळ आहे आणि तुम्हाला टिकवून ठेवेल असं स्वत्वही समान आहे. अशाप्रकारे चांगले मित्र हे आपले सगळ्यात मजेदार आणि सहज नातेसंबंध होऊ शकतात. त्यांच्यावर लग्नाची जबाबदारी नसते. नातेवाइकांतसोबत असू शकतो तसा ताण नसतो किंवा मुलं वाढवायच्या कला नसतात.

गंमत अशी की यातच मैत्रीतली मूलभूत नाजूकता दडलेली आहे. आपल्याला मित्रांची गरज आणि प्रेम असते. आणीबाणीच्या प्रसंगी शांतता मिळावी म्हणून आपण त्यांच्याकडे वळतो, निरपेक्ष सल्ल्यासाठी त्यांच्यावर विसंबतो, पण आपल्या जीवनातील इतर नात्यांसमोर ते जरा मागे पडतात. आपल्या नातेवाइकांसारखे आपण त्यांच्याशी रक्ताने बांधले गेलेलो नसतो, कायदेशीर कागदपत्र आणि सांस्कृतिक अपेक्षा यांनी त्यांना नवरा-बायकोसारखं बांधून ठेवलेलं नसतं किंवा आपल्या सहकाऱ्यांसारखा त्यांच्याशी पगाराचा बंधही नसतो. मैत्रीच्या व्याख्येनुसारच मुळी ती थांबू शकते.

आणि जेव्हा मैत्रीत काहीतरी बिनसायला लागतं तेव्हा आपण चालते होतो आणि आपल्या आयुष्यात काहीच बदललेलं नाहीये असं भासवू लागतो. आपण त्याच घरात राहतो. त्याच कार्यालयात कामावर जातो आणि वरकरणी तरी आपल्या दिनक्रमात काहीच खळबळ झालेली नसते.

फक्त आपल्या हृदयातली खळबळ सोडून.

विसावा-दुरावा

लास वेगासमधील जमीन विकसनाच्या कार्यालयातील कामाच्या पहिल्या दिवशी जेरेमीने उद्वाहकाच्या बाहेर पाऊल टाकले आणि त्याला ल्युसिल भेटली. कामावर आणि शहरात नवीन असल्यामुळे तो अगदी बिच्चारा झाला होता. स्वागतिकेच्या जागी बसलेल्या कडक बटणबंद बाईमुळे काळजीत भरच पडली. त्याने नम्रपणे स्वत:ची ओळख करून दिली आणि आपली कामाची जागा दाखवायला सांगितलं.

'तुम्ही कालच यायचे होता ना?' स्वागतिकेने फटकारले.

जेरेमीच्या पोटात गोळा आला — पण तेवढ्यात ती स्वागतिका जोरदार हसली, 'हे नवागता, स्वागत असो!' ती ओरडली आणि टेबलामागून पुढे येत तिने जेरेमीचा हात प्रेमाच्या उबेने दाबला.

जेरेमीपेक्षा सर्वस्वी भिन्न असलेला ल्युसिलचा गावरान स्वभाव त्याला एकदम आवडून गेला. बत्तीस वर्षांपैकी बरंचसं आयुष्य जेरेमीने आपल्या आईवडिलांसोबत फोर्ट लॉंडरडेलमध्ये घालवलं होतं. चव्वेचाळीस वर्षांची ल्युसिल ही ब्रुकनिनमधल्या

एका विशाल अमेरिकन कुटुंबातील स्वयंघोषित 'ब्रह्मचारी' होती, पण व्हाईट हाउसमधल्या राजकारणात या जोडीला सारखाच रस होता आणि वॉशिंग्टनमधल्या बातम्यांवर त्यांच्या गप्पा रंगत. त्यांच्यातला संवाद इतका जाणवण्याइतपत होता की, काही सहकाऱ्यांना त्यात रोमान्सचा वास येऊ लागला. जेरेमीने जेव्हा त्याच्या जीवनसाथींची, डॉनची ओळख सहकाऱ्यांना करून दिली तेव्हा तर ही अफवा म्हणजे त्यांच्यातला थट्टेचा विषय झाली.

ल्युसिलचे एका विवाहित पुरुषाबरोबर असलेले प्रदीर्घ आणि कटकटीचे नाते संपताना जेरेमीने दिलेल्या आधारामुळे त्यांच्यातले बंध अधिकच दृढ झाले. त्या नंतर बरेचसे शनिवार-रविवार ल्युसिल जेरेमी, डॉन आणि इतर मित्रांबरोबर घालवू लागली. तिला 'गुहेतली माता' टोपणनाव ठेवलं.

पण अगदी जेरेमीच्या संगतीतसुद्धा लास वेगासमध्ये ल्युसिल झगडतच होती. पूर्वेकडच्या तिच्या कुटुंबीयांची तिला आठवण व्हायची आणि आपली नोकरी धोक्यात आहे असं तिला वाटत होतं. फर्मच्या साहाय्यक कर्मचाऱ्यांपैकी एक असल्याने तिला माहीत होतं, की शहरातली आर्थिक गती थंडावली की पहिली गदा तिच्या नोकरीवर येणार. आणखी एक प्रश्न तिच्या डोक्यात उसळ्या मारत असे. सर्व वेळ जेरेमीबरोबर घालवताना ती डेटिंग सीनपासून 'चुकून मुद्दाम' स्वत:ला दूर ठेवत होती की काय?

'म्हणजे मला फटकाच बसला.' ल्युसिल त्या काळाचं वर्णन करते. 'मला मुलं होणार नव्हती हे तर उघडच होतं, पण माझं लग्न होण्याची शक्यता अजूनही होती, पण लग्न होण्यासाठी मला कधी नव्हे ते इतकं सुखी करणाऱ्या मित्रापासून मला दूर जाणं भागच होतं.'

काही वर्षांच्या परस्परविरोधी विचारांनंतर, ल्युसिलाने तिच्या घराजवळची, हार्टफोर्ड कनेस्टिफटमधली जास्त पगाराची नोकरी स्वीकारायचं ठरवलं. जेरेमी आणि डॉनने तिच्यासाठी सुंदर निरोप समारंभ घडवला आणि निरोपाच्या टोस्टमध्ये जेरेमीने तिला 'माझी मैत्रीण, आत्ताची आणि सदैव' असं विशेष- चटका लावणारं- लावल्यावर आलेलं रडू तिने मुळीच लपवलं नाही.

पण तिकडे गेल्यावर काही महिन्यांतच ल्युसिलच्या लक्षात आलं की जेरेमीच्या एकाही फोनला किंवा ईमेलला उत्तर देणं तिला अशक्य होत होतं. त्याच्या आठवणीने व्याकूळण्याची तिला इतकी भीती वाटत होती की, शेवटी तिला हार्टफोर्डचाच तिटकारा वाटू लागला. तिथे हळूहळू तिच्या जीवनात ऊब यायला सुरुवात झाली होती. 'काय बिनसलंय' असं जेरेमीने तीन-चार वेळा लिहिलं, पण नंतर त्यानेही प्रयत्न सोडून दिला.

सहा महिने गेले आणि मग ख्रिसमसच्या आदल्या संध्याकाळी, ब्रुकलिनमध्ये

कुटुंबीयांबरोबर चर्चमध्ये, 'जेरेमीचा आवाज पुन्हा कानी पडू दे' अशी प्रार्थना आपण करतोय असे तिच्या लक्षात आलं. तिची नवीन नोकरी, जी जरा अवघड होती, पण तिच्या अपेक्षेपेक्षा जास्त मजेदार होती, तिच्याबद्दल. तिला त्याला इतकं सांगायचं होतं. तिच्या कार्यालयातला तिला आवडणारा एकमेव माणूस, त्यालाही ती आवडत असावी असं वाटे, त्याच्याबद्दलचा त्याचा अभिप्राय तिला हवा होता. १०-१०-१०चा तर्क वापरून जेरेमीबरोबरच्या मैत्रीचं विश्लेषण करायचा निश्चय करून ल्युसिल घरी जाऊन तिच्या झोपायच्या जुन्या खोलीत गेला. जुनी मैत्री कायम ठेवून नवीन आयुष्यात रमावं का या विचारात ती होती.

१० मिनिटांमध्ये, जेरेमीशी बोलताना अवघडल्यासारखं होणार हे ल्युसिल जाणून होती. स्पष्टीकरण द्यावं लागेल, क्षमा मागावी लागेल. तो तिला कधी माफ तरी करेल का? आणि त्याच्याशी बोलताना भावनांचे बांध जे फुटतील त्याने तिच्या नवीन आयुष्यातील रुळण्याला खीळ बसली असती. हा धोका तिला परवडला असता का?

ल्युसिलने मग १० महिन्यांतील तिच्या जीवनाची कल्पना करण्याचा प्रयत्न केला. तिच्या नव्या नोकरीत ती चांगली स्थिरावली असती. आनंदी राहणं तिच्या स्वभावातच होतं. कुढत बसण्याचा तिला कंटाळा येई. 'त्या' ल्युसिलच्या- भविष्यातील ल्युसिलच्या- आयुष्यात जेरेमीला स्थान होतं का?

शेवटी ल्युसिलने तिच्या निर्णयाच्या- खास करून तिच्या मूल्यांच्या दृष्टीने- १० वर्षांतील परिणामांचा विचार केला. कुटुंबाला आणि मित्रांना तिने नेहमीच प्राधान्य दिले होते. तिच्या आनंदाचं, अभिमानाचं, विसाव्याचं ते निधान होतं, ते तिचे टोळकं होतं आणि जेरेमी हा त्या सर्वांमधला मुकुटमणी होता. तिने त्याला का जाऊ द्यावं? एका लहानशा काळापुरत्या सोयीसाठी?

न्यूयॉर्कमध्ये त्या वेळी मध्यरात्र उलटून गेली होती, पण लास वेगासमध्ये फोन करायला तेवढासा उशीर झालेला नव्हता. ल्युसिलने फोन उचलला आणि जेरेमीचा नंबर फिरवला. 'आम्ही साधारण अर्धा तासभर रडलो.' ल्युसिलने मला सांगितलं, 'सगळं अगदी पूर्वीसारखंच होतं, जरा अधिक गोड.'

या समेटाला दोन वर्ष होऊन गेलीत. ल्युसिल आणि जेरेमी ईमेलवरून पुष्कळदा एकमेकांशी संपर्क ठेवतात. आपापल्या आयुष्यातील घडामोडींची माहिती सांगतात आणि सुट्टीच्या, वाढदिवसाच्या दिवशी फोनवर बोलतात. रोजच्या संपर्काच्या अभावाने आणि कामाचं सामाईक आव्हान समोर नसल्याने त्यांची मैत्री बदलली आहे. कार्यालयीन मैत्रीपेक्षा ती आता आठवणींवर अधिक बेतली आहे, पण त्यांनी त्यात जान आणली आहे.

अधिक आठवणी घडवल्या जाणार हे नक्की.

मूल्यांतर

जेरेमी आणि ल्युसिल दूर गेले म्हणून त्यांच्या मैत्रीमध्ये थोडा दुरावा निर्माण झाला, आजच्या मोबाईल जगात ती काही फार मुलखावेगळी गोष्ट नाही, पण *मूल्यांमध्ये* फरक पडला म्हणून मैत्रीतही दुरावा येण्याची उदाहरणंही तितकीच सामान्य आहेत. त्या श्रद्धांनी, उद्दिष्टांनी आणि प्राधान्यांनी दोन व्यक्तींना एकत्र आणलं होतं. ती आता जुळत नाहीत, अगदी विरुद्ध टोकांचीही होऊ शकतात.

व्हरमॉंटमध्ये कॉलेजच्या वसतिगृहात चार वर्षं एकाच खोलीत राहिलेल्या इझाबेल आणि साराची आयुष्य एकमेकींमध्ये अशी काही मिसळून गेली होती की, एकीपासून दुसरीला वेगळं काढता येऊ नये. त्या एकमेकींचे कपडे घालत, त्यांच्या केसांची लांबी एकसारखी होती. भोजनगृहात त्या एकाच मेजावर जेवायच्या, एकाच पाट्यार्ना जायच्या. त्यांच्यातला एकमेव फरक म्हणजे शिक्षणाची शाखा. इझाबेलने स्टुडिओ आर्ट हा मुख्य विषय घेतला होता तर साराने गणित.

पदवीनंतर दोघीजणी न्यूयॉर्कला गेल्या. इझाबेल कन्सेपच्युअल आर्टिस्ट बनली. ड्रमर असणाऱ्या तिच्या बॉयफ्रेंडबरोबर राहत असलेल्या लहानशा सदनिकेच्या भाड्याला हातभार लावावा म्हणून तिने वेट्रेसची अर्धवेळ नोकरी पत्करली. यथावकाश सारा वॉलस्ट्रीटवर इक्विटी विश्लेषक बनली व तिने एका शेअर ट्रेडरशी विवाह केला आणि तरीही त्यांच्या जीवनशैली अधिकाधिक भिन्न होत चाललेल्या असूनही इतिहासाच्या एका बळकट धाग्याने या मुलींना एकत्र बांधून ठेवले होते. दोन महिन्यातून एकदा वगैरे, सारा पुढाकार घेऊन सगळं आखायची आणि दोन्ही जोडपी रात्री जेवायला, ड्रिंक्ससाठी एकत्र जमायची.

काही वर्षांनी मात्र या भेटी टाळण्यासाठी इझाबेल कारणं शोधू लागली. साराचा नवरा बर्ट्रम हा याचं कारण होता. इझाबेलला तो एक अहंमन्य माणूस वाटायचा आणि सारातही त्याचे जुनाट राजकीय आणि सामाजिक विचार उतरत असलेले पाहून तिला त्रास व्हायचा.

पुढच्या वेळी जेवणासाठी साराचा फोन आला. तेव्हा सारा आता नक्की कामावर असेल अशी वेळ शोधून इझाबेलने 'जमत नसल्या'चा निरोप फोनवर ठेवला. इझाबेल म्हणाली, 'फोन बंद केल्यावर मला अगदी 'दुष्ट, खोटारडं' वाटत होतं.'

इझाबेलनं माझ्याकडून १०-१०-१० बद्दल ऐकलं होतं. आम्ही एका सामाजिक मैत्रिणीमुळे भेटलो होतो आणि तिने तिच्या या दुविधेसाठी ती वापरायचं ठरवलं. ही प्रक्रिया त्यांच्या मैत्रीकडे 'मूल्यांच्या लोलका'तून बघून साराची आणि तिची मूल्यं फारच वेगवेगळ्या रस्त्याला लागली आहेत हे ठरवायला मदत करेल, हे तिला

आवडलं. तिने तिचा प्रश्न असा मांडला, 'साराबरोबरची मैत्री मी वाचवावी की सोडून द्यावी?'

ताबडतोबच तिच्यासमोर अडचण उभी ठाकली. जर तिच्यात आणि साराच्यात काही मूल्यं मुळातच समान नसतील तर कुठल्याही कालचौकटीत, कुठलंही खरं नातं त्यांच्यात अस्तित्वातच कसं असू शकेल?

'आम्ही आज जशा आहोत तशा स्त्रिया बनवणाऱ्या अनुभवांनी आम्ही खरं म्हणजे जोडल्या गेल्या होतो.' ती म्हणाली. 'आणि जन्मभर मैत्रिणी म्हणून राहण्याची आम्ही दोघींनाही इच्छा आहे. आम्ही दोघींनाही ते बक्षिसाचं पदक आहे, पण एवढं पुरेसं आहे का?'

या प्रश्नाचं उत्तर शोधण्यासाठी इझाबेलनं साराला जेवायला बोलावलं. फक्त त्या दोघीच. बहुधा विषय जाणवून सारा जरा नाराजीनेच तयार झाली आणि खरंच तिची काळजी अगदीच अनाठायी नव्हती. वाट दाखवायला १०-१०-१० असली तरी संभाषण क्लेशदायक होणारच होतं.

ताबडतोबीच्या भविष्यात, दोघींमध्ये वाढत जाणाऱ्या मूल्यांमधल्या अंतराकडे डोळेझाक करण्यात काही अर्थ नाही हे दोघींनीही मान्य केलं. इझाबेलला बर्ट्म आवडत नाही हे तिने सांगून टाकलं. इझाबेलचा बॉयफ्रेंड 'फालतू' असल्याचं आपलं मत सारा बरळली. साराच्या लठ्ठ पगाराच्या नोकरीमुळे दलित-पीडितांना कराव्या लागत असलेल्या संघर्षाबद्दल ती असंवेदनशील झाली आहे, असं इझाबेलनं तिला सुनावलं. त्यावर इझाबेल कधीच करू शकत नाही इतका धर्मादाय सारा तिच्या लठ्ठ पगाराच्या नोकरीमुळे करू शकते असं सारानं फटकारलं.

त्या मैत्रिणींना टेबलाशी बसून राहायला लावेल अशी प्रक्रिया नसती तर तिथेच जेवणाची इतिश्री झाली असती. त्या पुढच्या पायरीवर गेल्या. तिथे १० महिन्यांच्या कालखंडाचा विचार करायचा होता. मैत्री सोडून दिल्यानं दोघींच्याही जीवनात आलेलं अवघडलेपण दूर झालं असतं, असं दोघींनाही वाटलं. तारखांबद्दल फोनवर ठेवलेल्या निरोपात आपण खोटं सांगितलं याची इझाबेलनं कबुली दिली. सारा उत्तरली, 'तुला काय वाटलं, मला कळलं नाही?'

पण मग सारानं इझाबेलला आठवण करून दिली की महाविद्यालयात माजी विद्यार्थ्यांच्या भेटीचा कार्यक्रम होणार होता. 'तिथे आपण काय एकमेकींकडे दुर्लक्ष करायचं का?' तिने टोकलं, 'जुनी मैत्री सांभाळू न शकलेल्या इतर जोड्यांसारखं? मला वाटलं आपण त्यांच्यापेक्षा घट्ट होतो.'

त्या दोन स्त्रियांमध्ये लांबलचक शांतता पसरली.

'वास्तवात येऊ या.' शेवटी इझाबेल म्हणाली. '१० वर्षांत तू कुठल्याशा उपनगरात राहत असशील आणि बीएमडब्ल्यू चालवत असशील. मी मात्र तशीच

रुटूखुटू, ॲस्टोरियात राहत असेन.'

सारा मान हलवण्यापलीकडे काही करू शकली नाही. तिने आणि बर्ट्रमने वेस्टचेस्टर काउंटीमध्ये घर शोधायला आधीच सुरुवात केली होती.

'असं केलं तर? आपण एखाद-दोन वर्ष थांबून काय होतं ते पाहू या का? माझं प्रेम आहे तुझ्यावर. आपण एकत्र जे जगलो त्याच्यावर माझं प्रेम आहे.' इझाबेल पुढे म्हणाली, 'कदाचित आपल्यात एवढं अंतर असूनसुद्धा आपण मैत्रिणी आहोत, हा आपल्या खऱ्या अभिमानाचा विषय होईल.'

त्या संध्याकाळी प्रथमच साराच्या डोळ्यासमोर आशेचा किरण लुकलुकला. लांबवरच्या भविष्यात या मैत्रीला धुगधुगती आशा आहे हे तिलाही कळत होतं, पण मधल्या काळात ती सोडून देणं तिला जरा घाईचं वाटत होतं.

ती संध्याकाळ संपता संपता त्या दोघींनी ठरवलं की, त्यांच्यातल्या जाणिवा आता समांतर नाहीत, याचा सादर स्वीकार करायचा. त्यांच्यातला खराखुरा बंध जपण्यासाठी त्यांनी वर्षातून एकदा वगैरे भेटावं. ती एक छान रात्र जाईल – त्या दोघींचीच – असं त्या दोघींनी ठरवलं.

त्या निर्णयानंतर, इझाबेल म्हणते, 'सारात आणि माझ्यात आता काय असेल, तर मोकळेपणा. एकमेकींभोवती दबक्या पावलांनी फिरायची आता गरज नाही. हवा स्वच्छ झाली आहे. एका नवीन पद्धतीने हे करून पाहायचं आम्ही ठरवलं आहे.'

A BRIDGE TOO FAR

नव्या अटींवरही, सर्वच मैत्री टिकतात असं नाही. कुठेतरी काहीतरी जखम झालेली असते. परत न केलेलं कर्ज म्हणा किंवा लागेलसा एखादा टोमणा. मला अशा दोन स्त्रिया माहीत आहेत, ज्यांनी तीस वर्षांच्या मैत्रीनंतर आपसात अबोला धरला जेव्हा त्यांची मुलं कायदेशीर वादात अडकली.

परंतु अनेकदा मैत्री संपुष्टात येते, कारण एकत्र राहणं हे असह्य क्लेशकारक असतं. अशावेळी १०-१०-१० ही फारकतीचं कारण समजवायला, अपराधी भावना काढून टाकायला आणि काहीतरी शेवट केल्याचं एक समाधान मिळवून द्यायला मदत करते.

बाल्टिमोरमध्ये समाजसेवा करणाऱ्या अँजेलाला मी प्रथम भेटले त्याचं कारण तिच्याकडे घर खरेदी करण्याची एक १०-१०-१० कथा आहे असं मी ऐकलं होतं आणि खरंच होती. तिचं घर १०-१०-१० हे त्या प्रक्रियेचं इतकं सुंदर उदाहरण होतं की, आम्ही भेटल्यावरचे पहिले दोन तास आम्ही फक्त त्याबद्दलच बोलत होतो. अँजेलाने मला सविस्तर सांगितलं की कसा तिचा तिसावा वाढदिवस जवळ

आल्यावर तिने आई-वडिलांच्या घरातून बाहेर पडायचं ठरवलं. तिला हवं तसं घर शोधताना दोन एजंट हरले, तेव्हा मग अँजेलाच्या नातेवाइकांनी तिला सल्ला दिला, की घराचा शोध घेताना तिने फार दूरवरचं न पाहता मध्यम काळावर आधारित निर्णय घ्यावा, पण अँजेलाला घर घ्यायचं होतं, ते कायमस्वरूपी राहण्यासाठी.

'सांगू का, खूपशा मुली सफेद घोड्यावरून दौडत येणाऱ्या राजपुत्राची वाट पाहतात.' ती मला म्हणाली, 'माझी काळजी मीच घेणार होते. माझं स्वप्न म्हणजे माझ्या आयुष्याबद्दल दुसरं कुणी नाही, तर मीच ठरवणार.'

या टिप्पणीवरून, अँजेलाची घराबद्दलची कल्पना १०-१०-१० ही केवळ मालमत्तेशी संबंधित नाही याचा स्पष्ट संकेत मिळत होता.

ती होती खऱ्याखुऱ्या मैत्रीबद्दलची.

नववीत असताना अँजेलाची रेबेकाशी प्रथम भेट झाली आणि ताबडतोब त्या घट्ट मैत्रिणी झाल्या. 'आम्हाला एकमेकींबरोबर छान वाटायचं.' अँजेला सांगते, 'काही स्पष्टीकरण देण्याची गरजच पडत नव्हती. एकमेकींवाचून आम्हाला चैन पडत नसे.'

प्रत्येक मुलीचं वजन २२० पौंडांपेक्षा जास्त होतं. माध्यमिक शाळेत असल्यापासून अँजेला आणि रेबेका, दोघींचंच एक विश्व तयार झालं. त्यात त्या एकमेकींबरोबर असायच्या आणि त्यातून बाहेरचं जग अधिकच काळाकुट्ट दिसायचं. 'या विषयावर झालेले अभ्यास सांगतात की जास्त वजनाची लठ्ठ माणसं एकमेकांकडे आकर्षित होतात आणि एकमेकांना लठ्ठपणातच घट्ट बांधून ठेवतात.' अँजेला म्हणाली. 'रेबेका आणि मी याचं उत्कृष्ट उदाहरण होतो.' माध्यमिक शिक्षण संपल्यावर दोन्ही मुलींनी आपापल्या घरी आईवडिलांजवळच राहायचं आणि एकाच सार्वजनिक महाविद्यालयात जायचं ठरवलं. पदवीनंतर दोघींनीही जवळच नोकऱ्या स्वीकारल्या.

अँजेला पंचवीस वर्षांची झाल्यावर लवकरच तिच्या वडिलांची तब्येत बरीच खालावली. तिच्या बहिणीचं लग्न झालं होतं, आणि ती काही नेहमी इकडे येऊ शकत नव्हती. तिच्या वयस्कर आईला मदतीची गरज होती. दुसरा काही पर्याय नव्हता. वडिलांच्या काळजीचा मुख्य भार वाहण्यासाठी अँजेलाने नोकरीतून सुट्टी घेतली, पण तिच्या वजनामुळे कुठलंही काम करणं कठीण होऊन बसलं होतं. वडिलांना जेवू घालणं, त्यांना वेळच्यावेळी डॉक्टरांकडे नेणं, बिछान्यावर झोपवणं हे सगळं तिला शारीरिकदृष्ट्या शक्यच होत नव्हतं.

एका सकाळी अँजेलाला जणू दृष्टांत झाला, 'इथे लोकांना माझी गरज आहे.' तिच्या मनात आलं. वजन कमी करणं आणि निरोगी राहाणं याला जीवन वाहून घेण्याची वेळ आली होती. ताबडतोब तिने रेबेकाला फोन लावला, 'मी वजन कमी

करणार आहे. या वेळी खरंच! तू पण येतेस का?' तिने विचारले.

रेबेका हो म्हणाली आणि दुपारी दोघी मैत्रिणी स्थानिक वेट वॉचर्स केंद्रात गेल्या, पण रेबेकाचं चित्त या प्रकल्पात नव्हतं, हे लवकरच स्पष्ट झालं. अँजेलाचं वजन कमी होऊ लागलं तसा तिचा निश्चय आणखी दृढ होऊ लागला, पण इकडे रेबेकाचा पारा चढू लागला, पुष्कळदा ती अँजेलाला डिवचायची, 'मी तुला आज ओळखत नाही.'

अठरा महिन्यांच्या कालावधीत, टप्प्याटप्प्याने अँजेलाने जुन्या सवयी बदलायला सुरुवात केली. कित्येक वर्ष संध्याकाळच्या वेळी ती रेबेकाच्या घरात टीव्हीसमोर बसून काहीतरी चरत असायची. आता ती आसपास भरपूर अंतर पळायला जायची किंवा स्थानिक जिममध्ये जाऊन वजनं उचलायची. तिचं वजन २०० पौंडांवर आलं. मग १८०, मग १६० पौंडावर आलं. त्याच सुमारास तिनं बौद्ध धर्माची तिची खूप जुनी आवड पूर्ण करायची ठरवलं – ती आजवर एक कॅथलिक म्हणून वाढली होती – आणि शेजारच्याच गावातल्या एका देवळाशी जोडली गेली. तरीही केवळ मैत्रीखातर अँजेलाने रेबेकाबरोबर जास्तीतजास्त वेळ घालवणं चालू ठेवलं. ते त्यांचे आवडते जुने कार्यक्रम बघायच्या, चित्रपट भाड्याने आणायच्या, पण दिवसेंदिवस एकमेकींमधलं संभाषण कठीण होत चाललं. खाणं आणि कपडे हे विषय आता हद्दपार झाले होते आणि अँजेलाच्या व्यायामाबद्दल बोलायला रेबेकाची बंदी होती.

अँजेलाचं जीवन कसं बदलत होतं, ते ती संपूर्ण शांत वातावरणात सांगत होती. तिने तिचे नियोजित १५० पौंड वजन साध्य केलं आणि लघू मॅरेथॉनमध्ये धावली. तिच्या नवीन शक्तीमुळे वडिलांना मदत करणं तिला अधिक चांगलं जमू लागलं. त्यांचीही तब्येत हळूहळू सुधारत होती आणि ते दोघं एकत्र त्यांच्या आवडत्या बागेत फेरफटका मारायला जाऊ लागले. अँजेलाच्या नवीन आत्मविश्वासाचे प्रतिबिंब तिच्या कामातही पडत होते. एक दिवस तिने तिच्या बॉसला एक छोटीशी बढती मागितली. आनंदाची गोष्ट म्हणजे तिला ती तिथल्यातिथे मिळाली.

रेबेकाकडून काहीतरी नकारात्मक प्रतिक्रिया येईल म्हणून अँजेला या बातमीबद्दल रेबेकाशी बरेच दिवस काही बोललीच नव्हती, पण बढतीबद्दल काही न समजताही, रेबेकाचं अँजेलावरचं टीकास्त्र अधिक तीव्रतेने चालू होतं. 'रेबेका माझा हात धरून ठेवण्याची धडपड करत होती, हे मला जाणवत होतं.' अँजेला मला म्हणाली.

याच निर्णयाची अँजेलाला भीती वाटत होती. भविष्यात रेबेकाशी संबंध तोडणं हे शापही होता आणि वरही होता. अगदी खालच्या पातळीवरचं घालून-पाडून बोलणं संपलं असतं, पण एकुलती एक खरीखुरी मैत्रीणही गमावली असती.

रेबेकाच्या कितीतरी सुंदर गोष्टी तिने गमावल्या असत्या. तिचा उपरोधिक विनोद आणि ती अँजेलाच्या कुटुंबाला, खास करून भावनिकदृष्ट्या अगदी कोरड्या आईला ती कुठलंही लेबल लावत नव्हती, ते.

१० महिन्यांचं दृश्यही काही फार मोठं आशादायी नव्हतं. आपल्या नवीन मित्र जोडण्याच्या क्षमतेबद्दल अँजेलाला काळजी वाटत होती. ती अजून स्वत:ला 'वर्गातली लठ्ठ मुलगी' समजत होती, रेबेकाशिवाय तिला कितीतरी दिवस आणि रात्री एकटेपणात घालवाव्या लागल्या असत्या.

पण दूरवरच्या भविष्याच्या चाहुलीने अँजेलाचं लक्ष वेधून घेतलं, 'मी जेव्हा १० वर्षांच्या कालचौकटीचा विचार केला आणि मी जे आयुष्य घडवण्यासाठी धडपडत होते, ते पाहिलं तर रेबेका त्यात नसणार होती, हे मला कळून चुकलं.' अँजेला म्हणाली, 'ती असूच शकत नव्हती. तिची सगळीच मूल्यं माझ्यापेक्षा फार वेगळी होती. तिचं बरोबर होतं, मी बदलले होते.'

दुसऱ्या दिवशी संध्याकाळी ओळखीच्या, रेबेकाच्या स्वयंपाकघरात बसून अँजेलाने तिच्याबरोबर हात मिळवण्याची शेवटची कळकळीची विनंती केली, पण लगेच रेबेकाला राग आला. 'मला आवडू नयेस असं तू वागते आहेस.' तिने तंबी दिली. इतक्या जुन्या मैत्रीचा शेवट वादावादीने नको म्हणून अँजेला चूपचाप घरातून बाहेर पडली.

त्या ताटातुटीनंतर येणारा एकटेपणा अँजेलाने सहन केला. अशा वेळा येत जेव्हा रेबेकाच्या मैत्रीची, जुन्या दिवसांची तिला खूप आठवण येई, पण तो कच्चा धागा आता तुटून गेला होता. तो काही आता पुन्हा सांधणार नव्हता.

घर शोधण्यात अँजेलानं आपली शक्ती एकवटली आणि तिला मुक्काम सापडला. थोड्याशा डागडुजीची आवश्यकता असलेली एक सदनिका तिला सापडली, पण अथपासून त्या घराचं काम करायची कल्पना तिला एकदम भावली. आज तिने तिच्या नव्या घराभोवती तिच्या 'बसेऱ्या' भोवती तिचं व्यस्त आयुष्य गुंफलं आहे आणि त्या घरात ती पुष्कळवेळा तिच्या भाचरांचा पाहुणचार करते.

'कधीकधी रेबेकाचा विचार मनात येऊन मला फार दु:ख होतं.' अँजेलानं मला अलीकडे सांगितलं, 'पण जीवन पुढे जातं.'

आणि खरंच जातं, जसं लग्न तुटल्यावर, तशीच मैत्रीही तुटल्यावर आपण स्वत:ला सांभाळतो. आपली खूप हानी होऊ शकते. आपण संपूर्णत: बदलून जातो, पण आपला भूतकाळ जर आपण अर्थवाही केला, तर भविष्याला पुन्हा सामोरं जाणं आपल्या स्वभावातच येतं, आपल्या अनुभवांवरून आपण अधिक शक्तिमान, अधिक शहाणे होतो.

पुनश्च हरी ओम्

सू जेकबसनबरोबरच्या मैत्रीचा शेवट झाल्यावर मीसुद्धा पुढे जाण्याचा प्रयत्न केला, पण शक्तिमान किंवा शहाणं वाटायच्याऐवजी मी खरं तर गोंधळून गेले होते.

मग २००२च्या उन्हाळ्यात एक दिवस मला एक पत्र आलं. पाकिटावरचं माझ्या जुन्या मैत्रिणीचं हस्ताक्षर मी लगेच ओळखलं आणि लगबगीने ते फोडलं, 'प्रिय सुझी, तुला मी आठवते की नाही माहीत नाही, पण आठवत असेलच तर मी दिलगीर आहे हे तुला कळवायचं होतं.' पत्रात लिहिलं होतं, 'प्लीज मला सगळं सविस्तर सांगू दे.' शेवटी ई-मेल पत्ता दिला होता.

मी संगणकाकडे धावले. 'वा.. वा.. वा.. अहो आश्चर्यम्', मी टाइप केलं. मी अगदी सहज लिहिण्याचा प्रयत्न करत होते.

सूचं उत्तर मात्र अधिक मोकळं आणि थेट होतं. तिने मला सांगितलं की निवासी शल्यविशारद असलेल्या मायकेलशी तिने लग्न केलं होतं. त्यांना दोन मुलं होती. इतकी वर्षं ती म्हणाली, ती माझं आयुष्य माध्यमांमधून बघत होती. *एचबीआर*मधले माझे लेख अनेकदा वाचत होती, 'माझं तुइ्यावर बरोबर लक्ष होतं.' तिने लिहिलं.

पाच मिनिटांनंतर आम्ही फोनवर बोलत होतो.

'काय झालं ते मी तुला सांगणार आहे.' तिने सुरुवात केली. 'पण मला वचन दे की तू मायकेलचा तिरस्कार करणार नाहीस.'

ती काय सांगणार आहे याचा मला अंदाज येईना. मायकेलला मी तशी ओळखत होते. अगदी थोडी... पण तो अगदी सभ्य, अगदी सौम्य व्यक्तिमत्त्वाचा माणूस होता.

'ठीक आहे.' मी तिला भरवसा दिला.

'कारण मायकेल खरंच फार चांगला पिता आणि पती आहे. तू त्याचा तिरस्कार करावा असं मला वाटत नाही.'

'अगं, मी ठीक आहे म्हटलं.'

'पण आम्ही पूर्वी जेव्हा डेटिंग करत होतो, तेव्हा आपल्या मैत्रीची त्याला भीती वाटायची. तू 'उडी मार' म्हटलंस की मी उडी मारायचे. आपण सारख्या एकत्र असायचो आणि आपले आतले विनोदसुद्धा असायचे, म्हणजे जसं....'

'आपल्या मैत्रीची त्याला *भीती* वाटायची?' मी तिला अडवून विचारलं.

'ऐक, त्याने मला सांगितलं की एक तर तो किंवा तू सुझी.' ती म्हणाली, 'आणि मी त्याची निवड केली.'

बराच वेळ मी गप्प होते. मग सूने विचारलं, 'तू फोन बंद करणार आहेस का?'

'नाही!' मी ओरडले. मी रागावले नव्हते – मला सुटल्या सारखं वाटत होतं. मी इतक्या काही स्पष्टीकरणांची कल्पना केली होती, पण आमच्या मैत्रीची मायकेलला भीती वाटणं त्यात नव्हतं, पण तरी ते अगदी फिट्ट होतं. तो सूबरोबर एक अर्थपूर्ण नातं उभारू पाहत होता – एक पवित्र, सच्ची गोष्ट – मी पुस्तकात आधी म्हटलं तसं 'तिसरी शक्ती' आणि मी मध्ये येत होते.

'मायकेल किती चांगला नवरा असेल.' एवढंच बोलायला सुचलं मला.

मी सूला विचारलं की आमची मैत्री पुनरुज्जीवित करायचा तिच्या प्रस्तावाचा मी विचार करू का. ती म्हणाली 'अवश्य.' हवा तितका वेळ घे, फक्त काहीतरी मूर्खपणा करण्यासाठी मी तो वेळ वापरू नये. उदा. तिला फोन न करणे, 'मला वाटतं तुला अजूनही साला प्रॉब्लेम आहे' तिने सुरुवात केली.

'तुझ्याएवढा नाही.' माझ्या इच्छेविरुद्ध मला हसू आलं होतं.

पुढचे काही दिवस मी अखंड सूबद्दल विचार करत होते. माझ्या ऊर्मी सर्व दिशांनी धावत होत्या. तिने कितीही चांगलं स्पष्टीकरण दिलेलं असलं तरी – तिच्या मूल्याधारित निवडीबद्दल मला पूर्ण आदर वाटत असला तरी – आता तिच्यावर विश्वास टाकता येईल असं मला वाटेना. दुसऱ्या बाजूला तिच्या सळसळत्या व्यक्तिमत्त्वावर आणि राजकारणापासून तो घरगुती नात्यांपर्यंतच्या तिच्या मार्मिकपणावर मी फिदा होते. अठरा वर्षांनंतर, दोघींनी एखादी बिअर घेणं संपूर्णपणे रोमांचक वाटत होतं.

मी १०-१०-१० कडे वळले.

१० मिनिटांत, मला समजत होतं की मी पुन्हा निश्चितपणे अवघड अशा अनोळखी प्रदेशात जाणार होते. आम्हाला जोडून घ्यायचं होतं, सांधायचं होतं आणि कदाचित सर्वांत अवघड म्हणजे एकमेकींवर पुन्हा एकदा विश्वास ठेवायला शिकायचं होतं. होय, 'एकमेकींवर'. 'तू मला फोन करायचा एकदाही प्रयत्न का केला नाहीस?' हाही प्रश्न बरोबरच होता. कदाचित आम्ही आमच्या मैत्रीला इतकं सिद्ध केलं होतं की, ती त्या जखमांपुढे जगणं शक्य नव्हतं.

पण १० महिन्यांत हे अवघडलेपण पुसट होत जाईल. आम्हाला कदाचित काहीतरी समान भूमी पुन्हा एकदा सापडू शकेल.

आणि १० वर्षांत? – ओ! कल्पना कर, मनात म्हटलं. आम्ही पन्नाशीत असू. मुलं मोठी झालेली असतील आणि माझ्या लाल जीपमधून तळकट कांद्याची भजी शोधत भटकायला आम्हाला नक्की वेळ असेल. आम्ही एकमेकींपासून तासाभराच्या अंतरावर होतो, असंही निघालं.

सूबरोबर पुन्हा जुळल्याने माझं काहीच नुकसान होणार नव्हतं, असं मला वाटलं, फक्त अतुलनीय मैत्री परत मिळणार होती.

आमचा तह एकदम सुरळीत झाला. आम्ही एक भेट ठरवली, मग पुन्हा ठरवली, मग पुन्हा ठरवली. आम्ही तितक्याच सहजपणे बदलू शकत होतो. आमच्यात तोच सामाईक शहाणपणा होता, पण आमच्यात एक नवाच बांधही होता. आम्हा दोघींचेही सुखी संसार होते, मागण्या करणारी मुलं होती आणि आम्ही दोघीही दिवसाचा बराचसा वेळ त्यांचा आणि आमच्या क्रियाशील कारकिर्दी यांचा समतोल साधण्याचा प्रयत्न करण्यात घालवत होतो.

आमची पुनर्भेट अधिक सुखाची आणि सहज झाली, याचं कारण आमचे नवरे आणि मुलं यांनी एकमेकांशी अगदी चटकन जुळवून घेतलं हे नक्की, पण आमच्या या मैत्रीच्या केंद्रस्थानी फक्त आम्ही दोघीच आहोत. जीवन आनंदाने आणि एका दृष्टिकोनातून जगायला मदत करणाऱ्या आम्ही दोघी. फार दिवस झाले नाहीत – रोस्को आणि सूची मुलगी एलिझाबेथ एकाच वेळी महाविद्यालयात अर्ज करत होते, अन् आम्ही दिवसभरात वीस तरी ई-मेल एकमेकींना पाठवत होतो. 'मार्गदर्शक समुपदेशक माझ्याकडे ढुंकूनसुद्धा बघत नाही. मी काही जात नाही त्याला कळलंय. संपलो आम्ही.' ती लिही, त्यावर माझं उत्तर असे, 'छे गं! आम्ही संपलो. रोस्कोला आत्ताच चिनी भाषेत 'ब+' मिळाली. ही मूर्ख महाविद्यालये सगळ्या 'अ' श्रेणीवाल्या मुलांनाच घेतात फक्त. मला त्यांचा अगदी तिरस्कार वाटतो. माझ्या मुलाला घ्यावं एवढी त्यांची पात्रता नाही.' त्यावर सू लिहायची, 'चल, आज रात्री दोघी मिळून मरून जाऊ.'

प्रत्यक्ष भेटलो की आम्ही आणखी धमाल करायचो. गेल्या हिवाळ्यात आम्ही सगळ्या मुलांना – सहाही मुलांना – घेऊन नाताळची खरेदी करायला मॉलमध्ये गेलो. एका ठिकाणी मी सगळी पलटण घेऊन कपड्यांच्या दुकानात शिरत होते, पण तत्काळ सू माझ्या कानाशी लागली, 'नाही, नाही, असं करू नको.' ती कुजबुजली, 'आता पुन्हा नाही हं. तू मला तसं करू देणार नाहीस.'

'असं काय गं सू...?' मी विनवलं. 'हे घालून तरी बघ.' मी मांडणीवरून एक मण्यांचा लहानसा ड्रेस काढला.

'गप!' माझ्या हातातून तो काढून पुन्हा तिथे ठेवत ती ओरडली, 'हे भगवान, तुझा साला प्रॉब्लेम काय आहे?'

सूच्या छानशा सुरेख शूजकडे मी एक लांबलचक नजर टाकली आणि तिला चांगलं माहीत होतं ते विशिष्ट तोंड केलं, 'तुझा साला काय प्रॉब्लेम आहे?' हे माझं स्वाभाविक उत्तर होतं.

एकटं की दुकटं?

आहाहा मैत्री...! आपल्या जीवनातील ती थोर, नाजूक, स्वयंस्फूर्त गरज.

राल्फ वाल्डो एमर्सनचं बरोबर होतं. चांगला मित्र हा 'निसर्गाचा चमत्कार' असतो
– दुर्मीळ आणि विलक्षण.

काही मैत्रीचा शेवट स्वाभाविक असतो, अँजेला आणि रेबेकासारखा. इतर
काही वर्षानुवर्षे एकमेकांबरोबर असतात, जॅक आणि त्याच्या शाळासोबत्यांसारखं,
पण नेहमी प्रत्येकाच्या जीवनात अशा अर्थपूर्ण मैत्री असतात आणि त्या अशा
चौरस्त्यावर येतात की तिथून पुढे एकटं जायचं की दुकटं याचा निर्णय घ्यावा
लागतो.

या वळणावर १०-१०-१० आपल्याला हे पाहायला मदत करते की मैत्रीच्या
मुळाशी असलेलं 'डायनॅमिक्स' कशा तऱ्हेनं बदललं आहे आणि तितक्याच
महत्त्वाचं म्हणजे हे बदललेलं डायनॅमिक्स तरून जाता येईल का आणि जावं का?

माझं लिहून झालं की मी सूला फोन करणार आहे.

मला तिला एक प्रश्न विचारायचा आहे.

आणि तिलाही मला एक प्रश्न विचारायचा आहे याची मला खात्री आहे.

जीवनवेल

जीवनचक्रावर काही चिंतन आणि १०-१०-१०

माझ्या आयुष्यात दोन वेळा अशा आल्या की जेव्हा मला अगदी कोंडीत पकडलं गेल्यासारखं वाटलं. मला काही नीट दिसेनासं झालं. माझा जीव गोळा झाला. माझं अवघं असणंच जणू एकाएकी एका अज्ञात पोकळीत गडगडत जाऊ लागलं.

पहिली वेळ होती पंधरा वर्षांपूर्वी जेव्हा माझा संसार म्हणजे निव्वळ एक नाटक राहिलं होतं. आणि मला गर्भारपणाच्या परीक्षानळीवरती ते छोटंसं '+' चिन्ह दिसलं तेव्हा आणि दुसरी वेळ होती त्यानंतर एक दशकाहून अधिक काळानंतर जेव्हा माझ्या आईच्या डॉक्टरांनी फोन करून सांगितलं, 'सुझी, मला वाईट वाटतंय, पण काहीतरी फारच चुकतंय.'

सुरुवात आणि शेवट पार खुजं करून टाकतात.

काही लोक बाळाचं आगमन अगदी शांतपणे साजरं करतात आणि प्रियजनांचं दु:खही तितक्याच समतोल वृत्तीनं सहन करतात हे खरंच आहे, पण आपल्यापैकी पुष्कळांना, पुष्कळवेळी जन्म आणि मृत्यूचे टोकाचे अनुभव गुडघे टेकायला लावू शकतात, अगदी शब्दश: ते आपला समतोल उडवून लावू शकतात, आपल्याला भीती आणि शंकेने भरून टाकू शकतात.

आणि आपल्या निर्णयांमधून ते दिसूनही येतं.

ईव्ह आपल्या पोटात आहे, हे ज्या दिवशी मला कळलं त्या दिवशी मी माझ्या आयुष्यातील अत्यंत खर्चिक निर्णयांपैकी एक घेतला – जे चाललंय ते चालू ठेवण्याचा – आनंदाने. जणू माझ्या घरात वेगळं काही नव्हतंच. मी माझ्या स्वत:शीच घाईघाईने युक्तिवाद केला की जर माझं गोंडस बाळ 'नेहमीच्या' कुटुंबात जन्माला येणार असेल, तर माझ्यापुढे काही पर्यायच नव्हता.

पुढची पाच वर्षं, लग्नबंधनात राहण्याच्या माझ्या हटवादी निर्णयाची किंमत

आम्ही सगळ्यांनी चुकवली, जेव्हा आमच्या कुटुंबाचे धागे स्लो-मोशनमध्ये दु:खदायी पद्धतीने सुटत-सुटत गेले. आज बरंच वय वाढल्यावर आणि बरंच शहाणपण शिकल्यावर त्याबरोबर येणाऱ्या अधिकाराने मला समजलंय की आमच्यासाठी १०-१०-१०चा हस्तक्षेप व्हायला हवा होता.

कारण सुरुवातीला आणि शेवटी जेव्हा आपल्या भावना अति उलट झालेल्या असतात आणि आपली तर्कबुद्धी अगदी कमकुवत झालेली असते, तेव्हा १०-१०-१० एक खास भूमिका पार पाडते. जेव्हा बाळ जन्म घेतं किंवा प्रिय व्यक्ती मृत्यू पावते तेव्हा आपल्याला एवढंच नक्की कळतं की आता पूर्वीसारखं काही राहणार नाही. अशा वेळी १०-१०-१० आपल्याला नव्या भविष्यात मार्गदर्शन करू शकतं. आपण हेतुपूर्वक घडवत असलेल्या भविष्यात....!

असावे की नसावे

बाळ होऊ देण्याची मानसिक आंदोलनं ही प्रत्यक्ष गर्भधारणेच्याही खूप आधी सुरू होऊ शकतात.

खरं तर त्याची सुरुवात होते ती बाळ होऊ देण्याच्या निर्णयापासून. हा विषय असा आहे की, नात्यात दडपून ठेवलेला प्रत्येक प्रश्न समोर आणण्याची (निदान त्याची निकड जाणवण्याची) शक्ती त्यात असते. आपण एकमेकांशी किती वचनबद्ध आहोत? आपल्याला कशा प्रकारचं जीवन हवं आहे? आपल्यापैकी कोण काम करेल आणि किती? आपले कुटुंब (माहेर) यात काय भूमिका निभावणार आहेत? आपल्यापैकी प्रत्येकाला किती स्वातंत्र्य हवं आहे?

काही वर्षांपूर्वी एमबीएच्या गटाशी बोलल्यानंतर पॅम नावाची एक विशीच्या उत्तरार्धातली स्त्री माझ्याकडे आली. ती एका संगणक संस्थेत व्यवस्थापक म्हणून काम करत होती आणि रात्री पदवीचं शिक्षण घेत होती. पॅमचं दर्शन गंभीर आणि मनस्वी होतं. परीटघडीचा निळा सूट, केस घट्ट बांधलेले, पण तिच्या मुद्रेवरची काळजी लपत नव्हती. तिला जणू कशाचं तरी उत्तर हवं होतं आणि ते कशाचं, ते लवकरच मला कळलं, 'मी आत्ताच मूल होऊ द्यावं का?' तिने घाईने मला विचारलं, 'की दोन वर्षांत मला बढती मिळेपर्यंत थांबावं?'

पॅमचा आवाज खाली आला आणि तिच्या निर्णयाची गुंतागुंत वाढवणाऱ्या सगळ्या घटनांचा तिने थोडक्यात आढावा घेतला. तिचा नवरा कुटुंबाच्या ग्रीक उपाहारगृहाच्या धंद्यात भागीदार होता. त्याला ताबडतोब मूल हवं होतं, पण पॅमला तिची नोकरी प्यारी होती. उच्चपदस्थ कारकिर्दीचं तिचं स्वप्न होतं आणि तिला कधीतरी मुलं हवंय की नाही, हे तिचं ठरत नव्हतं. 'लग्नापूर्वीच या गोष्टीची चर्चा

आम्ही केली असती तर बरं झालं असतं, पण तेव्हा आम्ही फारच प्रेमात होतो.' पॅम म्हणाली. 'बहुतेक हे आपलं आपण उलगडत जाईल असं मी मानून घेतलं असावं.'

तिने सोडलेल्या सुस्काऱ्यातून तिची काळजी प्रकट होत होती. '१०-१०-१०चं काय म्हणणं आहे?' तिला जाणून घ्यायचं होतं.

मी तिला आठवण करून दिली की, प्रत्येक १०-१०-१० प्रक्रियेची सुरुवात ही आपल्या वैयक्तिक मूल्यांचा धांडोळा घेण्यापासून होते.

'अं, मला *माझी* मूल्यं माहीत आहेत.' तिच्याकडून प्रतिसाद आला. 'ती अगदी थिओसारखी किंवा त्याच्या आईसारखी नाही किंवा त्याच्या वडिलांसारखी किंवा त्याच्या बहिणीसारखी! १० वर्षं पोरं होऊ देत बसायचं आणि मग कुठेतरी कॅशिअरचं काम करायचं असं मी करणार नाही.'

आणि त्याच क्षणी माझ्यासारखंच पॅमला कळून गेलं की, घरातली बाळाची चर्चा ही एका मोठ्या दुखण्याचं लक्षण आहे.

आम्हा दोघींना हेही कळलं होतं की, तिचा १०-१०-१० निर्णय झाला होता, फक्त त्यानुसार जगण्याच्या धैर्याची तिला गरज होती.

सारा खेळ वेळेचा

बऱ्याचशा जोडप्यांचं मूल्यांच्या बाबतीत एकमत असतं हे उघडच आहे, पण तरीसुद्धा आपल्या बाळाला या जगात कधी आणायचं यावर मतभेद होऊ शकतात.

अजिता आणि रोहन तुम्हाला आठवत असतील. अजिताच्या १०-१०-१०च्या निर्णयाने एकदा संसार सावरल्यावर त्यांना दुसऱ्या मुलाची घाई झाली होती, पण पुन्हा एकदा आणखी एक १०-१०-१० एकत्रितपणे केल्यावर त्यांनी अजून थांबायला हवे असं सूचित होत होतं.

'१० मिनिटांमध्ये आमचं नवं बाळ म्हणजे नव्या शक्तीचं चिन्ह आहे असं आम्हा दोघांना वाटत होतं.' अजिताने मला सांगितलं, 'त्या कल्पनेने आम्ही दोघेही भारून गेलो होतो. होऊन जाऊ दे! आत्ताच एक बाळ हवं.' पण त्या उभयतांनी १० महिने आणि १० वर्षांच्या कालखंडाकडे दृष्टी टाकल्यावर त्यांच्या व्यावसायिक उद्दिष्टांनी आणि आव्हानांनी त्यांचा उत्साह जरा थंडावला. 'येत्या काही वर्षांत मूल म्हणजे जरा कठीणच झालं असतं.' अजिता म्हणाली, 'आमच्यापैकी कुणीच करिअरचा त्याग करायला तयार नव्हतं.'

अखेर १०-१०-१०ने त्या जोडप्याच्या गळी हे उतरवलं आहे की, जर लयाला भावंडं हवं असेल, तर त्यांच्यापैकी एकाने कुणीतरी नमतं घ्यायला हवं.

कुणी आणि कधी हे त्यांचं अजून ठरलं नाही, पण १०-१०-१० ने संवाद खुला आणि लक्ष्यावर ठेवला आहे की, त्यांच्या जीवनात अजून एकाचं स्वागत करायचं आहे.

हा माझा मार्ग एकला

कधी कधी १०-१०-१० निर्णय आपल्याला केवळ बाळ कधी होऊ द्यायचं एवढंच ठरवायला मदत करत नाही तर ते कुणापासून हेही ठरवायला मदत करते.

दोनदा घटस्फोटित आणि चाळिशीकडे वाटचाल करणाऱ्या दंतवैद्य मेरीला मी गेली जवळजवळ १० वर्षं ओळखत होते आणि आपण अगदी योग्य माणसाबरोबर डेटिंग करत आहोत असा तिचा समज होता. घटस्फोटित असलेल्या निककडे त्याच्या दोन किशोरवयीन मुलांचा ताबा होता आणि बांधकामक्षेत्रात त्याला स्थिर नोकरी होती.

पण वर्षभराने जोडप्यात खटके उडायला सुरुवात झाली. अगदी पहिल्यांदा वेळापत्रकासारख्या किरकोळ गोष्टीवरून सुरुवात झाली आणि मग मुलांच्या वर्तणुकीसारखे मोठे विषय त्यात येऊ लागले.

शेवटी त्यांचं नातं, तुम्ही कल्पना करू शकणार नाही, अशा चौरस्त्यावर येऊन ठेपलं. निकने जेरीला लग्नाची मागणी घातली. तो म्हणाला की दीर्घकालीन वचनबद्धतेमुळे सर्व प्रश्न सुटतील.

चकित झालेल्या आणि आनंदलेल्या जेरीने 'हो' म्हटलं.

तरीही भांडणं चालूच राहिली.

एक दिवस जेरीने मला विचारलं की, एका प्रश्नाची १०-१०-१० तिच्याबरोबर करू शकते का? तिने निकशी लगेच लग्न करावं की समारंभाची योजना आखण्यासाठी एक वर्षभर मागून घ्यावं?

आम्ही १० मिनिटांच्या परिणामांमधून जेमतेम बाहेर आलो असू. जेरीने हात उडवले. 'जाऊ दे, आम्हाला 'लगेच' लग्न करावंच लागेल.' तिने जाहीर केलं. 'मी बाळासाठी आणखी थांबू शकत नाही. मला आई व्हायचं आहे. मी तयार आहे. मला आयुष्यात फक्त तेवढंच हवंय.'

या मूल्याच्या १० वर्षांच्या परिणामांबद्दल विचार करायला मी तिला ढकललं. क्षणभर ती चकित झालेली दिसली. मग म्हणाली, 'बरे नाहीत.'

अत्यंत स्वतंत्र वृत्तीचा जेरी तिच्या शब्दात म्हणजे 'एकांत' हवा असणारी व्यक्ती नेहमी राहिली होती. शिवाय लग्नात दोनदा अपयश आल्यावर तिचा लग्नसंस्थेवर किंवा ती मागत असलेल्या बांधिलकीवर विश्वास राहिला नव्हता.

'माझ्या आयुष्यावर माझी मालकी हवी. माझी मालकी कुणाकडे नको.' आम्ही १०-१०-१० चालू ठेवल्यावर ती म्हणाली, 'निकच्या डोळ्यापुढे संसाराचं एक चित्र आहे आणि माझ्या दुसरं. मी त्यात मुलं आणू शकत नाही.' ही जाणीव जेरीला विशेष क्लेशकारक होती, कारण अखंड भांडणाऱ्या आई-वडिलांनी तिला वाढवलं होतं.

लवकरच दु:खाने पण सुटकेच्या भावनेने जेरीने निकशी असलेले संबंध संपवले आणि आज ती मूल दत्तक घेऊन एकल पालक होण्याचे पर्याय चाचपून पाहते आहे.

'छान, हारतुरे नाहीत.' ती म्हणते, 'पण मला वाटतं, माझ्या मनातल्या कुटुंबाकडे मी वाटचाल करत आहे. प्रत्यक्षात येऊ शकणारं कुटुंब, कारण ते मला हवं आहे हे मला माहीत आहे.'

दुष्ट हार्मोन्सचा कली

बेन अँड कंपनीतल्या माझ्या बॉसने वॉसिंकझुकने मला माझ्या कामगिरीच्या आढाव्यासाठी बैठकीच्या खोलीत बोलावले. तेव्हा मी त्या कंपनीत व्यवस्थापन सल्लागार म्हणून काम करायला लागून सहा महिने झाले होते. एक चांगला पाठीराखा असण्याबरोबरच अँडी एक खूपच चांगला मित्र होता आणि आमची बैठक सुरू होण्यापूर्वीच मला कळलं होतं की, माझ्या कामावर तो एकुणात संतुष्ट होता.

संभाषणाचा पहिला अर्धा भाग अपेक्षेप्रमाणे झाला, पण नंतर अँडी वळला तो माझ्या कामात सुधारणा कशी करता येईल याकडे. उदाहरणार्थ, अँडीने सुचवलं की माझ्या पॉवरपॉईंटच्या स्लाइड्सच्या सौंदर्यावर लक्ष देणे, हा काही माझ्या वेळाचा फारसा चांगला उपयोग नव्हता.

'तुला काय त्याचं?' मी पुटपुटते, 'मला काही तासांवर पैसे मिळत नाहीत.'

अँडी चमकला, पण त्याने माझी टिप्पणी हसण्यावारी नेली आणि तो पुढे गेला.

'विचार करण्याची दुसरी गोष्ट म्हणजे तू ग्रिग्रेशन ॲनालिसिसवर फार विसंबतेस.' तो म्हणाला, 'संगणकावर आणखीही साधने आहेत आणि त्यांचा फार चांगला....'

'तुला ग्रिग्रेशन ॲनालिसिसची *अडचण* आहे.' मी त्याला मध्येच तोडलं, 'अभियंता म्हणून शिक्षण घेतलेल्या माणसाच्या बाबतीत मला हे जरा विचित्र वाटतं.'

'मला ग्रिग्रेशन ॲनालिसिसबद्दल अशी काहीच अडचण नाही.' अँडी संशयाने म्हणाला, पण माझ्या एकूण आविर्भावाकडे पाहून त्याने आवरतं घेतलं, 'आपण

यावर नंतर बोलू.' तो म्हणाला. तो कोड्यात पडल्यासारखा दिसत होता, 'आज तू काही ऐकून घेण्याच्या, स्वीकारण्याच्या मन:स्थितीत दिसत नाहीस.'

'सवय करून घे.' मी फटकारले. '*ही नवीन 'मी' आहे.*'

अं, ही होती गर्भवती मी. माझी मन:स्थिती नंतर ताळ्यावर आली, पण अँडीबरोबरच्या माझ्या बैठकीत गर्भधारणेबरोबर तुमच्या शरीरात शिरलेल्या दुष्ट हार्मोन्सच्या कलीची पहिली चुणूक दिसली होती.

एकदा बाळ झाल्यानंतरसुद्धा आणि विशेष करून जर या हार्मोनची त्याच्या जिवाच्या सखीशी – दमणुकीशी – गाठ पडली म्हणजे तो नक्की अधिक वेड्यासारखं करायला लागतो.

कधीकधी प्रसूतीपश्चात औदासीन्याने नव-मातांना असं होतं, पण त्या वैद्यकीय कारणांमुळे मी अजिबात हे म्हणत नाहीये. तशा प्रकारच्या लक्षणांसाठी निश्चितच व्यावसायिक सल्ला – धीर यांची किंवा औषधयोजनेची गरज असते.

नाही, मी म्हणते आहे ते नेहमीच्या नवीन बाळानंतरच्या वेडेपणाबद्दल; ज्यामुळे तुमची काळजी करणाऱ्या आणि घेणाऱ्या माणसांना तुम्ही टाकून बोलता आणि ज्यामुळे 'आता उद्या नाहीच, आजच जगबुडी', अशा प्रकारचे निर्णय तुम्ही घेता. हा बाळाशी संबंधित वेडेपणा या गृहीतातून उद्भवतो की फक्त आज, आत्ता, ताबडतोब एवढंच आहे. तुम्ही दमलेल्या आहात आणि जाड झाला आहात. घरभर पसारा आहे. तुम्हाला कोणाची मदत नाही आणि बाळाची प्रगती नीट नाहीये आणि तुम्ही दमलेल्या आहात आणि जाड झाला आहात – 'अत्यंत' दमलेल्या आणि 'अत्यंत' जाड.

असला वेडेपणा.

दोघांत आता तिसरा

बेथनीला आठवतंय तेव्हापासून तिला बाळाची उत्कट आस होती आणि तिने गर्भारपणाचा काल अपेक्षेच्या सुखात घालवला. बाळाच्या अंघोळीच्या सामानाची जमवाजमव, बाळासाठी घरी केलेलं सेंद्रिय अन्न अन् बाळाच्या आगमनाची सुरेखशी घोषणा. कुठल्याही प्रकारची वैद्यकीय ढवळाढवळ न होऊ देता. सुइणीला घरी बोलावून बाळंतपण घरी करायचे या कल्पनेने ती आणि तिचा पती जुआन अधिकच उत्साहित झाले होते.

पण हे जोडपं पालकत्वाचा पहिला धडा शिकले, जेव्हा अपेक्षित तारखेच्या तीन आठवडे आधीच बेथनीला अनियमित प्रसूतीवेदना झाल्या तेव्हा! बाळांच्या योजना वेगळ्याच असतात. आयत्या वेळी सिझेरीयन शस्त्रक्रियेने सांतिआगोचा

जन्म झाला.

दवाखान्यातून घरी आल्यावर बेथनीच्या लक्षात आलं की, ठरवल्यासारखं काहीच घडत नाहीये. तिला सांतिला अंगावर पाजता आलं नाही आणि बाटल्यांचा आधार घ्यावा लागला. तिच्याजवळच्या बालसंगोपनाच्या पुस्तकात म्हटलं होतं तसं सांतिला त्याचं ‘वेळापत्रक सापडलं’ नाही. सहा आठवड्यांचा झाल्यावर तो दिवसभर झोपायचा आणि रात्रभर त्याला खेळायला हवं असायचं आणि आपल्या दमणुकीची आता परमावधी झाली असं बेथनीला वाटल्यानंतर सांतिच्या डोक्यात सर्दी गेली आणि त्याला सबंध २४ तास, दर दोन तासांनी डोळ्यात औषध घालतो त्या ड्रॉपरने औषध पाजावं लागणार होतं.

काय चाललंय हे कळवण्यासाठी तिने जुआनला कामावर दूरध्वनी केला. ‘तू घरी यावंस आणि मला झोपू द्यावंस अशी माझी इच्छा आहे.’ ती म्हणाली, ‘मी भीक मागते, कारण मला रात्रभर त्याच्यासाठी जागायचं आहे.’

एक लांबलचक मिनिट जुआन गप्प होता. ‘म्हणजे मला वाटतं तू माझ्याबरोबर येणार नाहीस.’ तो शांतपणे म्हणाला. ‘आठवतं, या शनिवार-रविवारी ज्युलिया आणि ग्रेसचं लग्न आहे.’

बेथनीने फोन आपटला. ती संतापाने अक्षरश: थरथरत होती. ते फालतू लग्न तिच्या नक्कीच लक्षात होतं. ज्युलिया शेवटी *‘तिची’* बहीण होती, पण प्राप्त परिस्थिती पाहता जुआन जाणार नाही अशी तिची कल्पना होती.

तिने तिचा सेलफोन उचलला आणि जुआनला मेसेज लिहिला, ‘मी तुला कधीही क्षमा करणार नाही.’ एवढंच तिने लिहिलं.

तिची आई वाणसामान पोहोचवायला म्हणून दुपारी तिच्याकडे आली. तेव्हाही ती घुश्शातच होती. तिच्या आईला आपल्या मुलीची अगदी दया येत होती – बेथनी इतकी आजारल्यासारखी कधीच दिसली नव्हती – तिच्या आईने तिला परिस्थितीची १०-१०-१० करायची गळ घातली. त्यांनी प्रश्न असा मांडला, ‘जुआनने लग्नाला जावं का?’ आणि सुरू झाल्या.

१० मिनिटांमध्ये, शनिवार-रविवार एकटीनं सांतिला सांभाळण्याचं ओझं बेथनीला अशक्यप्राय वाटत होतं. तिच्या आईने मदत देऊ केली, पण बेथनी तिला म्हणाली, ‘तू काही चोवीस तास इथे येऊ शकत नाहीस. पप्पांनापण तुझी गरज आहे.’

पण बेथनीच्या आईने, त्याच्याही निरपेक्ष, जुआन शिवायच्या वीकएंडच्या कल्पना करण्याचा बेथनीला आग्रह केला त्याची अनुपस्थिती सुसह्य व्हावी असं काहीच नव्हतं का?’

‘नाही.’ डोळे फिरवत निर्विकार स्वरात बेथनी म्हणाली, ‘काहीही नाही.’

पुढे, आईने तिला १० महिन्यांबद्दल विचारलं, 'जुआन या शनिवार-रविवारी घरी राहिला म्हणून या ठिकाणी कसं काय असेल?'

आईच्या प्रश्नातला फरक बेथनीने चटकन ओळखला. नवऱ्यांच्या मापाने बघायला गेलं, तर जुआनचे फारसे हट्ट नव्हते. सांतिसाठी त्याची खूपच मदत व्हायची. त्याच्या कामानंतरची सर्व व्यवधानं, अगदी त्याचं लाडकं जिमसुद्धा त्यानं बंद केलं होतं. आता जर त्याने लग्नालासुद्धा जाऊ नये असा आग्रह बेथनीने धरला, तर त्याची नाराजी दीर्घ काळ रेंगाळली असती. याच्या विरुद्ध जर आत्ता तो लग्नाला गेला असता, तर येणारे आठवडे आणि महिने त्याने नव्या जोमाने बेथनीला मदत केली असती.

बेथनी आणि तिची आई १० वर्षांच्या चित्राकडे वळल्या. 'ते फारच लांबचं आहे.' म्हणत बेथनीने ते उडवून लावलं. 'सांति शाळेत जायला लागला असेल. आम्हाला आणखी मुलं असतील. मी पुन्हा झोपू लागले असेन. सगळं सुरळीत होईल.'

अचानक लागलेल्या या शोधाने तिला हसू फुटलं, 'आणि ही आणीबाणी म्हणजे एक बारीकशी आठवण असेल.' ती म्हणाली, 'मी त्याचा इतका बाऊ करते आहे, कारण मी बहुतेक प्रचंड थकले आहे.'

फोन वाजला. तेवढ्यात तिला काहीतरी सुचले. तो जुआन होता. आपलं म्हणणं पुन्हा एकदा मांडण्यासाठी त्यानं फोन केला होता. 'माझ्याकडे आणखी चांगली कल्पना आहे.' ती म्हणाली. तिच्या अनपेक्षित उत्साहाने तो चकित झाला. 'आम्हीपण येऊ का तुझ्याबरोबर? नाहीतरी सगळ्यांना सांतिला पाहायचं आहे आणि देवाला ठाऊक, तो आपल्याबरोबर रात्रभर नाचू शकेल.'

आपली योजना नुसती ऐकूनच बेथनी रोमांचित झाली होती. 'सांती आपलं व्यवस्थापन करतोय.' ती जुआनला म्हणाली, 'आपण त्याचं व्यवस्थापन करायला हवं. आपण त्याला आपल्या जीवनात आणायला हवं, उलट नाही काही.'

'आवडलं मला.' जुआन ओरडला.

तिच्या बदललेल्या शारीरिक आणि मानसिक अवस्थेत बेथनी प्रत्येक क्षण त्या तेवढ्या क्षणातच जगत होती, पण १०-१०-१०च्या मदतीने तिला दिसू लागलं की त्या क्षणांचा आकार आणि प्रकार ती येणाऱ्या दिवसात, महिन्यात, वर्षात बदलू शकतात.

वांड ते विद्वान

मला स्मृतिभ्रंश झालाय असं वाटत असेल. माझं सर्वांत मोठं मूल वीस वर्षांचं

आहे आणि सर्वांत धाकटं चौदा वर्षांचं. कदाचित असंही असेल की, एक नवं जीवन घडवताना इतके कष्ट घ्यावे लागतात की तुमचं जीवनसुद्धा जाणीवपूर्वक घडवायचं असतं, त्यावर विचार करणं कठीणच असतं.

किंवा कदाचित असंही असेल की माझा दृष्टिकोन विकसित झाला असेल.

सोफिया जेव्हा बाळ होती, तेव्हा ती इतकी निवांत होती की तिला आम्ही 'छोटा बुद्धच' म्हणत असू. तिने कधीही गोंधळ घातला नाही. ती कधी रडली नाही. दोन आठवड्यांची असल्यापासून ती रात्रभर झोपू लागली. तिचं दूध पिऊन झालं की स्वप्नाळू हसून वर माझ्याकडे बघून जणू म्हणायची, 'मस्त चाललंय मां.'

पण टीनएजर झाल्यावर तिने ही सगळी मागची कसर भरून काढली. अगदी भरपूर. एकदा ती पंधरा वर्षांची असताना, ती इतकी विक्षिप्तपणे वागायची – तिने मला तपशील सांगायची बंदी केली आहे – की मी बाहेरच्या खोलीतल्या सोफ्यावर बसून दोन तास अखंड रडत होते. अगदी मन जड करणारं. ही शेवटची वेळ नव्हती, पण सतराव्या वर्षापर्यंत ती पुन्हा एकदा बुद्ध होण्यापर्यंत पोहोचली. एक शांत, विचारी विद्यार्थिनी, एक कायमची मैत्रीण, समंजस आणि प्रेमळ मुलगी.

ईव्हइतकं भांडखोर मूल तुम्ही पाहिलं नसेल... इतकी चिडकी, लहरी, हटवादी की जणू 'चिडका बिब्बा' हा प्रयोग तिच्यावरूनच पडला असेल. अगदी आमच्या ऑबीला, जगातल्या सर्वांत मायाळू कुत्रीलासुद्धा तिचा सततचा जाच सहन करता आला नाही. कुत्र्यासारखी आगळीक तिने फक्त एकदाच केली, ती ईव्हला चेहऱ्यावर चावली. रुग्णालयाच्या तातडीच्या कक्षात, टाके घालून होईपर्यंत आम्ही थांबलो होतो. तेव्हा परिचारिकेने विचारले की कुत्र्याला काही समस्या आहे का?

'छे.. छे...!' मी तिला म्हटले. 'समस्या बाळाला आहे.'

पण आता ईव्हच्या गेल्या वेळच्या पालक-शिक्षक सभेत मला माहिती मिळाली की, 'ईव्ह प्रत्येक खोली उजळून टाकते. ती प्रत्येकाशी दयाळूपणे आणि मैत्रीने वागते. ती म्हणजे साक्षात चांगुलपणा आहे.'

'हे कधी घडलं, कळलंच नाही.' माझ्या मनात विचार आला.

माझी मैत्रीण मेरीबेथ टर्नरला वाईट वाटायचं की तिची मुलगी कॅरोलिन गोड होती, पण सामान्य होती. 'रायनकडे सगळी बुद्धी वगैरे आहे.' तिच्या मोठ्या मुलाबद्दल ती म्हणायची, 'पण कॅरोलिन फक्त नुसती प्रवाहाबरोबर वाहात गेल्यासारखी आहे. मला तिची काळजी वाटते.'

थोड्या वर्षांपूर्वी मेरीबेथने रायन आणि कॅरोलिनला टेनिसच्या वर्गला घातलं. रायनला घातलं, कारण तो शारीरिक ऊर्जा दाखवत होता. कॅरोलिनला घातलं, कारण गुरुवारी शाळेनंतर तिला करण्यासारखं काही नव्हतं.

एक दिवस टेनिसचे धडे संपेपर्यंत मेरीबेथ पार्किंग लॉटमध्ये गाडीत बसून वाट

बघत होती. तिने मासिकातून नजर उचलून वर पाहिले, तर टेनिसचा शिक्षक जोरजोरात तिच्या खिडकीच्या काचेवर टकटक करत होता. 'तुम्ही कॅरोलिनच्या आई ना?' त्याने विचारले, 'तुम्ही भेटायला याल म्हणून किती दिवस आम्ही वाट पाहतोय.'

'काय झालं? काही समस्या आहे का?' मेरीबेथ उत्तरली. तिच्या हृदयाचा ठोका चुकला. 'कॅरोलिनला पुन्हा खालती प्राथमिक वर्गासाठी पाठवलं का?'

शिक्षक बघतच राहिला. 'तुम्ही तुमच्या मुलीला टेनिस खेळताना कधीतरी पाहिलं आहे का?' तो ओरडला.

आज कॅरोलिनला टेनिसमध्ये युनायटेड स्टेट्समधलं बारा वर्षांखालील गटात साठावं मानांकन मिळालं आहे.

मुलीच्या तुमच्यासाठी स्वतंत्र योजना असतात.

पण असा विचार न करणं, हेच स्वाभाविक असल्यामुळे १०-१०-१०ची मदत घ्यायची.

काळोख दाटताना

गेल्या वर्षी वसंतातील एके दिवशी मी रोस्कोला घेऊन गाडीने बोस्टनच्या उत्तरेकडे असलेल्या डोळ्यांच्या डॉक्टरांना भेटण्यासाठी निघाले होते. मी कधीच विसरणार नाही, रेडिओवरच्या कोल्डप्ले गाण्याबरोबर आम्ही जोरजोरात गाणं म्हणत होतो. तेवढ्यात माझा सेलफोन वाजला. तो जॅक होता आणि तो रडत होता. एका जवळच्या मित्राचा – जो वयाने खूपच लहान होता आणि चैतन्याने रसरसलेला होता – त्याचा हृदयविकाराच्या झटक्याने मृत्यू झाला होता.

पुढच्याच एक्झिटला बाहेर पडून आम्ही परत फिरलो आणि वेगाने घरी पोहोचलो. जॅकजवळ पोहोचण्यासाठी मी धावत जिना चढत होते. तोच एका सहायिकेने मला अडवलं, 'एक वाईट बातमी आहे सुझी.' ती हलकेच म्हणाली, तिची मुद्रा गंभीर होती.

'मी ऐकलंय आधीच.' मी ओरडले, 'जॅकचा फोन आला होता....'

तिने माझा हात पकडला. 'टिमबद्दलचं नाही हे, हे व्हॅलरीबद्दल आहे.' ती म्हणाली. माझ्या जुन्या मैत्रिणीच्या नावाच्या उल्लेखाने मी जागीच थांबले.

'काय?'

'भयंकर वाईट मोटार अपघात झाला आहे. व्हॅलरी गाडी चालवत होती. सॉरी, मला वाईट वाटतंय. ती जगेल की नाही सांगता येत नाही.'

ही बातमी म्हणजे अतिच होती. 'ती जगणार.' मी नकळत उद्गारले.

'माझ्याच तर वयाची आहे ती आणि देवाशपथ ती एकदम ताकदीची आहे.'

दुर्दैवाने व्हॅलरीची ताकद कमी पडली.

त्या भयंकर दिवसानंतर कित्येक महिने आमचं घर मृत्युशोकाच्या विविध अवस्थांमधून जात होतं. त्या अवस्था आपल्यापैकी बहुतेकांच्या ओळखीच्या आहेत – धक्का, नाकारणं, राग, तडजोड आणि शेवटी स्वीकार; तरीही खरं सांगायचं तर अविश्वासाच्या लाटेत न्हाऊन निघाल्याखेरीज अजूनही मला व्हॅलरीच्या घरावरून पुढे जाता येत नाही. तिची बाग अजून तिथे आहे... ती का नाही?

मृत्यू – अन्याय्य, अवांच्छित आणि अनेकदा अनपेक्षित – क्वचितच आपल्याला चांगली उत्तरं देतो आणि म्हणूनच जेव्हा तो आपल्याला चांगली उत्तरं देतो आणि म्हणूनच जेव्हा तो आपल्या प्रिय व्यक्तीला हिरावून घेतो, तेव्हा आपल्या हृदयातला गोंधळ सोडवण्यासाठी आपल्याला आपल्या कुटुंबाच्या आणि मित्रांच्या मदतीची गरज असते आणि पुढे जाण्यासाठी आपल्याला एक चौकट लागते.

ॲलिस आणि जेम्स १९८०च्या शेवटी न्यूयॉर्कमध्ये भेटले. ती एक धडपडणारी संगीतकार. तो एक धडपडणारा चित्रकार. लग्नाचा त्यांचा काही विचार नव्हता. जेम्सला काळजीचा विकार होता त्यात त्याची बरीच शक्ती खर्च व्हायची, पण आपण गर्भवती असल्याचं जेव्हा ॲलिसच्या लक्षात आलं तेव्हा ते सबवेने महानगरपालिकेत गेले आणि एकमेकांना टिनच्या अंगठ्या घातल्या. लवकरच ह्यूगोचा जन्म झाला. दोन वर्षांनी दुसऱ्या मुलाचे – लिओचे – आगमन झाले. कुटुंब चालवण्यासाठी ॲलिसने संगीत शिक्षिकेची नोकरी पत्करली आणि जेम्सने पूर्णवेळ स्वतःला शिल्पकलेला वाहून घेतले.

घाईघाईतलं लग्न आणि आर्थिक चणचण हे काही सुखी वैवाहिक जीवनाचे दूत नाहीत, पण ॲलिस आणि जेम्ससाठी ते तसेच होते. पैसा-पैसा जमवून त्यांनी मीटपॅकिंग डिस्ट्रिक्टमध्ये मोडकळीस आलेला एक पोटमाळा विकत घेतला. मॅनहॅटनच्या बाजूच्या हडसन नदी ते हडसन रस्त्यापर्यंत पसरलेल्या या भागात कारखाने, वेश्यागृहे, अमली पदार्थ, क्लब्स यांचा सुकाळ होता, पण या दोघांनी मात्र अत्यंत आनंदाने, चकचकीत, कापड वगैरे वापरून मुलांसाठी झोपायचा तंबू वगैरे तयार केला. ॲलिसला तिची नोकरी आवडू लागली आणि शनिवार-रविवारी ती गिटारच्या खाजगी शिकवण्याही घेऊ लागली. कुटुंबातली कर्ती, कमावती असल्याचा तिला खूप अभिमान होता. 'एक दिवस जगाला जेम्सची प्रतिभा दिसेल अशी माझी खात्री होती.' तिने मला सांगितले.

तिचं बरोबर ठरलं. एक दशक उपेक्षेत काढल्यानंतर जेम्सला एक प्रतिष्ठित गॅलरीने करारबद्ध केलं आणि त्याचं काम हळूहळू विकलं जाऊ लागलं. ॲलिसने तिची नोकरी सोडली आणि तेव्हा दहा आणि बारा वर्षांच्या असलेल्या मुलांसमवेत

सगळं कुटुंब ग्रीनबिच व्हिलेजमध्ये हललं. परिस्थिती सुधारल्यानंतरही जेम्सची काळजी तशीच राहिली. मिळालेल्या यशामुळे ती वाढली. अधिक कलाकृती निर्माण करण्याचा ताण वाढला, मग डॉक्टरांची औषधं आणि अल्कोहोल यांच्या मिश्रणाने तो स्वतःवर उपचार करू लागला.

ॲलिस बाजारात गेलेली असताना एक दिवस या औषधाचा डोस खूप जास्त प्रमाणात घेतल्यामुळे जेम्सचा अंत झाला.

जेम्सच्या मृत्यूनंतर काही आठवडे ॲलिस जणू भ्रमिष्टावस्थेत होती. ती रोज सकाळी मुलांना शाळेत पोहोचवायची, दिवसभर टीव्ही पाहायची, स्वयंपाक करायची आणि सगळं कुटुंब नऊच्या आत अंथरुणात गुडूप झालेलं असेल याची दक्षता घ्यायची. 'मला वाटतं माझं हृदय संतापाने भरून गेलं होतं.' ॲलिसला आठवतं, पण मी आला दिवस ढकलण्यासाठी सारं थोपवून धरलं होतं. मुलांसाठी मला भानावर यायला हवंच होतं.

जेम्सच्या मृत्यूनंतर सुमारे सहा महिन्यांनी ॲलिसने जरा डोळे किलकिले करून त्या दोघांच्या बँक खात्याकडे पाहिले. त्यातल्या शिलकीने तिला धक्काच बसला. उरलेल्या वर्षात घराचे हप्ते देता येतील एवढी जेमतेम रक्कम त्यात होती.

मोसमातल्या पहिल्या हिमवर्षावात तिचे खांदे भरून जात होते. बँकेबाहेर उभं राहून ॲलिस विचार करत होती 'आता मी काय करू?' आपल्या मुलांना बहिणीच्या देखरेखीखाली सोडून जमैकाला पळून जाण्याची कल्पना करून पाहिली किंवा मुलांना घेऊन तिकडे जावं म्हणजे सर्वांनाच पुन्हा अथपासून सुरुवात करता येईल. दोन्ही योजना वेडेपणाच्या होत्या हे तिला माहीत होतं, पण कुठल्या योजनेत शहाणपणा होता? त्या गारठ्यात ॲलिस एकटीच रस्त्याच्या कडेला गुडघ्यावर बसून रडू लागली.

तिथून जाणारी एक वयस्क स्त्री तिच्याकडे धावली. 'तू ठीक आहेस का?' ती काळजीने उद्गारली. ॲलिसच्या कोपराला धरून तिला उठवत तिने विचारले, 'रुग्णवाहिका बोलावू का?'

'मला ताईची गरज आहे.' शेवटी कसंबसं ॲलिस बोलू शकली आणि त्या बाईच्या हातात फोन देऊन तिने स्पीड डायलचं बटण दाबलं.

दुसऱ्या दिवशी सकाळी बैठकीच्या खोलीत बसून ॲलिस आणि तिच्या मुलांनी तिच्या ताईच्या मदतीने त्यांच्या भविष्याबद्दल १०-१०-१० केलं. त्यांचा प्रश्न – 'आम्ही आता इथून पुढे कुठे जावं?

१० मिनिटांमध्ये कुटुंबातलं कुणीच उन्नतीच्या कल्पनेला थाराही देत नव्हतं. मुलांना त्यांचे शाळेतले मित्र सोडायचे नव्हते किंवा वडिलांच्या आठवणी असलेलं घरही सोडायचं नव्हतं आणि ॲलिसचं म्हणणं होतं की, तिच्या सध्याच्या भावनिक

स्थितीत स्थलांतर किंवा नोकरी हे अशक्यच होतं.

ऑलिसच्या बहिणीने हलकेच त्यांना वास्तवाची जाणीव करून दिली. ती म्हणाली की, कुटुंबाची आर्थिक स्थिती नाजूक होती. 'काय केल्याने आपण आपल्या सदनिकेत आणि शाळेत राहू शकतो.' एका मुलाने प्रश्न केला. ऑलिसने उत्तरांसाठी डोकं खाजवलं. 'बाबा गेले तेव्हा ते जी शिल्पं बनवत होते, ती मी विकण्याचा प्रयत्न करू शकते.' आपल्या कल्पनेचं तिचं तिलाच आश्चर्य वाटलं. 'किंवा आपण राहायला जरा लहान जागा शोधू.'

पुढचा अर्धा तास ते कुटुंब एकमेकांसमोर कल्पनांचा वर्षाव करत होतं आणि जेम्स गेल्यानंतर प्रथमच ऑलिसला आपली उपस्थिती त्या क्षणात आणि त्या खोलीत जाणवत होती.

जेव्हा संभाषण थोडं मंदावलं तेव्हा ऑलिसच्या ताईने १० वर्षांचा मुद्दा काढला. त्या वेळी 'कुटुंबाला कशा प्रकारचं जीवन आवडेल?' असं तिने विचारलं. दोघं मुलं एकदमच बोलली – एकाच कॉलेजात जायचं हे त्यांचं आपसात आधीच ठरलं होतं – कदाचित बोस्टनमध्ये, कदाचित पश्चिम किनाऱ्यावर – आणि एका उन्हाळ्यात बिऱ्हाड पाठीवर घेऊन युरोपात भटकायचाही त्यांचा इरादा होता.

ते बोलत असताना ऑलिसला नवीनच काहीतरी दिसलं. तिची मुलं मोठी होत होती आणि पुढे जात होती, त्यात वावगं काही नव्हतं, ते अपरिहार्य होतं, ते आवश्यक होतं.

पण त्याचा तिच्या आयुष्यासाठी काय अर्थ होत होता?

तिला स्वावलंबी बनणं भाग होतं, हे ऑलिसला कळत होतं, ते उघडच होतं. तिला एका नोकरीची, करिअरची गरज होती.

तिचा निर्णय ठरला, 'आपण आपली जीवनं बदलावी का असा प्रश्नच उद्भवत नाही.' तिने तिच्या मुलांना सांगितलं, 'आपल्याला बदलायलाच हवं.'

पुढच्या वर्षभरात, कुटुंबाच्या आर्थिक स्थितीला हातभार लावण्यासाठी ऑलिसने जेम्सच्या काही कलाकृती विकल्या आणि पुन्हा तिची शिक्षिकेची जुनी नोकरी पकडली, पण ती त्यासोबतच्या 'साईड बिझिनेस'ने फारच खूश झाली होती. एका नव्याने सुरू झालेल्या ऑनलाइन संगीत सेवेला सल्ला देणे.

जेम्सच्या पहिल्या वर्षश्राद्धानंतर लगेचच कुटुंबाने ती सदनिका विकली आणि पुन्हा मीटपॅकिंग डिस्ट्रिक्टमधल्या लहान जागेत ते राहायला गेले. ऑलिसने मुलांना सांगितले की, विक्रीतून आलेल्या पैशातून येती बरीच वर्ष त्यांची शिक्षणं होत राहतील.

अर्थात ऑलिसच्या दुःखासारखं दुःख दीर्घ काळ टिकून राहतं. १०-१०-१०च्या मदतीनंतरही ऑलिसने आणि तिच्या मुलांनी दुःखाचे, संघर्षाचे

कित्येक अव्यक्त तास अनुभवले, पण वर्तमानातील आव्हानांना आणि अज्ञात भविष्याला ॲलिस फार वेळ आपल्या मनात रेंगाळू देत नाही. तिची दृष्टी नजीकच्या क्षितिजावर असते. जिथे आशा, करुणा वा दया एकमेकींना भेटतात.

दु:खाचा पस्तावा

व्हॅलरीच्या अंत्यविधीनंतर माझ्या दुखवट्याच्या भाषणाबद्दल आभार मानण्यासाठी इतके लोक माझ्याकडे आले की मी भारावून गेले, पण त्यातल्या बऱ्याचजणांना हे म्हणायचं होतं, की व्हॅलरी त्यांना किती प्रिय आहे हे बोलून दाखवण्याची संधी असताना त्यांनी ते तिला सांगितले नाही त्याचं त्यांना फार वाईट वाटत होतं.

मृत्यूच्या कक्षेत जगतानाची सर्वांत अवघड गोष्ट म्हणजे आपल्या स्वत:च्या दु:खाच्या भावनेवर प्रक्रिया करणं.

माझ्या आईच्या सर्जनने आम्हाला शोधून फोन केला तेव्हा जॉक आणि मी व्यवसायानिमित्त युरोपात होतो. त्यांचा फोन अनपेक्षित होता हे म्हणणं थोडं सौम्य ठरेल, गुडघारोपणाच्या शस्त्रक्रिया तशा अगदी सरळसोट असतात.

शस्त्रक्रियेतून माझी आई अगदी व्यवस्थित बाहेर आली होती. ती माझ्या वडिलांशी बोलली, थोडं खाल्लं, पण रात्री कधीतरी रक्ताची गुठळी तिच्या गुडघ्यापासून सुटली आणि मेंदूपर्यंत पोहोचली.

सर्जनने फोनवर आम्हाला ही बातमी सांगितल्यावर माझ्या बहिणीने, डेलाने फोन घेतला, 'सुझी, मी फोनचा रिसिव्हर आईच्या कानाला लावते आहे.' ती रडत होती. 'मला वाटतं तिला तुझं बोलणं ऐकायला येईल. मला वाटतं तू... तू तिला निरोप द्यावास.'

जॉकने मला घट्ट धरून ठेवले होते, मीही रडत होते, 'आई, माझे तुझ्यावर खूप प्रेम आहे. खूप-खूप प्रेम आहे.' मी म्हटलं, 'आणि तू केलेल्या सर्व गोष्टींसाठी – माझ्यासाठी केलेल्या साऱ्यासाऱ्यासाठी तुझे पुरेसे आभार मानले नाहीत म्हणून मला वाईट वाटतंय. मी तुला कधीच पुरेसे धन्यवाद देऊ शकले नाही.'

दुसऱ्या दिवशी सकाळी जेव्हा जॉक आणि मी रुग्णालयात पोहोचलो, तेव्हा आई अजूनही जीव धरून होती. यंत्रांनी तिचा ताबा घेतलेला, डोळे घट्ट मिटून घेतलेले अशी बिछान्यावर मुटकुळं करून पडलेली ती संपल्यासारखीच दिसत होती. धक्का बसलेले माझे वडील कोपऱ्यात खुर्चीवर स्तब्ध बसले होते.

आमचा पहारा तीन आठवडे चालला. आई येत जात होती, पण ती यायची तेव्हा इतकी क्षीण असायची की, आम्ही भावंडं तिचा हात हातात घेऊन बसण्याशिवाय

काही करू शकत नव्हतो. ती आम्ही पोहोचण्याच्या पार पलीकडे गेली होती.

त्या भयंकर काळात कुठलेही निर्णय घ्यायचे नव्हते. आमच्यासाठी निर्णय घेतला जाणार होता.

माझी आई लढवय्या होती.

अजूनही आहे.

आज ऐंशीव्या वर्षी, ती पुनश्च टेनिस खेळते आहे. 'माझ्या गुडघ्यांनी मला सुपरवुमन केलं आहे.' हे तिचं आवडतं वाक्य.

तिचे गुडघे आणि त्यांनी जे जवळजवळ केलं त्यामुळे एक मुलगी म्हणून मी कोणकोणते निर्णय घ्यायला हवे होते आणि घेतले नाहीत, हे मी शिकले. या हानीचं अशक्य दु:ख आणि दु:खाची वेदना यांचं सदैव भान ठेवायला त्यांनी मला शिकवलं. मी जेव्हा १०-१०-१० करते तेव्हा मी या गोष्टींचा – आत्ता जेव्हा गरज आहे तेव्हाच – विचार करते. जेव्हा सोडून देणं हे या निर्णयात असतं, जेव्हा त्यात अलिप्तता आणि क्षमा करणं असतं. १०-१०-१० ही एक-एक क्षण करून दु:ख थोपवायला आपल्याला मदत करते. तुम्ही जगताना, कधी निरोप द्यायची वेळच येणार नाही असं समजून पर्याय निवडत राहिलात तर निरोप देणं किती कठीण होऊन बसतं हे मला आता माहीत आहे.

आणि आई, त्यासाठीही धन्यवाद!

माझ्या धनुष्यातून

मुलं लहान असताना उन्हाळ्याच्या एका दिवशी त्यांना घेऊन मी, माझी मोठी बहीण एलिन आणि मैत्रीण लोरी यांच्याबरोबर समुद्रकिनारी गेले. त्या वेळी, एलिनची मुलं मोठी म्हणजे किशोरवयीन होती आणि ती दुसरं काहीतरी करायला गेली होती. लोरी पहिल्याच वेळी गर्भवती होती, त्यामुळे स्वाभाविकच या दोघीजणी चादरी पसरून गप्पा मारायच्या किंवा उन्हात बसून निवांत वाचायच्या. दरम्यान मी मात्र पाण्याच्या रेषेशी उभं राहून चार छोटे देह फेसाळत्या पाण्यात हुंदडताना पाहून हृदयाचे झटके पचवत होते. 'कुणीतरी मरणार.' मला वाटत राहायचं. 'अगदी माझ्या दृष्टीसमोर माझ्या चार मुलांपैकी एकजण समुद्रात वाहवत जाणार आणि मग मीसुद्धा त्यांच्यामागे जाणार आणि वाळूत पाय खोल ओढून जात, मीही मरून जाणार.'

तासाभरानंतर, विनवण्या करून मुलांना पाण्याबाहेर काढून जेवणासाठी मी चादरीपर्यंत आणलं आणि मग काही क्षण लोळागोळा होऊन एका चादरीवर पडले. 'काय झालं गं?' लोरीने विचारले. तिच्या आवाजातील गोडव्यावरून, पुढे

तिच्यासाठी वाढून ठेवलेल्या मधुर दु:खाच्या क्षणांबद्दल ती पूर्ण अनभिज्ञ होती, हे सहजच कळत होतं.

'आपली मुलं बुडून मरणार असं वाटलं की सुझी जरा बिथरते.' इति मोठी बहीण.

'तुला काही आठवत वगैरे नाही वाटतं?' मी झापलं.

'मला सगळ्याची छान आठवण आहे.' एलिन हसू लागली. 'पण काही काळजी करू नको. तुला कळायच्या आत तूही समुद्रकिनाऱ्यावर मासिकं वाचत बसलेली असशील.'

'कसं कोण जाणे.' मी म्हटलं. 'मला चार वर्षांत साधं पुस्तक वाचायला वेळ मिळाला नाहीये.'

लोरी एकदम उत्साहाने म्हणाली, 'कविता वाच. अगदी थोड्याशा वेळात तेवढाच आनंद. मी पाठवते काही पुस्तकं तुझ्याकडे.'

लोरीने खरंच ती पाठवली याबद्दल तिला मोठंच श्रेय आहे आणि तिच्या उत्तेजनामुळेच येणाऱ्या बऱ्याच वर्षांमध्ये जेव्हा माझी मुलं एकापेक्षा अधिक प्रकारे पोहायला शिकताना, कवितेने मला तारून नेलं.

याच दरम्यान कधीतरी मेरिलिन नेल्सनची 'ममाज प्रॉमिस' ही कविता माझ्या वाचनात आली. लोरीचं बरोबर होतं. त्या अवघ्या त्रेसष्ट ओळी वाचण्याच्या मिनिटांमध्ये मला समजलं की, पालकत्वाचे आंबटगोड विनोद काही आपल्याच बाबतीत घडत नाहीत आणि आपण आपल्या मुलांना जीवन देतो, त्याबरोबरच धोके, मनोभंग आणि हानीही देतो.

नेल्सन लिहिते,

'फ्रॉम माय हँड्स, द पॉयण्ड ऍपल

फ्रॉम माय बो, द मिसलटो डार्ट' —

'माझ्या हातातून विषारी फळ,

माझ्या धनुष्यातून लतेचा शूळ.'

असंच नव्हे तर काय? सुरुवात आणि शेवट हे मानवी स्थितीचा एक भाग आहेत. ते मानवी स्थितीच आहेत.

आपण सारे जगतो, आपण सारे मरतो. दरम्यान कसं जगावं हे ठरवण्याचं बक्षीस आपल्याला मिळालेलं असतं.

सुखाची यादी

तीन वर्षांपूर्वी जॅक आणि मी नववर्षाच्या पूर्वसंध्येच्या एका पार्टीला गेलो होतो. यजमानांचं घर डझनावारी चमचमणाऱ्या कंदिलांनी सजवलं होतं, पेले भरत वाढपी मंडळी इकडे-तिकडे पळत होती. आणि एक जाझ्झ बँड चमकत्या संगीताने सारी हवा भारून टाकत होता. रात्री दहाच्या सुमारास जेवणाची घंटा किणकिणली आणि आम्ही सारे जण मेणाच्या दिव्यांनी उजळलेल्या आणि फुलांनी शृंगारलेल्या एका अति सुंदर तंबूत प्रविष्ट झालो. 'क्या जिंदगी है' असं जर कधी म्हणायचं असेल, तर तो क्षण आला होता.

पण मग एक विचित्र घटना घडली. आम्ही मित्रांबरोबर आमच्या टेबलाशी बसलो न बसलो तोच – आम्ही आठ जण होतो – आमच्या टेबलाशी तेवढ्यात, अपेक्षेप्रमाणे आहाऽ आणि उहूऽ न करता, एका जोडप्याने आम्हाला गप्प बसवले.

'हा वेडेपणा आहे, मी सांगते तुम्हाला, गेल्या आठवड्यापासून आम्ही एक यादी बनवायचा प्रयत्न करतोय.' त्यातली पत्नी उद्गारली, 'पण जी माणसे खरोखर सुखी आहेत, अशा बारा माणसांचीसुद्धा नावे आम्हाला काढता आली नाहीत.' तिच्या चमकणाऱ्या पर्समधून तिने वहीचा एक कागद बाहेर काढला आणि वाचण्यासाठी आम्हा सर्वांसमोर तो धरला. ती खरंच काही नावांची यादी होती, पण त्यात दोन-तीनच नावे होती. 'आज तुम्हा लोकांना भेटण्याची आमची अतिशय तीव्र इच्छा होती, कारण माझा यावर विश्वास बसत नाही.' तिचा नवरा पुढे स्पष्टीकरण देऊ लागला. 'या अटीत बसेल अशा बारा माणसांची नावं तुमच्यापैकी कुणी सांगू शकेल?'

'म्हणजे 'सुखी'?' जॅकने अविश्वासाने विचारले.

'होय! – फक्त तेवढंच.' स्वतःच्या उत्तरावर विश्वास बसत नसल्याप्रमाणे त्या पत्नीने मान हलवत म्हटले. 'मी तुम्हाला आव्हान देते. मला अशा बारा

माणसांची नावे सांगा, जी खरोखर त्यांना हवे त्या प्रकारचे जीवन जगत आहेत. चला सांगा.'

तिच्या आव्हानाने, टेबलाभोवतीची सर्व जोडपी आपापसात बोलू लागली.

जॅकची आणि माझी यादी चटकन तयार झाली, पण तितक्याच चटकन आम्ही त्यातली नावं कुठल्या न कुठल्या कारणावरून काटून टाकली. आम्ही आमचा कोटा संपवतच होतो, तेवढ्यात टेबलाजवळच्या एका माणसाने, सर्वांचे लक्ष वेधण्यासाठी घसा खाकरला.

'तर मंडळी, तुम्हाला जरा धक्का बसेल, पण माझे नाव प्लीज तुमच्या याद्यांमधून काढून टाका.' तो म्हणाला. 'मी सुखी नाही. मी सुखी असूच शकत नाही. मी आयरिश आहे.' आम्ही सगळे जोरात हसलो, पण ते कुणाला न पटण्यासारखं नव्हतं. बोलणारा माणूस एकदम उमदा होता – मजेदार, हुशार आणि प्रिय – पण खरंच कुरकुरा आणि 'जीवन हे अत्यंत त्रासदायक, विश्वासघातकी आणि लहान आहे', असा पक्का ग्रह करून घेतलेला.

'मी कधी-कधी सुखी असते.' मग त्याची बायको म्हणाली. 'पण जोवर मुलं स्थिरस्थावर होत नाहीत, तोवर मी संपूर्ण सुखी होणार नाही.' ती क्षणभर थांबली आणि आम्ही सगळ्यांनी समजुतीने माना डोलवल्या. 'आणि मी माझ्या कामाचा ताण घेत नाही आणि मी पंधरा किलो वजन कमी केलं.' टेबलावरच्या आणखी दोन जोडप्यांनी आणखी एक-दोन नावं विचारार्थ सुचवली, पण ती सगळी बाद झाली.

'फार कडवट.'

'बायकोचा दुस्वास करतो.'

'जॅक सुखी आहे.' शेवटी मी म्हटले. साधारण एकमत दिसले. 'होय, तो आहे आमच्या यादीत.' ती पहिली पत्नी, हातातला कागद हलवीत म्हणाली.

'आणि मी आहे.' मी चाचरत म्हटले, या यादीपर्यंत आपण पोहोचले असू का?' असे मला वाटून गेलं.

पण असं दिसलं की मी होते. 'तू जरा जास्त भावनाप्रधान आहेस.' ती पत्नी म्हणाली, 'पण पूर्वीपेक्षा खूपच कमी.'

या सगळ्याच्या दरम्यान कधीतरी सूप वाढलं गेलं, पण कुणाचं त्याच्याकडे लक्षही नव्हतं. आमच्या सुखाच्या याद्या करण्यात आम्ही अगदी गुंगून-रंगून गेलो होतो.

आमच्यापैकी बहुतेकांना एखाद-दुसरं नाव सुचवणं शक्य झालं. एका मैत्रिणीने तिच्या माहितीच्या एका योग शिक्षिकेचं नाव सुचवलं, ही तिच्या तऱ्हेवाईक कलावंत नवऱ्याबरोबर, बोस्टनच्या उत्तरेला तिच्या आईवडिलांच्या जागेत एका तबेल्याची डागडुजी करून त्यात राहत असे, पण बाकी सगळ्यांनी तिच्या

निवडीला कडाडून विरोध केला. आणखी एका गृहस्थाने स्वत:चे नाव सुचवले, पण त्याची बायको मध्ये बोलली, 'ती छोटी पांढरी गोळी घेतल्याशिवाय तुला रात्री शांत झोप लागली, अशी शेवटची वेळ कधी होती बरं?'

तो वरमून म्हणाला, 'मला घ्यावीच लागते – नाहीतर दर तासातासाला उठून मला माझा ब्लॅकबेरी बघावा लागतो.'

हसण्याच्या गदारोळात, जॅक ताठ झालेला मला जाणवलं. 'जिम आणि लिंडा सुखी आहेत.' आमच्या चांगल्या माहितीच्या एका जोडप्याचं नाव विचार करण्यासाठी तो माझ्या कानात कुजबुजला. त्यातल्या नवऱ्याच्या साठाव्या वाढदिवसाच्या कार्यक्रमाला आम्ही नुकतेच उपस्थित राहून आलो होतो, खरं तर तो समारंभ अगदी नॉर्मन रॉकवेलच्या चित्रातल्यासारखा झाला होता.

'ओ के, आमच्याकडे दोन उमेदवार आहेत.' मी घोषणा केली.

आणि अशा रीतीने आणखी अर्धा तास हे चालू होते, प्रत्येक जोडपे बारा बऱ्यापैकी समाधानी माणसांची यादी करण्यासाठी धडपडत होते. उमेदवारांना लढाईत जखमा झालेल्या असल्या तरी हरकत नव्हती, समाजाच्या रूढ निकषांप्रमाणे ते यशस्वी असण्याचीसुद्धा गरज नव्हती. फक्त त्यांना आंतरिक शांती असली पाहिजे, यावर आमचे एकमत होते.

मग एक मार्ग निघाला – संध्याकाळ संपेपर्यंत आम्ही सगळ्यांनी मिळून अकरा नावे शोधून काढायची. आमच्या जीवनाच्या विविध मार्गांवर भेटलेल्या शेकडो माणसांपैकी – अकरा सुखी माणसे.

'किती अस्वस्थ करणारी माहिती आहे ही.' शेवटचा गोड पदार्थ आल्यावर एका मित्राने समारोप केला आणि विरोधाभासाने, सुखी-आनंदी दिसणाऱ्या माणसांनी नृत्याची जागा भरायला सुरुवात झाली. 'या जगात चाललेय तरी काय?'

'अति ताण' कुणीतरी खांदे उडवून बोलले, 'तंत्रज्ञान – त्याने सगळ्या गोष्टी वेगवान करून टाकल्या आहेत.'

'ही माध्यमे आहेत.' आणखी एका मित्राने सुचवले, 'तुम्ही टीव्ही लावा, की तुम्हाला आणखी चांगले घर, आणखी चांगली गाडी, आणखी चांगली नोकरी, आणखी चांगले जीवन दिसते.' त्याने उसासा टाकला. 'माध्यमे हेव्याला जन्म देतात.'

काही क्षणांच्या शांततेत आम्ही सगळे असाहाय्यतेने एकमेकांकडे बघू लागलो.

'खूप सारे निर्णय, फार थोडा वेळ. रात्र थोडी, सोंगे फार.' शेवटी एक आवाज उमटला.

'अगदी बरोबर.' मी ओरडल्याचा आवाज मला ऐकू आला.

तितक्यात जॅकने माझा हात पकडला. 'बस झालं!' त्याने जाहीर केलं. 'मी

अधिकृतपणे सुखी आहे आणि माझी बायकोही. चला रे सगळे, नाच करू या.'

आणि मध्यरात्रीचा ठोका पडेपर्यंत आम्ही नाचलो आणि मग मोठ्या पार्ट्यांमध्ये जे लोक करतात ते आम्ही केलं, अर्थात चुंबने आणि आलिंगने आणि नवीन सुरुवातीबद्दल रोमांच. वाढवृंद मस्त होता. माझा स्ट्रॅपलेस ड्रेस टिकून राहिला आणि जेव्हा मित्रांचा निरोप घेण्याची वेळ आली तेव्हा आम्हा सगळ्यांना माहीत होते की, आजचे आमच्यातले विलक्षण संभाषण आमच्या कायम लक्षात राहणार होते.

पण त्या रात्रीला माझ्यासाठी विशेष अर्थ होता. त्या वेळेपर्यंत, मी १०-१०-१० बद्दल माझ्या कुटुंबीयांना आणि मित्र-मैत्रिणींना सांगितले होते, माझ्या सहकाऱ्यांशी आणि मासिकातील माझ्या स्तंभाच्या वाचकांशी मी त्याच्याबद्दल बोलले होते, पण सुखाच्या यादीने किंवा ती तयार करण्यात येणाऱ्या अडचणींनी म्हणू या हवे तर १०-१०-१०चा उपयोग आणखी सर्वकष करण्याचा माझा निश्चय दृढ झाला.

शेवटी आम्हाला सामोऱ्या आलेल्या सुखाच्या अभावाला जर गुंतागुंतीचे निर्णय जबाबदार असतील, तर माझ्याकडे त्याचे उत्तर होते. द्विधा सोडवण्याची अशी एक पद्धत मला माहीत होती, जी लोकांना अधिक जाणीवपूर्वक, अधिक सुकेंद्रित रीतीने, अधिक खरीखुरी जीवने घडवण्याचे बळ देते. ही काही जादूची गोळी नव्हती, त्यासाठी भावनिक काम करावे लागत होते, त्यासाठी वचनबद्धता आणि धैर्य यांची गरज होती, पण त्यातल्या साधेपणाने आणि स्पष्टपणाने १०-१०-१० उपयोगी ठरत होती.

मी हे पाहिलं होतं, मी हे जगले होते. ही कल्पना वापरणारे आणि स्वतःची जीवने बदलताना पाहणारे अधिकाधिक लोक मला माहीत होते.

त्या रात्री घरी जाताना, त्यांच्या गोष्टी सांगायचं मी ठरवून टाकलं.

तर त्या आपण वाचल्या, तांत्रिकदृष्ट्या वचनपूर्ती झाली, पण हा क्षण म्हणजे कशाचा तरी शेवट आहे असं मला वाटतच नाही. हे पुस्तक लिहिताना मी जर काही शिकले असेन तर ते म्हणजे, एकदा १०-१०-१० तुमच्या जीवनात आली, की तिला तुमच्या आत आणि तुमच्यासाठी काम करण्याची जोवर तुमची परवानगी असेल, तोवर ती तुमची साथ देते.

अँथनीकडे १०-१०-१० अजून आहे. एका वेळी एक कल्याणार्थी अशा पद्धतीने त्याचे सहृदयता पसरवण्याचे काम चालू आहे. ती अजिताकडे अजून आहे, हल्लीच ती माझ्या घरी येऊन तिचा संसार कसा सुखाचा चालू आहे, ते सांगून गेली. नॅन्सीकडे ती अजून आहे, ती योग्य प्रमाणात पत्नी आणि कन्या राहावी या साठीचे निर्णय ती रोज घेत असते. ती अँजेलाकडे अजून आहे,

अलीकडेच तिने आपली बैठकीची खोली तिच्या आवडत्या उन्हासारख्या पिवळ्या रंगाने रंगवली आणि मॉगीकडे तिचा कोनोर इतक्यातच उन्हाळी शिबिराहून परत आला आणि सामान्य मुलासारखीच त्यानेही तिथे धमाल केली.

१०-१०-१० अर्थातच माझ्याकडे अजून आहे, वाढत्या ज्ञानाने आणि समजुतीने जगायला ती मला मदत करते आहे. ती माझ्या मुलांकडे आहे, जी कुठल्याही जादूच्या छडीशिवाय शिकताहेत आणि मोठी होताहेत.

हवाईमध्ये सूर्योदय आपल्याबरोबर माझे जीवन बदलून टाकणारी एखादी कल्पना घेऊन येईल, अशी मला पुसटशीही कल्पना नव्हती. एक दशकाहून अधिक काळानंतर एका वेगळ्या आणि सुंदर नववर्ष संध्येला ही कल्पना, सुटकेचा मार्ग आणि पुढे जाण्याचा मार्ग धुंडाळणाऱ्या प्रत्येकासाठी आहे, याची जाणीव मला झाली.

बदल हवा असेल, तर १०-१०-१० तुमच्यासाठी आहे.